ആഴത്തിൽനിന്നുള്ള നിലവിളി

ഓസ്കാർ വൈൽഡിന്റെ ജയിൽക്കുറിപ്പുകൾ

azhathil ninnulla nilavili
oscar wildinte jailkurippukal

•

oscar wilde

•

translation
radhakrishnan cheruvally

•

first edition
march 2019

•

typesetting
star communications, thiruvananthapuram

•

published
chintha publishers, thiruvananthapuram

•

cover
sureshbhai

വിതരണം

ദേശാഭിമാനി ബുക്ക് ഹൗസ്

H O തിരുവനന്തപുരം-695 035
www.chinthapublishers.com
chinthapublishers@gmail.com

ബ്രാഞ്ചുകൾ

ഹെഡ്ഓഫീസ് കുന്നുകുഴി • സ്റ്റാച്യു തിരുവനന്തപുരം • കെ എസ് ആർ ടി സി ബസ് സ്റ്റേഷൻ ആലപ്പുഴ • കെ എസ് ആർ ടി സി ബസ് സ്റ്റേഷൻ എറണാകുളം • ഐ ജി റോഡ് കോഴിക്കോട് • കെ എസ് ആർ ടി സി ബസ് സ്റ്റേഷൻ കോഴിക്കോട് • എൻ ജി ഒ യൂണിയൻ ബിൽഡിങ് കണ്ണൂർ • സെൻട്രൽ ബസ് ടെർമിനൽ കോംപ്ലക്സ് താവക്കര കണ്ണൂർ

CO - 2758 / 4974
ISBN - 978-93-88485-31-9

ആഴത്തിൽനിന്നുള്ള നിലവിളി

ഓസ്കാർ വൈൽഡിന്റെ ജയിൽക്കുറിപ്പുകൾ

ഓസ്കാർ വൈൽഡ്

പരിഭാഷ:
രാധാകൃഷ്ണൻ ചെറുവല്ലി

ചിന്ത പബ്ലിഷേഴ്സ്
തിരുവനന്തപുരം-695 035

ഓസ്കാർ വൈൽഡ്

ഓസ്കാർ വൈൽഡ് (*Oscar Fingal o' Flahertie Wills Wilde*) 1854 ഒക്ടോബർ 16 ന് ഡബ്ലിനിൽ ജനിച്ചു. സ്കോളർഷിപ്പോടെ സ്കൂൾ വിദ്യാഭ്യാസം പൂർത്തിയാക്കി. ഡബ്ലിനിലെ ട്രിനിറ്റി കോളേജ്, ഓക്സ്ഫോർഡ് എന്നീ സർവ്വകലാശാലകളിൽ ഉന്നതപഠനം. കലാശാസ്ത്രതത്ത്വങ്ങളിൽ പ്രത്യേക താല്പര്യം പ്രകടിപ്പിച്ചു പോന്ന ഓസ്കാർ വൈൽഡ് വേഷവിധാനത്തിലും പ്രവൃത്തിയിലും മറ്റുള്ളവരെ പ്രകോപിപ്പിച്ചു. നാടകങ്ങൾ രചിക്കുകയും സാഹിത്യവിമർശനം നടത്തുകയും ചെയ്തു. ലണ്ടനിലെ സാമൂഹ്യകൂട്ടായ്മകളിലെ സജീവ സാന്നിദ്ധ്യവും ശ്രദ്ധാകേന്ദ്രവുമായി. ന്യൂയോർക്കിൽ സന്ദർശനം നടത്തി. കലാശാസ്ത്ര തത്ത്വങ്ങളെക്കുറിച്ച് പ്രഭാഷണം നടത്തി. കഥകളും കവിതകളും നാടകങ്ങളും ഒരുപോലെ വഴങ്ങി *The Happy Prince and other Tales (1888), Intentions (1891), The Soul of Man Under Socialism (1891)* എന്നീ കൃതികൾ ഏറെ ശ്രദ്ധിക്കപ്പെട്ടു. 1884 ൽ കോൺസ്റ്റാൻസ് ലോയ്ഡിനെ വിവാഹം കഴിച്ചു. രണ്ടു ആൺകുട്ടികൾ വൈൽഡ് ദമ്പതികൾക്ക് ജനിച്ചു. ലോഡ് ആൽഫ്രഡ് 'ബോസി' ഡഗ്ലസ് എന്ന യുവാവുമായുണ്ടായ വഴിവിട്ട ബന്ധം ഓസ്കർ വൈൽഡിന്റെ ജീവിതത്തെ കലുഷിതമാക്കി. ഈ ബന്ധം ഡഗ്ലസിന്റെ പിതാവുമായി കൊമ്പുകോർക്കാനിടയാക്കി. ഈ സംഭവങ്ങൾമൂലം രണ്ടുകൊല്ലക്കാലം ജയിൽവാസം അനുഭവിക്കേണ്ടതായി വന്നു. പ്രശസ്തിയുടെ ഉച്ചകോടിയിൽനിന്നും ഉണ്ടായ പതനം ഓസ്കാർ വൈൽഡിനെ ഉലച്ചു. *The importance of Being Earnest* എന്ന നാടകം ലണ്ടനിൽ നിറഞ്ഞ സദസ്സിൽ അരങ്ങേറിക്കൊണ്ടിരിക്കുമ്പോഴായിരുന്നു ഓസ്കാർ വൈൽഡ് ശിക്ഷിക്കപ്പെടുന്നതും പാപ്പരായി പ്രഖ്യാപിക്കപ്പെടുന്നതും. ഒരു പുസ്തകരൂപത്തിൽ- *De Profundis (1905)* ആ കാലത്തെ അനുഭവങ്ങൾ അദ്ദേഹം കുറിച്ചിട്ടു. അദ്ദേഹത്തിന്റെ ഏറ്റവും ശ്രദ്ധേയമായ രചന *ഡോറിയൻ ഗ്രേയുടെ ഛായാചിത്രം* എന്ന നോവലാണ് (1890). സിഫിലിസ് രോഗം പിടിപെട്ട് 1900 നവംബർ 30 ന് പാരീസിലെ ഒരു ഹോട്ടൽ മുറിയിലായിരുന്നു അദ്ദേഹത്തിന്റെ അന്ത്യം.

രാധാകൃഷ്ണൻ ചെറുവല്ലി

തിരുവനന്തപുരം ജില്ലയിലെ ശ്രീകാര്യം സ്വദേശി. സെക്രട്ടേറിയറ്റിൽനിന്നും അണ്ടർ സെക്രട്ടറിയായി വിരമിച്ചു. ഇപ്പോൾ ചിന്ത പബ്ലിഷേഴ്സിൽ സബ് എഡിറ്റർ.

ഭാര്യ : ആർ. ശോഭനകുമാരി

കൃതികൾ: *ഒരേ വഞ്ചിയിലെ യാത്രക്കാർ, മദ്ധ്യദേശത്തെ ചരിത്രപഥങ്ങൾ, കടലിലും കാട്ടിലും മണലാരണ്യത്തിലും* (യാത്രാവിവരണം) *ആണധികാരത്തിന്റെ ബലപ്രയോഗങ്ങൾ* -രാഷ്ട്രീയ സാമൂഹിക പഠനങ്ങൾ-(എഡിറ്റർ) *സെല്ലുലോയ്ഡ്: ചരിത്രത്തിലില്ലാത്ത ജീവിതവും സിനിമയും* (ജി പി രാമചന്ദ്രനൊപ്പം), *ചോരവീണ മണ്ണ് (കർഷക സമരഭൂമിയിലെ സഞ്ചാരങ്ങൾ- ടി എ രാജശേഖരൻ, രാജശശി കെ എന്നിവർക്കൊപ്പം) സീതാറാം യെച്ചൂരി* (അഭിമുഖങ്ങൾ) എഡിറ്റർ *(എം രാജീവിനൊപ്പം) യേശയ്യൻ* (നോവൽ) *ഡോറിയൻ ഗ്രേയുടെ ഛായാചിത്രം* - *ഓസ്കാർ വൈൽഡ്, ഇന്ത്യൻ ദേശീയത: രവീന്ദ്രനാഥ ടാഗോർ, ഡോ. അംബേദ്കർ: ഇന്ത്യയും കമ്യൂണിസവും* (വിവർത്തനം).

ഫോൺ : 9447010396, 0471-2597376

E-mail : radhakrishnancheruvally@gmail.com

പ്രസാധകക്കുറിപ്പ്

ഓസ്കാർ വൈൽഡിന്റെ *De profundis* എന്ന കൃതിയുടെ പരിഭാഷയാണിത്. നോവലിസ്റ്റ്, നാടകകാരൻ, ചിന്തകൻ എന്നീ നിലകളിൽ പ്രശസ്തിയുടെ പരകോടിയിൽ നില്ക്കുമ്പോഴാണ് സ്വവർഗ്ഗാനുരാഗത്തിന്റെ പേരിൽ ഓസ്കാർ വൈൽഡിന് രണ്ടുകൊല്ലത്തെ ജയിൽവാസം അനുഭവിക്കേണ്ടി വരുന്നത്. ഏതു ബന്ധത്തിന്റെ പേരിലാണോ ഓസ്കാർ വൈൽഡിന് ജയിൽവാസം അനുഭവിക്കേണ്ടി വന്നത് ആ സുഹൃത്തിന് ജയിലിൽനിന്നും അയച്ച ദീർഘമായ കത്താണ് *ആഴത്തിൽനിന്നുള്ള നിലവിളി.* ഈ കത്തിൽ ഇരുവരുടെയും ബന്ധത്തെപ്പറ്റി മാത്രമല്ല വിക്ടോറിയൻ സദാചാരത്താൽ ചങ്ങലയ്ക്കിടപ്പെട്ട ഒരു രാജ്യത്തിലെ ജനങ്ങളുടെ വീർപ്പുമുട്ടലുകളും പ്രബലമായിക്കൊണ്ടിരുന്ന ലിബറൽ ചിന്താഗതികളും കലാതത്ത്വനിരീക്ഷണങ്ങളും മതബോധത്തെപ്പറ്റിയുള്ള ആഴത്തിലുള്ള വിശകലനങ്ങളും ഉൾപ്പെട്ടിട്ടുണ്ട്. വായനയുടെയും ചിന്തയുടെയും ആഴങ്ങൾ തേടുന്നവർക്കുള്ളതാണീ പുസ്തകം.

ചിന്ത പബ്ലിഷേഴ്സ്

പരിഭാഷകന്റെ കുറിപ്പ്

ഓസ്കാർ വൈൽഡ് തന്റെ മുൻ സുഹൃത്ത് ആൽഫ്രഡ് ഡഗ്ലസ് പ്രഭുവിന് എഴുതിയ കത്താണ് *ആഴത്തിൽനിന്നുള്ള നിലവിളി.* പ്രക്ഷുബ്ധമായ ആ ബന്ധം ഓസ്കാർ വൈൽഡിന്റെ വ്യക്തിപരവും കലാപരവുമായ ജീവിതത്തെ തകർത്തു. ആൽഫ്രഡ് 'ബോസി' ഡഗ്ലസുമായി പരിചയപ്പെടുമ്പോൾ (1891) ഓസ്കാർ വൈൽഡിന് മുപ്പത്തേഴുവയസ്സും 'ബോസി'ക്ക് ഇരുപതു വയസ്സുമായിരുന്നു പ്രായം. തീപോലെ ആളിപ്പടർന്നതായിരുന്നു ആ ബന്ധം. വിക്ടോറിയൻ സദാചാരവിലക്കുകൾക്കിടയിലാണ് സ്വവർഗ്ഗാനുരാഗമെന്നു വിശേഷിപ്പിക്കാവുന്ന ഈ ബന്ധം ശക്തമായത്. ബോസിയുമായുള്ള ബന്ധം ആരംഭിക്കുന്ന വർഷമാണ് വൈൽഡ് തന്റെ *ഡോറിയൻ ഗ്രേയുടെ ഛായാചിത്രം* പുറത്തിറക്കുന്നത്. ഓസ്കാർ വൈൽഡുമായി ഡഗ്ലസിനുള്ള ബന്ധം ഡഗ്ലസിന്റെ പിതാവ് ക്വീൻസ്ബറിയെ കോപാക്രാന്തനാക്കി. ഓസ്കാർ വൈൽഡിനു നല്കാൻ ക്ലബ്ബിൽ ഏല്പിച്ച ഒരു കാർഡിൽ "Oscar wilde, Somdomite" എന്ന് എഴുതി നല്കി. "Sodomite" എന്ന വാക്കിനെ ബോധപൂർവ്വമോ അജ്ഞത കൊണ്ടോ Somdomite എന്നാക്കുകയായിരുന്നു അദ്ദേഹം. ഇതിനെതിരെ ഓസ്കാർ വൈൽഡ് മാനനഷ്ടത്തിനു കേസു നല്കി. കേസിൽ ഓസ്കാർ വൈൽഡ് പരാജയപ്പെട്ടു. തിരിച്ചടിച്ച ക്യൂൻസ്ബറി ഓസ്കാർ വൈൽഡിനെതിരെ സ്വവർഗ്ഗാനുരാഗക്കുറ്റത്തിന് കേസ് ഫയൽ ചെയ്തു. വൈൽഡിന് ഇംഗ്ലണ്ടിൽനിന്നും രക്ഷപ്പെടാൻ അവസരമുണ്ടായിട്ടും അതുപയോഗപ്പെടുത്താതെ രണ്ടു കേസുകളുടെ വിചാരണകളിലും പങ്കെടുത്തു. ആദ്യത്തേതിന്മേൽ വിധി വന്നില്ല. രണ്ടാമത്തെ കേസിൽ രണ്ടുവർഷത്തെ തടവിന് വിധിക്കപ്പെട്ടു. ഇതിനു പുറമെ ക്യൂൻസ്ബറി ഓസ്കാർ വൈൽഡിനെ പാപ്പരായി പ്രഖ്യാപിക്കുവാനുള്ള നിയമനടപടികളിലേക്കുപോയി. പ്രശസ്തിയുടെ ഉത്തുംഗതയിൽനിന്നും

തകർച്ചയുടെ പടുകുഴിയിലേക്ക് വൈൽഡ് നിപതിച്ചു. റീഡിങ് ജയിലിൽ കിടക്കുമ്പോൾ എഴുതുവാനായി ദിവസം ഒരു ഷീറ്റ് പേപ്പർ എന്ന നിലയ്ക്കാണ് ഓസ്കാർ വൈൽഡിന് ലഭിച്ചത്. ആത്മീയ അന്വേഷണത്തിന്റെ അഗാധതലങ്ങളെ സ്പർശിക്കുന്ന കൃതിയാണ് *ആഴത്തിൽനിന്നുള്ള നിലവിളി (De Profundis).* നീണ്ട ഒറ്റക്കത്തായാണിത് പുറത്തുവന്നത്. ഓസ്കാർ വൈൽഡിന്റെ അഗാധ പാണ്ഡിത്യവും വൈകാരികതയും ആത്മീയ അന്വേഷണവും സദാചാരത്തെപ്പറ്റിയുള്ള സ്വതന്ത്രമായ അഭിപ്രായങ്ങളും ഈ കൃതിയിൽ പ്രതിഫലിക്കുന്നു. വിക്ടോറിയൻ കാലഘട്ടത്തിൽ സ്ത്രീകളുടെ പൊതുജീവിതം ഏറക്കുറെ നിയന്ത്രിക്കപ്പെട്ടിരുന്നു. പൊതു ഇടങ്ങളാകെ ആണിടങ്ങളായിരുന്നു. നിശാക്ലബ്ബുകളും സമ്പന്നതയുടെ കുത്തൊഴുക്കും അതിൽപ്പെട്ട് ഒഴുകിപ്പോകുന്ന ജീവിതങ്ങളും ഈ കൃതിയുടെ അന്തർദ്ധാരയായി നിലകൊള്ളുന്നു. വായനാസൗകര്യത്തിനായി ഈ കത്തിനെ പതിനേഴ് അദ്ധ്യായങ്ങളായി തിരിച്ചിട്ടുണ്ട്. ജയിൽക്കുറിപ്പുകളെന്നോ ദീർഘഭാഷണമെന്നോ ഈ കൃതിയെ കണക്കാക്കാവുന്നതാണ്. ഓസ്കാർ വൈൽഡിന്റെ മരണശേഷം 1905 ലാണ് ഈ കത്ത് ആദ്യമായി പ്രസിദ്ധീകരിക്കപ്പെടുന്നത്. സൂക്ഷ്മമായ വായന അർഹിക്കുന്ന ഈ കൃതിയെ മലയാളികൾക്കു മുമ്പിൽ പരിഭാഷപ്പെടുത്തി അവതരിപ്പിക്കാൻ കഴിഞ്ഞതിൽ അതിയായ സന്തോഷമുണ്ട്.

രാധാകൃഷ്ണൻ ചെറുവല്ലി

യഹോവേ
ആഴത്തിൽനിന്നും ഞാൻ
നിന്നോടു നിലവിളിക്കുന്നു
കർത്താവേ എന്റെ പ്രാർത്ഥന കേൾക്കേണമേ..
നിന്റെ ചെവി എന്റെ യാചനകൾക്ക്
ശ്രദ്ധിച്ചിരിക്കേണമേ.

സങ്കീർത്തനങ്ങൾ: 131

ജയിലിൽനിന്നുള്ള കത്ത്

എച്ച് എം ജയിൽ
റീഡിങ്

പ്രിയപ്പെട്ട ബോസി,

ദീർഘകാലത്തെ നിഷ്ഫലമായ കാത്തിരിപ്പിനൊടുവിൽ നിനക്ക് നേരിട്ടെഴുതുവാൻതന്നെ ഞാൻ തീരുമാനിച്ചു. നമുക്ക് രണ്ടാൾക്കും വേണ്ടിയാണത്. നിന്റെ കത്തോ സന്ദേശങ്ങളോ വർത്തമാനങ്ങളോ ലഭിക്കാതെ, ഞാൻ ഈ തടവറയിൽ രണ്ടു കൊല്ലത്തോളം തള്ളിനീക്കി എന്ന കാര്യം എനിക്കു ചിന്തിക്കാനേ കഴിയുന്നില്ല.

ദുർവ്വിധിക്കിരയായ നമ്മുടെ സൗഹൃദം വിനാശകരമായാണ് അവസാനിച്ചത്. അത് എനിക്ക് ഏറെ ചീത്തപ്പേരുണ്ടാക്കി. എന്നിട്ടും നമ്മുടെ പഴയ സൗഹൃദം ഞാൻ മറന്നിട്ടില്ല. ഒരിക്കൽ സ്നേഹം മാത്രം നിറഞ്ഞിരുന്ന എന്റെ ഹൃദയത്തിൽ കൊടിയ വെറുപ്പ് കയറിപ്പറ്റുമോയെന്നോർത്ത് ഞാൻ ദുഃഖിക്കാറുണ്ട്. എന്നോട് സ്നേഹമോ വെറുപ്പോ എന്തുതന്നെയായാലും നീ എനിക്ക് മറുപടി എഴുതണം. അനുവാദം കൂടാതെ എന്റെ കത്തുകൾ പ്രസിദ്ധീകരിക്കുന്നതിനേക്കാൾ, എന്നോട് ചോദിക്കാതെ നിന്റെ കവിതകൾ എനിക്കു സമർപ്പിക്കുന്നതിനേക്കാൾ എത്രയോ മെച്ചമാണ് ഏകാന്തമായ ഈ തടവറയിൽ കഴിയുന്ന എനിക്കെഴുതുന്നത്. ഈ കത്തിൽ ഞാൻ നിന്റെ ജീവിതത്തെപ്പറ്റിയെന്നപോലെ എന്റെ ജീവിതത്തെപ്പറ്റിയും എഴുതും. കഴിഞ്ഞുപോയ കാലത്തെപ്പറ്റിയെന്ന പോലെ വരുംകാലത്തെപ്പറ്റിയും എഴുതും. സങ്കടങ്ങളായി മാറിയ സന്തോഷങ്ങളെപ്പറ്റിയും സന്തോഷങ്ങളായി മാറിയ സങ്കടങ്ങളെപ്പറ്റിയും ഞാനെഴുതും. ചിലപ്പോഴത് നിന്റെ അഭിമാനത്തെ ബാധിച്ചേക്കാം. അങ്ങനെയാണതു വന്നു ഭവിക്കുന്നതെങ്കിൽ നിന്റെ മിഥ്യാഭി

മാനത്തെ നശിപ്പിക്കുംവരെ അത് ആവർത്തിച്ചു വായിക്കുക. കത്തിലെവിടെയെങ്കിലും നിനക്കെതിരെ അന്യായമായി എന്തെങ്കിലും ആരോപിക്കുന്നതായി തോന്നുന്നുവെങ്കിൽ അങ്ങനെ അന്യായമായി ആരോപിക്കാൻ എന്തെങ്കിലുമൊന്നുള്ളതിന്റെ പേരിൽ എന്നോട് നന്ദി പറയുക. അതിൽ ഏതെങ്കിലും ഒരു ഭാഗം നിന്നെ കരയിപ്പിക്കുന്നുണ്ടെങ്കിൽ ജയിലിനകത്ത് ഞങ്ങൾ ചെയ്യാറുള്ളതു പോലെ വിങ്ങിവിങ്ങിക്കരയുക. ഇവിടെ പകൽ മാത്രമല്ല രാത്രിയും കരയാനായി മാറ്റിവച്ചിരിക്കുകയാണ്. അതിനു മാത്രമേ നിന്നെ രക്ഷപ്പെടുത്താൻ കഴിയൂ. റോബിക്ക് ഞാനെഴുതിയ കത്തിൽ നിനക്കെതിരെ നിന്ദാസൂചകമായി ചിലതു വന്നപ്പോൾ ചെയ്തതുപോലെ നീ നിന്റെ അമ്മയോടു പരാതിപ്പെടുകയാണെങ്കിൽ അവരുടെ ആശ്വാസവചനങ്ങളിൽപ്പെട്ട് നീ പൂർണ്ണമായും നഷ്ടപ്പെട്ടുപോകും. നീയിതിനൊരു തെറ്റായ ന്യായീകരണം കണ്ടെത്തുകയാണെങ്കിൽ ഉടനൊരു നൂറു ന്യായീകരണങ്ങൾ മുന്നിലെത്തും. നീ വീണ്ടും പഴയപടിയാവും. റോബിക്കു കൊടുത്ത മറുപടിയിൽ നീ പറഞ്ഞിരുന്നപോലെ ഞാൻ നിന്നിൽ ദുർപ്രേരണ ചെലുത്തി എന്നു നീയിനിയും പറയുമോ? ങ്ഹാ! നിനക്ക് ജീവിതത്തിൽ ഒരു പ്രേരണയുമില്ലല്ലോ! വെറുതെ അങ്ങു കഴിഞ്ഞുകൂടുന്നു. പ്രേരിപ്പിക്കുക എന്നു പറഞ്ഞാൽ ബൗദ്ധികമായ ഒരു ലക്ഷ്യം ചൂണ്ടിക്കാണിക്കുക എന്നാണർത്ഥം.

നമ്മുടെ സൗഹൃദം തുടങ്ങുമ്പോൾ നീ വളരെ ചെറുപ്പമായിരുന്നുവെന്നാണോ? ജീവിതത്തെപ്പറ്റി വളരെ കുറച്ചേ അറിയാവൂ എന്നതല്ല നിന്റെ കുഴപ്പം; ഏറെ അറിയാമെന്നതാണ്. ബാല്യവും അതിന്റെ സംശുദ്ധിയും നിഷ്കളങ്കതയും പ്രതീക്ഷയുമൊക്കെ നീയെത്രയോ പിന്നിലാക്കി കഴിഞ്ഞു. വേഗതയേറിയ പാദങ്ങൾകൊണ്ട് നീ കാല്പനികതയുടെ ദൂരങ്ങൾ പിന്നിട്ട് പ്രായോഗികതയുടെ വിതാനങ്ങളിൽ എത്തിച്ചേർന്നിരിക്കുന്നു. ജീവിതത്തിലെ പ്രതിബന്ധങ്ങൾ നീ ഇഷ്ടപ്പെട്ടുതുടങ്ങിയിരുന്നു. ആ ഘട്ടത്തിലായിരുന്നു നിനക്ക് എന്റെ തുണ വേണ്ടിവന്നത്. ഞാനാകട്ടെ നിന്നോട് സഹാനുഭൂതി കാട്ടി. നിനക്കാവശ്യമായ തുണയേകി. അത് ബുദ്ധിശൂന്യമായിപ്പോയിയെന്ന് ഇപ്പോൾ തോന്നുന്നു. എന്റെ ഈ കത്തിലെ ഓരോ വാക്കുകളും വരികളും നിന്റെയുള്ളിൽ കത്തിയാഴ്ത്തുന്നതുപോലെ നിനക്ക് അനുഭവപ്പെടും. ദൈവത്തിന്റെ മുന്നിലെ വിഡ്ഢികളും മനുഷ്യരുടെ മുന്നിലെ വിഡ്ഢികളും തികച്ചും വിഭിന്നരാണെന്ന് നീ ഓർമ്മിക്കണം. കലയുടെ വെളിപ്പെടുത്തലുകളെയും ചിന്തയുടെ രൂപീകരണ രീതികളെയും പറ്റി തികച്ചും അജ്ഞനായ ഒരുവനിലും ജ്ഞാനത്തിന്റെ വെളിച്ചമുണ്ടാകാം. എന്നാൽ അവനവനെത്തന്നെ അറിയാത്തവനാണ് യഥാർത്ഥവിഡ്ഢി. അത്തരത്തിലൊരുത്തനായിപ്പോയി ഞാൻ. നീയും അപ്രകാരം തന്നെയായിരുന്നു. ഇനിയും അങ്ങനെ ആയിരിക്കാൻ കഴിയുകയില്ല. പേടിക്കേണ്ട, ജ്ഞാനത്തിന്റെ പരകോടി ആഴമില്ലായ്മയാണ്. തിരിച്ചറിയപ്പെട്ടിട്ടുള്ളതെല്ലാം ശരിയാണ്. ഓർമ്മിക്കുക, വായിക്കുവാൻ നിനക്കു വിഷമകരമായി തോന്നുന്നതെല്ലാം എഴുതുവാൻ

എനിക്ക് കൂടുതൽ വിഷമകരമായിരുന്നുവെന്ന്. നിനക്ക് ആ അജ്ഞേയ ശക്തി ബലം പകർന്നു. അപരിചിതവും ദുരന്തപൂർണ്ണവുമായ ജീവിത ക്കാഴ്ചകൾ ഒരു പരലിലെന്ന പോലെ വ്യക്തമായിക്കാണാൻ അതു നിന്നെ സഹായിച്ചു. ഗ്രീക്ക് ദേവതയായ മെഡൂസയുടെ നേരെ നോക്കുന്ന മനുഷ്യർ കല്ലായി മാറി. എന്നാൽ നീയാകട്ടെ നിഴലിലാണ് നോക്കിയത്. നീ പൂക്കൾക്കിടയിൽ പൂമ്പാറ്റയെന്നപോലെ സ്വതന്ത്രനായി നടന്നു. എന്നിൽനിന്നോ? നിറങ്ങളും വികാരങ്ങളുമടങ്ങുന്ന ജീവിതത്തിന്റെ മനോ ഹാരിത മുഴുവൻ കവർന്നെടുത്തു.

ഞാൻ എന്നെത്തന്നെയാണ് കുറ്റപ്പെടുത്തുന്നത്. തടവുമുറിയുടെ ഇരുട്ടിൽ ജയിൽവസ്ത്രങ്ങളുമണിഞ്ഞ് അപമാനിതനായിരിക്കുമ്പോൾ മറ്റൊന്നിനും എനിക്കു കഴിയുകയില്ല. കഠിനമായ മനോവ്യഥയിൽ പിടഞ്ഞ രാത്രികളിലും വേദനകൾ മാത്രം നല്കിയ മടുപ്പിക്കുന്ന പക ലുകളിലും എന്നെ കുറ്റപ്പെടുത്തുവാൻ മാത്രമേ എനിക്കു കഴിയുമായി രുന്നുള്ളൂ. ജീവിതത്തെ സുന്ദരമുഹൂർത്തങ്ങൾ കൊണ്ടു നിറയ്ക്കുവാൻ ഒട്ടും താല്പര്യമില്ലാതെ എന്റെ ജീവിതത്തിനുമേൽ ആധിപത്യം സ്ഥാപി ക്കുകമാത്രം ലക്ഷ്യംവച്ച ഒട്ടും ബൗദ്ധികമല്ലാത്ത, സൗഹൃദത്തിന് ഇടം നല്കിയതിന്റെ പേരിൽ ഞാൻ എന്നെത്തന്നെ കുറ്റപ്പെടുത്തി. നാം തമ്മിൽ വലിയ അന്തരമുണ്ടായിരുന്നു. സ്കൂളിലും യൂണിവേഴ്സിറ്റിയിലും നീ ഒന്നാന്തരം ഒരലസനായിരുന്നു. എന്നാൽ എന്നെപ്പോലൊരു കലാകാരന്റെ വളർച്ച വ്യക്തിത്വ വികാസത്തിലൂടെയേ സാദ്ധ്യമാകൂ എന്നും അതിന് പുതിയ ആശയങ്ങളും ബൗദ്ധികമായ ചുറ്റുപാടും മനശ്ശാന്തിയും അനി വാര്യമാണെന്നും നീ തിരിച്ചറിഞ്ഞില്ല.

എന്റെ ഒരു സൃഷ്ടി പൂർത്തിയായിക്കഴിയുമ്പോൾ നീയതിനെ ആരാ ധിച്ചു. അതിന്റെ പേരിലുള്ള വിരുന്നുകൾ നീ ആസ്വദിച്ചു. എന്നെപ്പോ ലൊരു കലാകാരനുമായി നിനക്കുള്ള ചങ്ങാത്തത്തിൽ നീ അഭിമാനിച്ചു. എന്നാൽ അത്തരമൊരു സൃഷ്ടിക്കുവേണ്ട അന്തരീക്ഷത്തെപ്പറ്റി മനസ്സി ലാക്കാൻ നിനക്കു കഴിഞ്ഞിരുന്നില്ല. ഇത് വെറും വാചാടോപമോ അതി ശയോക്തിയോ അല്ല. നമ്മൾ ഒരുമിച്ചുണ്ടായിരുന്ന അവസരങ്ങളിൽ എനിക്ക് ഒരു വരിപോലും എഴുതാൻ കഴിഞ്ഞിരുന്നില്ല. ലണ്ടനിൽ വച്ചാ യാലും ഫ്ളോറൻസിൽ വച്ചായാലും മറ്റേതു നഗരത്തിൽ വച്ചായാലും നമ്മുടെ സമാഗമവേളകൾ എഴുത്തിനെ സംബന്ധിച്ച് വന്ധ്യവും സർഗ്ഗാ ത്മകരഹിതവുമായിരുന്നു.

ഉദാഹരണത്തിന് 1893 സെപ്തംബറിലെ ഒരു സംഭവം മാത്രം എടുത്തുപറയാം. മറ്റുള്ളവരുടെ ശല്യം കൂടാതെ സ്വസ്ഥമായിരുന്ന് എഴു തുന്നതിനുവേണ്ടി ഞാൻ പ്രത്യേകം മുറിയെടുത്തിരുന്നു. നാടകം രചി ച്ചുകൊടുക്കാമെന്ന് സമ്മതിച്ച് ജോൺ ഹെയറുമായി ഞാൻ ഉണ്ടാക്കിയ കരാറും അതിന്റെ പേരിൽ റദ്ദാക്കിയിരുന്നു. അയാളുടെ സമ്മർദ്ദ ത്തിൽനിന്നും ഒഴിവാകാനായിരുന്നു അപ്രകാരം ചെയ്തത്. ആദ്യത്തെ ഒരാഴ്ചക്കാലം നീ വിട്ടുനിന്നു. നീ വിവർത്തനം ചെയ്ത *സലോമിയുടെ*

കലാമൂല്യത്തെപ്പറ്റി നാം തമ്മിൽ സ്വാഭാവികമായും അഭിപ്രായവ്യത്യാസം നിലനിന്നിരുന്നു. ആ വിഷയത്തിൽ മണ്ടൻ കത്തുകളെഴുതി നീ തൃപ്തിയടഞ്ഞു. ആ ആഴ്ച ഞാൻ *ഐഡിയൽ ഹസ്ബന്റ്* എന്ന എന്റെ നാടകത്തിന്റെ ഒന്നാം അങ്കം സ്റ്റേജിൽ അവതരിപ്പിക്കാനുള്ള വിശദാംശങ്ങൾ ഉൾപ്പെടെ എഴുതി പൂർത്തിയാക്കി. അടുത്തയാഴ്ച നീ എത്തി, എഴുത്തും മുടങ്ങി. എല്ലാ ദിവസവും രാവിലെ 11.30 ന് ഞാൻ സെന്റ് ജെയിംസ് പ്ലേസിൽ എത്തിയിരുന്നത് തടസ്സം കൂടാതെ ചിന്തിക്കുന്നതിനും എഴുതുന്നതിനുമുള്ള അവസരം തേടിയാണ്. എന്റെ വീട്ടിലിരുന്നാൽ അതുണ്ടാവില്ല എന്നെനിക്ക് ഉറപ്പായിരുന്നു. പന്ത്രണ്ടു മണിയോടെ നീയവിടെ എത്തി. പുകവലിയും വർത്തമാനവുമായി ഒന്നു മുപ്പതു വരെ അവിടെ കൂടി. എന്റെ പദ്ധതിയെല്ലാം പൊളിഞ്ഞു. അതിനുശേഷം നാം ഉച്ചഭക്ഷണത്തിനു പോയി. ഭക്ഷണത്തോടൊപ്പം മദ്യസേവയുമുണ്ടായിരുന്നതിനാൽ ആ കലാപരിപാടി മൂന്നു മുപ്പതു വരെ നീണ്ടു. ഒരുമണിക്കൂർ നേരത്തേക്ക് നീയെവിടെയോ പോയി. ചായസമയത്ത് നീ പിന്നെയും എത്തി. അത്താഴത്തിനൊരുങ്ങുന്ന സമയംവരെ അവിടെയുണ്ടായിരുന്നു. സാവോയി ഹോട്ടലിലോ ടൈറ്റ് സ്ട്രീറ്റ് ഹോട്ടലിലോ ആയിരുന്നു നമ്മുടെ അത്താഴം. പാതിരാത്രിക്കുശേഷവും നമ്മളന്നു പിരിഞ്ഞില്ല. ഹോട്ടൽ വില്ലീസിൽ പാതിരാ ഭക്ഷണത്തോടെയാണാ സുന്ദരദിനത്തിന് തിരശ്ശീല വീണത്. ആ മൂന്നുമാസക്കാലവും എന്റെ ജീവിതം അങ്ങനെ കഴിഞ്ഞു. ഇടയ്ക്ക് നാലു ദിവസം നീ വിദേശത്തായിരുന്നപ്പോൾ മാത്രമാണ് ആ പതിവ് ഇടയ്ക്കു മുറിഞ്ഞത്. അപ്പോഴെനിക്ക് കാലൈസ് വരെ വരേണ്ടി വന്നു. നിന്നെ കൂട്ടിക്കൊണ്ടുപോരാൻ. എന്നെപ്പോലെ പെട്ടെന്നു ദേഷ്യം വരുന്ന ഒരുത്തനെ സംബന്ധിച്ച് അത് അപമാനകരവും ദുരന്തവുമായിരുന്നു.

മറ്റുള്ളവരുടെ ശ്രദ്ധയിൽപ്പെട്ടുകൊണ്ടല്ലാതെ മുന്നോട്ടുപോകാൻ നിനക്ക് കഴിഞ്ഞിരുന്നില്ല എന്ന കാര്യം നീയപ്പോൾ മനസ്സിലാക്കിയിട്ടുണ്ടാവും. ഇക്കാര്യത്തിൽ ഒരു പൊറുതിയില്ലായ്മ നിനക്കുണ്ടായിരുന്നു. ബൗദ്ധികമായ ഏകാഗ്രതയുടെ അഭാവം നിന്നെ ചൂഴ്ന്നു നിന്നു. ഒരു കലാകാരൻ എന്ന നിലയിൽ എനിക്ക് ഏകാഗ്രത അനിവാര്യമായിരുന്നു. നിന്റെ ശ്രദ്ധ കലയിലായിരുന്നില്ല; ജീവിതത്തിലായിരുന്നു. നിന്റെ കലാജീവിതത്തിന്റെ പ്രധാന തടസ്സവും അതായിരുന്നു. എനിക്ക് നിന്നോടുള്ള സൗഹൃദം നിന്നേക്കാൾ പ്രായം കുറഞ്ഞ ജോൺ ഗ്രേ, പിയറി ലൂയിസ് തുടങ്ങിയവരുമായുള്ള സൗഹൃദവുമായി തട്ടിച്ചു നോക്കുമ്പോൾ എനിക്ക് നാണക്കേടുണ്ടാക്കിയിരുന്നു. അവരോടൊപ്പവും അവർക്കൊപ്പവുമായിരുന്നു എന്റെ യഥാർത്ഥ ജീവിതം.

എനിക്ക് നിന്നോടുള്ള സൗഹൃദത്തിന്റെ ഭയാനകമായ അനന്തരഫലത്തെപ്പറ്റി ഞാനപ്പോഴൊന്നും പറയാൻ ആഗ്രഹിച്ചില്ല. നിലനിന്നപ്പോൾ അത് എത്രമാത്രം ആഴത്തിലുണ്ടായിരുന്നു എന്നാണ് ഞാൻ ആലോചിച്ചിരുന്നത്. നിന്നിൽ കലാവാസന അതിന്റെ അങ്കുരാവസ്ഥയിലായിരുന്നു.

നിന്നെ ഞാൻ കണ്ടുമുട്ടിയത് ഒന്നുകിൽ ഏറെ നേരത്തെ ആയിപ്പോയി; അല്ലെങ്കിൽ ഏറെ വൈകിപ്പോയി. ഏതാണെന്നു തിട്ടമായി പറയാൻ കഴിയുന്നില്ല. ഞാൻ ഏറെ പ്രതീക്ഷിച്ചിരുന്ന ആ വർഷത്തെ ഡിസംബർ മാസത്തിൽ, നിന്റെ അമ്മയെ പ്രേരിപ്പിച്ച്, നിന്നെ ഇംഗ്ലണ്ടിനു പുറത്തേക്കയക്കാൻ എനിക്കു കഴിഞ്ഞു. അപ്പോഴേക്കും കൈവിട്ടുപോകാൻ തുടങ്ങിയിരുന്ന എന്റെ ജീവിതം വരുതിയിലാക്കാനും ചിന്തയുടെ ലോകത്ത് മുഴുകാനും എനിക്കു കഴിഞ്ഞു. *ഐഡിയൽ ഹസ്ബന്റി*ന്റെ മുടങ്ങിക്കിടന്ന മൂന്ന് അങ്കങ്ങൾ എനിക്കിപ്പോൾ പൂർത്തിയാക്കാനായി. മാത്രമല്ല വ്യത്യസ്തമായ രണ്ടു നാടകങ്ങളുടെ ആശയം രൂപപ്പെടുത്താനും ഏകദേശം എഴുതിത്തീർക്കാനുമായി. *ഫ്ളോറന്റയിൻ ട്രാജഡി, ലാസെയിന്റ് കോർട്ടിസെയ്ൻ* എന്നിവയായിരുന്നു ആ നാടകങ്ങൾ. അപ്പോഴാണ് എന്റെ എല്ലാ സൗഭാഗ്യങ്ങളെയും തകർത്തുകൊണ്ടുള്ളനിന്റെ മടങ്ങിവരവ്. ആ നാടകങ്ങളിൽ ശ്രദ്ധയൂന്നാൻ കഴിയാത്തതിനാൽ അത് കുറ്റമറ്റതാക്കാനായില്ല. ആ കൃതികൾക്ക് രൂപംനല്കാനായ മാനസികാവസ്ഥ പിന്നീടൊരിക്കലും തിരിച്ചു കിട്ടിയില്ല. ഇതിനകം ഒരു കവിതാസമാഹാരം പുറത്തിറക്കിക്കഴിഞ്ഞ നിനക്ക് ഞാൻ പറയുന്ന കാര്യം മനസ്സിലാകുമല്ലോ? നിനക്കത് മനസ്സിലായാലും ഇല്ലെങ്കിലും അക്കാര്യം നമ്മുടെ സൗഹൃദത്തിലെ ഒരു കറുത്തപാടായി തുടരും. നിന്റെ സാന്നിദ്ധ്യം എന്റെ സാഹിത്യപ്രവർത്തനങ്ങൾക്ക് വിനാശമായി. എനിക്കും എന്റെ കലാജീവിതത്തിനുമിടയിൽ നിന്നെ പ്രവേശിപ്പിച്ചത് കുറ്റപ്പെടുത്തലുകൾക്കും അപമാനത്തിനും മാത്രമാണിടവരുത്തിയത്. നിനക്കതൊന്നുമറിയില്ല. അറിയുമെന്ന് പ്രതീക്ഷിക്കുവാൻ എനിക്ക് അധികാരവുമില്ല. നിനക്ക് ഭക്ഷണത്തിലും ആഹ്ലാദങ്ങളിലും മാത്രമാണല്ലോ താല്പര്യം. സാധാരണമോ അതിലും താണതോ ആയ കാര്യങ്ങളിലാണ് നിനക്ക് ആഹ്ലാദിക്കാൻ കഴിയുന്നത്. നൈമിഷികമാണ് നിന്റെ കൗതുകങ്ങൾ. നിന്നെ ക്ഷണിക്കുമ്പോഴല്ലാതെ നീ എന്റെ മുറിയിൽ കടന്നുവരുന്നത് എനിക്ക് തടയാമായിരുന്നു. എന്റെ ദൗർബല്യങ്ങൾ ഞാൻ തുറന്നു സമ്മതിക്കുന്നു. ഒരു ദിവസം മുഴുവൻ നിന്നോടൊത്തു കഴിയുമ്പോൾ ലഭിക്കുന്നതിനേക്കാൾ എനിക്കു പ്രധാനം അരമണിക്കൂറെങ്കിലും കലാപ്രവർത്തനത്തിൽ ഏർപ്പെടുകയെന്നതിലാണ്. എന്റെ ജീവിതത്തിലൊരു ഘട്ടത്തിലും കലയ്ക്കുമേലെയായിരുന്നില്ല നിന്റെ സ്ഥാനം. ഒരു കലാകാരനെ സംബന്ധിച്ചിടത്തോളം ദൗർബല്യം ഒരു കുറ്റമാണ്. ദൗർബല്യം അയാളുടെ ഭാവനയെ തളർത്തും.

നീയുമായുള്ള ചങ്ങാത്തം എന്നെ സാമ്പത്തികമായും തകർത്തു. 1892 ഒക്ടോബർ മാസത്തിന്റെ ആദ്യം ഒരു പ്രഭാതത്തിൽ നിന്റെ മാതാവിനൊപ്പം സംസാരിച്ചിരുന്നത് ഞാൻ ഓർക്കുന്നു. അന്നൊക്കെ നിന്റെ യഥാർത്ഥ സ്വഭാവത്തെപ്പറ്റി എനിക്ക് ഒന്നും അറിയുമായിരുന്നില്ല. ഒരു ശനിയാഴ്ച മുതൽ തിങ്കളാഴ്ച വരെ ഞാൻ ഓക്സ്ഫോഡിൽ നിന്നോടൊപ്പം കഴിച്ചുകൂട്ടി. ക്രോമറിൽ നീ ഒരാഴ്ച എന്നോടൊപ്പം നിന്ന്

ഗോൾഫ് കളിച്ചു. സംഭാഷണം നിന്നിലേക്കു തിരിഞ്ഞപ്പോൾ ആ മഹതി നിന്റെ സ്വഭാവത്തെപ്പറ്റി പറയാൻ തുടങ്ങി. നിന്റെ മുഖ്യ വൈകല്യങ്ങളായി അവരന്ന് ചൂണ്ടിക്കാട്ടിയത്, നിന്റെ പൊങ്ങച്ചവും പണം വരുത്തിവയ്ക്കാവുന്ന എല്ലാത്തരം ദൂഷ്യങ്ങളുമാണ്. അതുകേട്ട് ചിരിച്ചത് ഞാനിന്ന് ഓർക്കുന്നു. നിന്റെ ആദ്യ വൈകല്യം എന്നെ ജയിലിൽ എത്തിക്കുമെന്നും രണ്ടാമത്തേത് സാമ്പത്തികമായി തകർക്കുമെന്നും ഞാനന്നു കരുതിയില്ല. ഒരു ചെറുപ്പക്കാരന് പൊങ്ങച്ചം ഒരു അലങ്കാരമാണെന്നും ധൂർത്ത് സമ്പാദ്യത്തിനെതിരായ മഹത്വമാണെന്നും ഞാൻ കരുതി. നമ്മുടെ കൂട്ടുകെട്ട് ഒരു മാസം പിന്നിടുമ്പോൾത്തന്നെ എനിക്കു മനസ്സിലായിത്തുടങ്ങി നിന്റെ അമ്മ പറഞ്ഞതു ശരിയാണെന്ന്. ആർഭാടത്തോടുള്ള ആർത്തിയും ഞാൻ നിന്നോടൊപ്പമുണ്ടെങ്കിലും ഇല്ലെങ്കിലും നിനക്കാവശ്യമായ പണം ഞാൻ തന്നെ തരേണ്ടിവന്ന അവസ്ഥയും എന്നെ പലപ്പോഴും പാപ്പരാക്കി. നിന്റെ താല്പര്യങ്ങൾ എന്നെ അങ്ങേയറ്റം നിരുന്മേഷവാനാക്കി. തീറ്റയും കുടിയും മാത്രമായി ചുരുങ്ങി പലപ്പോഴും നിന്റെ താല്പര്യങ്ങൾ. ഒരാളിന്റെ മേശമേൽ ചുവന്ന വീഞ്ഞും റോസാപുഷ്പങ്ങളും വല്ലപ്പോഴുമുണ്ടാകുന്നത് നല്ലതുതന്നെ. എന്നാൽ നീയതിനെയെല്ലാം സർവ്വസാധാരണമാക്കി അധഃപതിപ്പിച്ചു. എന്റെ ചെലവിൽ ആർഭാടത്തിൽ മുങ്ങിക്കഴിയുന്നത് നിന്റെ അവകാശമായി നീ വല്ലപ്പോഴും കരുതി. ഏതെങ്കിലും ചൂതാട്ടകേന്ദ്രത്തിൽവച്ച് നീ ധൂർത്തടിച്ചു കളഞ്ഞ കാശ് ഞാൻ വീട്ടിത്തീർക്കേണ്ട അവസ്ഥവരെ വന്നു ചേർന്നു.

രണ്ട്

ആയിരത്തിയെണ്ണൂറ്റി തൊണ്ണൂറ്റിരണ്ടിലെ ശരത്കാലത്തിനും എന്റെ ജയിൽവാസത്തിനുമിടയിൽ ഞാൻ നിനക്കുവേണ്ടി പണമായി ചെലവിട്ട തുക മാത്രം കണക്കിലെടുത്താൽ അത് 5000 പൗണ്ടിനു പുറത്തുവരും. അതിനു പുറമെയാണ് നിന്റെ മറ്റു ബില്ലുകൾക്കായി ഞാൻ മുടക്കിയ തുക. ഇതിൽനിന്നും നീ നയിച്ചിരുന്ന ജീവിതത്തെപ്പറ്റി ഒരേക ദേശരൂപം നിനക്ക് മനസ്സിലായിട്ടുണ്ടാവുമല്ലോ? ലണ്ടനിൽ നിന്നോടൊപ്പം ചെലവഴിച്ച ഓരോ ദിവസവും ശരാശരി 12 പൗണ്ടിനും 20 പൗണ്ടിനും ഇടയ്ക്ക് തുക വേണ്ടിവന്നിരുന്നു. ഗോറിങ്ങിൽ നാം ചെലവിട്ട മൂന്നു മാസത്തേക്ക് വാടകയുൾപ്പെടെ 1340 പൗണ്ടാണ് ചെലവായത്. പാപ്പരാ കുന്നതിലേക്കാണ് എന്റെ ഓരോ ചുവടുവയ്പുകളും ചെന്നെത്തിയത്. ലളിത ജീവിതവും ഉയർന്ന ചിന്തയും എന്ന തത്ത്വമെന്നും നിനക്ക് മാതൃ കയാവില്ലെന്ന് എനിക്കറിയാം. എന്നാൽ അത്തരത്തിലെ ധൂർത്ത് നമുക്ക് രണ്ടുപേർക്കും വിനാശകരമായിത്തീർന്നു എന്ന കാര്യത്തിൽ തർക്കമു ണ്ടാവില്ല. എന്റെ ജീവിതത്തിലെ ഏറ്റവും രസകരമായ അത്താഴം ഞാനും റോബിയും ചേർന്ന് "സോഹോ കഫേ"യിൽനിന്നും കഴിച്ചതായിരുന്നു. ഏതാനും ഷില്ലിങ് മാത്രമോ അതിനു ചെലവായിരുന്നുള്ളൂ. എന്നാൽ നിന്നോടൊപ്പമുള്ള അത്താഴങ്ങൾക്ക് പൗണ്ടുകൾ തന്നെ ചെലവായിരുന്നു. റോബിയുമായുള്ള അത്താഴവേളയിൽ നടന്ന സാർത്ഥകങ്ങളായ ചർച്ച കൾ ഇപ്പോഴും മനസ്സിൽ തിളങ്ങി നില്ക്കുന്നു. എന്നാൽ വലിയതുക ചെലവിട്ട് നിന്നോടൊപ്പം നടത്തിയ അത്താഴങ്ങളുടെ ഒരോർമ്മയും ബാക്കി നില്ക്കുന്നില്ല. നിന്റെ ആവശ്യങ്ങൾക്ക് ഞാൻ വഴങ്ങിയത് നാശ ത്തിനിടവരുത്തി. അത് നീയിപ്പോൾ ഓർമ്മിക്കുന്നുണ്ടാവും. പലപ്പോഴും എന്നിൽനിന്നും പണം പിടിച്ചുപറിക്കുന്ന നിലവാരത്തിലേക്ക് നീ അധഃ പതിച്ചിരുന്നു. നിന്റെ ആതിഥേയനായതിൽനിന്നും പലപ്പോഴും എനിക്ക്

ഒരു സന്തോഷവും ലഭിച്ചിരുന്നില്ല. ഔപചാരികമായ നന്ദിപ്രകടനമല്ല ഞാനുദ്ദേശിച്ചത്. ഔപചാരികത സൗഹൃദങ്ങളെ കളങ്കപ്പെടുത്തും. എന്നാൽ ചങ്ങാത്തത്തിന്റെ മാധുര്യം, സൗഹൃദഭാഷണങ്ങളുടെ ചാരുത, നമ്മുടെയൊക്കെ ജീവിതത്തെ മനോഹരമാക്കുന്ന സൗമ്യമായ മാനവികത- നിശ്ശബ്ദമായ ഇടങ്ങളെ സംഗീതം കൊണ്ടു സാന്ദ്രമാക്കാൻ ഇതൊക്കെയുണ്ടാവണ്ടേ ഒരു സൗഹൃദത്തിൽ?

ഒരു അപമാനവും വേറൊന്നും തമ്മിലുള്ള വ്യത്യാസം എന്നെപ്പോലെയൊരുവൻ ചെന്നുപെട്ടിട്ടുള്ള ഭീകരമായ സാഹചര്യത്തിൽ തിരിച്ചറിയുന്നപോലെ നിനക്ക് കഴിയുകയില്ലായിരിക്കും. എന്റെ സമ്പാദ്യം മുഴുവൻ നിന്റെയൊപ്പം ധൂർത്തടിച്ചത് എന്റെയും ഒപ്പം നിന്റെയും നാശത്തിന് ഇടവരുത്തിയെന്ന് ഞാനിപ്പോൾ തിരിച്ചറിയുന്നു. പാപ്പരാകുന്നതിലേക്ക് എന്നെ നയിച്ച എന്റെ ദുർവൃത്തിത്വമോർത്ത് ഞാനിപ്പോൾ ലജ്ജിക്കുന്നു.

ഞാനെന്നെ ഏറ്റവും കുറ്റപ്പെടുത്തുന്നത് നീ എന്റെ മേൽ കൊണ്ടുവന്ന ധാർമ്മികാധഃപതനത്തിന് പൂർണ്ണമായി വഴങ്ങിത്തന്ന എന്റെ സ്വഭാവത്തിന്റെ പേരിലാണ്. ആത്മശക്തിയിലാണ് അവനവന്റെ സ്വഭാവം കുടികൊള്ളുന്നത്. എന്നാൽ എന്റെ ആത്മശക്തി നിന്നെയാശ്രയിച്ചാണ് നിലനിന്നത്. കേൾക്കുമ്പോൾ അപഹാസ്യമായി തോന്നുമെങ്കിലും അതായിരുന്നു നേര്. അത്തരം ഇടതടവില്ലാത്ത രംഗങ്ങൾ നിനക്ക് ഒഴിവാക്കാൻ കഴിയാത്തവിധത്തിൽ നിന്റെ ശരീരത്തെയും മനസ്സിനെയും നീ മലിനമാക്കി. നിന്റെയാ സ്വഭാവം കാരണം നിന്നെ കാണുന്നതും കേൾക്കുന്നതും അരോചകമായിത്തീർന്നു. ഇത്തരം മാനസികവൈകല്യങ്ങൾ നിനക്ക് നിന്റെ പിതാവിൽനിന്നും പാരമ്പര്യമായി പകർന്നു കിട്ടിയതാവാം. വെറുപ്പുളവാക്കുന്ന കത്തുകൾ എഴുതുന്ന രീതിയും നിന്റെ വികാരങ്ങൾക്ക് മേൽ നിനക്ക് ഒരു നിയന്ത്രണമില്ലാത്ത അവസ്ഥയും അതിവൈകാരികതയും ദീർഘമായ നിശ്ശബ്ദതയും അപസ്മാരബാധപോലെ പുറത്തുവരുന്ന രോഷവും എല്ലാം അതാണ് വ്യക്തമാകുന്നത്. ഞാൻ നിനക്ക് എഴുതിയ കത്തുകളിലൊന്ന് സാവോയിഹോട്ടലിലോ മറ്റെവിടെയോ വച്ച് നീ ഉപേക്ഷിച്ചുപോയി. ആ കത്ത് നിന്റെ പിതാവിന്റെ അഭിഭാഷകൻ കോടതിയിൽ ഹാജരാക്കി എന്നോട് ഒരു ദയവും പാടില്ലെന്നു വാദിച്ചു. അപ്പോൾ അതിൽ ഒരു ദയയും ദർശിക്കാൻ നിനക്കും കഴിഞ്ഞില്ലല്ലോ. ദിവസംതോറും വർദ്ധിച്ചുവന്നിരുന്ന നിന്റെ ആവശ്യങ്ങൾക്ക് വശംവദനായതിന്റെ ഫലമാണിതൊക്കെയെന്ന് ഞാൻ പറയുന്നു. നീയെന്നെ കൈയൊഴിഞ്ഞു. വലിയ പ്രകൃതിക്കു മേൽ ചെറുതായ ഒന്നിന്റെ വിജയമായിരുന്നു അത്. ശക്തന്റെ മേൽ ദുർബ്ബലൻ നടത്തിയ നിഷ്ഠുരതയുടെ ഉദാഹരണമാണിത്. ഇതുമാത്രമാണ് ഒടുവിൽ അതിജീവിക്കുന്ന നിഷ്ഠുരതയെന്ന് ഞാനെന്റെ ഏതോ നാടകത്തിൽ എഴുതിയതായി ഓർക്കുന്നു.

ഒന്നും ഒഴിവാക്കാമായിരുന്നില്ല. മറ്റുള്ളവരുമായി നാം ഏർപ്പെടുന്ന ബന്ധങ്ങളിൽ ഒരാൾക്ക് പുതിയതായി എന്തെങ്കിലും കണ്ടെത്താൻ കഴി

യണം. ഇവിടെ നീയുമായുള്ള ബന്ധത്തിന്റെ കാര്യത്തിൽ ഒന്നുകിൽ എല്ലാം നിനക്കു മുന്നിൽ ഉപേക്ഷിക്കണം അല്ലെങ്കിൽ നിന്നെ ഉപേക്ഷിക്കണം എന്നതാണ് സ്ഥിതി. മറ്റുമാർഗ്ഗങ്ങൾ ഇല്ല. ഒരുപക്ഷേ, അസ്ഥാനത്തെങ്കിലും നീയുമായുള്ള അടുപ്പത്തിലൂടെ, നിന്റെ പോരായ്മകളുടെ പേരിലുള്ള സഹതാപത്തിലൂടെ എന്റെ കുഴിമടിയൻ സ്വഭാവത്തിലൂടെ ഒരു കലാകാരനെന്ന നിലയിൽ ഹീനമായ രംഗങ്ങളോടും വൃത്തികെട്ട വാക്കുകളോടും എനിക്കുള്ള വിപ്രതിപത്തിയിലൂടെ ഒരാളുടെ വിരോധം നേരിടാനുള്ള ശക്തിയില്ലായ്മയിലൂടെ ഞാൻമൂലം ജീവിതം കഠിനമായിപ്പോകരുതെന്ന കരുതലിലൂടെ ഞാൻ നിനക്കു മുന്നിൽ സദാ വഴങ്ങിത്തന്നു. കേൾക്കുമ്പോൾ നിസ്സാരമെന്നു തോന്നുമെങ്കിലും അതായിരുന്നു ശരി. അതിന്റെ ഫലമോ? നീയെന്നെ ചങ്ങലകൊണ്ട് കൂടുതൽ കൂടുതൽ കെട്ടിവരിഞ്ഞു. നിന്റെ നിസ്സാരമായ താല്പര്യങ്ങൾ മറ്റുള്ളവർ പാലിക്കേണ്ട നിയമങ്ങളായി മാറി. ഒന്നുപിണങ്ങിയാൽ നിനക്ക് നിന്റെ കാര്യം സാധിച്ചെടുക്കാമെന്ന് നീ മനസ്സിലാക്കിയിരുന്നു. അതിനായി ഏതറ്റംവരെയും പോകാൻ നിനക്ക് മടിയുണ്ടായിരുന്നില്ല. ഒടുവിൽ ഇത്രയുമൊക്കെ വെപ്രാളം കാണിക്കുന്നത് എന്തിനു വേണ്ടിയായിരുന്നുവെന്ന കാര്യം നീ വിസ്മരിക്കുകയും ചെയ്യും. എന്റെ സർഗ്ഗശേഷിയും ഇച്ഛാശക്തിയും ആവശ്യാനുസരണം ഉപയോഗപ്പെടുത്തിയശേഷം ഒരിക്കലും ശമിക്കാത്ത ആർത്തിയോടെ നീയെന്റെ നിലനില്പുതന്നെ അപകടപ്പെടുത്തി. അപമാനകരമായ ആ പ്രവൃത്തിയിലേക്കുള്ള ചുവടുവയ്പിനു തൊട്ടുമുമ്പുള്ള നിർണ്ണായകനിമിഷത്തിൽ നിന്റെ പിതാവ് ക്ലബ്ബിൽ ഏല്പിച്ചുപോയ ബീഭത്സമായ ഒരു കാർഡ് ഉപയോഗപ്പെടുത്തി ഒരു വശത്തുനിന്നും എന്നെ ആക്രമിച്ചപ്പോൾ വെറുപ്പുളവാക്കുന്ന കത്തുകളെഴുതി മറ്റൊരുവശത്തുനിന്ന് നീയുമെന്നെ ആക്രമിച്ചു. നിന്റെ പിതാവിന്റെ അറസ്റ്റു വാറണ്ടിനായി പൊലീസ് സ്റ്റേഷനിലേക്ക് നീയെന്നെ കൂട്ടിക്കൊണ്ടുപോയ ആ ദിവസത്തിന്റെയന്ന് രാവിലെ എനിക്കു കിട്ടിയ നിന്റെ കത്ത് നീ എഴുതിയതിൽവച്ച് ഏറ്റവും മോശപ്പെട്ട ഒന്നായിരുന്നു. അതോ ഏറ്റവും അപമാനകരമായ ഒരു കാര്യത്തിന്റെ പേരിലും. നിങ്ങൾ രണ്ടുപേർക്കിടയിൽപ്പെട്ട് എന്റെ മുഖമാണ് ചീത്തയായത്. എന്റെ കണക്കുകൂട്ടലുകൾ പിഴച്ചു. അന്തരീക്ഷം ഭീതിദമായി. നിങ്ങളിരുവരിൽനിന്നും രക്ഷപ്പെടാൻ ഒരു മാർഗ്ഗവും എന്റെ മുന്നിൽ ഉണ്ടായില്ല. ഇറച്ചിക്കടയിൽപ്പെട്ട കാളയെപ്പോലെ ഞാൻ നിന്നുവിറച്ചു. ഭീമമായൊരു മനശ്ശാസ്ത്രപ്പിശക് ഞാൻ കാട്ടി. ചെറിയ ചെറിയ കാര്യങ്ങൾക്കായി ഞാൻ നിനക്കു വിട്ടുതരുമ്പോൾ അതൊക്കെ നിസ്സാര കാര്യങ്ങളാണെന്നും നിർണ്ണായകമായ നിമിഷം വരുമ്പോൾ നിന്റെ മേലുള്ള മേധാശക്തി എനിക്ക് പുനഃസ്ഥാപിക്കാൻ കഴിയുമെന്നും ഞാൻ കരുതിയിരുന്നു. എന്നാൽ അതങ്ങനെയായിരുന്നില്ല. ആ നിർണ്ണായക നിമിഷത്തിൽ എന്റെ മേധാശക്തി എന്നെ കൈവിട്ടുപോയി. ജീവിതത്തിൽ വലിയ കാര്യങ്ങളെന്നോ ചെറിയ കാര്യങ്ങളെന്നോയില്ല. എല്ലാ കാര്യങ്ങൾക്കും ഒരേ വലിപ്പവും മൂല്യവുമാണുള്ളത്. എല്ലാം നിനക്കു മുന്നിൽ വിട്ടുതരുന്നത്

എന്റെയൊരു ശീലമായിക്കഴിഞ്ഞിരുന്നു. ഒരു തരം താല്പര്യമില്ലായ്മയാവാം അതിനു കാരണം. ഞാനറിയാതെ അതെന്റെ സ്ഥായീഭാവമായിക്കഴിഞ്ഞിരുന്നു. അതുകൊണ്ടാവണം പാറ്റർ തന്റെ ലേഖനങ്ങളുടെ ആദ്യപതിപ്പിന്റെ ഉപസംഹാരത്തിൽ പരാജയം ശീലങ്ങളുണ്ടാക്കും എന്ന് എഴുതിയത്. അദ്ദേഹം അങ്ങനെ എഴുതിയപ്പോൾ മുഷിപ്പന്മാരായ ഓക്സ്ഫോർഡുകാർ കരുതിയത് അത് വെറും അരിസ്റ്റോട്ടിൽ മൂല്യങ്ങളുടെ സങ്കീർണ്ണതകളെ ദ്യോതിപ്പിക്കുന്ന ഒരു പ്രയോഗമായിരിക്കുമെന്നാണ്. എന്നാൽ അതിശയകരമായ ഒരു ജീവിത സത്യം അതിൽ ഒളിഞ്ഞിരിപ്പുണ്ടായിരുന്നു. എന്റെ സ്വഭാവസവിശേഷതകളുടെ മൂല്യം കുത്തിച്ചേർത്താൻ ഞാൻ നിന്നെ അനുവദിച്ചിരുന്നു. എന്നെ സംബന്ധിച്ചിടത്തോളം അത് എന്റെ പരാജയം മാത്രമല്ല നാശം തന്നെയായ ഒരു ശീലത്തിന്റെ രൂപീകരണത്തിനാണ് വഴിവച്ചത്. കലയുടെ കാര്യത്തിലെന്നതിനേക്കാൾ വിനാശകരമായിരുന്നു ധാർമ്മികമായി നീയെനിക്ക്.

വാറണ്ട് പുറപ്പെടുവിച്ചുകഴിഞ്ഞാൽ പിന്നെയെല്ലാം നീ ആശിക്കും പോലെയാകും നടക്കുക. എന്നെ പിടികൂടാൻ ചമച്ച കെണിയിൽ സ്വയം പെടാതെ അതിൽനിന്നും രക്ഷപ്പെടാനുള്ള നിയമപ്പഴുതുകളന്വേഷിച്ച് ഞാൻ ആ സമയം ലണ്ടനിൽ പോകേണ്ടതായിരുന്നു. എന്നാൽ സംഭവിച്ചത് എന്തായിരുന്നു? നിന്റെ നിർബ്ബന്ധത്തിനു വഴങ്ങി ഞാൻ നിന്നെയും കൂട്ടി മോണ്ടികാർലോയിലേക്കു പോയി. ദൈവത്തിനു നിരക്കാത്ത കാര്യങ്ങൾ നടക്കുന്ന ആ പ്രദേശത്തുള്ള കാസിനോകൾ അടയ്ക്കുവോളം നീ ചൂതാട്ടത്തിൽ ഏർപ്പെട്ടു. ആ സമയമത്രയും നിന്നെയും കാത്ത് ഞാൻ പുറത്തു നിന്നു. നീയും നിന്റെ പിതാവും ചേർന്ന് എന്നെ കൊണ്ടു ചെന്നെത്തിച്ചിരുന്ന അവസ്ഥയെപ്പറ്റി അഞ്ചുമിനിറ്റുനേരം സംസാരിക്കാൻ പോലും നീ തയ്യാറായില്ല. നിന്റെ ഹോട്ടൽ ബില്ലു നല്കലും നീ വരുത്തിവച്ച കടം തീർക്കലും മാത്രമായിരുന്നു എന്റെ ജോലി. എനിക്കുവന്നു ചേരാൻ പോകുന്ന വിപത്തിനെപ്പറ്റി തെല്ലും ധാരണയില്ലാതെ അങ്ങേയറ്റം മുഷിപ്പോടെ ഞാൻ കാത്തുനിന്നു. നമുക്കായി ശുപാർശ ചെയ്ത പുതിയ ഇനം ഷാംപെയ്ൻ അകത്താക്കുന്നതിലായിരുന്നു നിനക്കപ്പോൾ കൂടുതൽ താല്പര്യം.

നാം ലണ്ടനിൽ തിരിച്ചെത്തിയപ്പോൾ എന്റെ നന്മ ആഗ്രഹിക്കുന്ന ചില സുഹൃത്തുക്കൾ വിചാരണയ്ക്കു ഹാജരാകാതെ വിദേശത്തുതന്നെ നിന്നാൽ മതിയെന്നെന്നെ ഉപദേശിച്ചപ്പോൾ നീയതിനെ ഭീരുത്വമായി ചിത്രീകരിച്ചു. കള്ളസത്യം ചെയ്ത് പ്രതിക്കൂട്ടിനുള്ളിൽ നാണംകെട്ടു നില്ക്കാൻ നീയെന്നെ തള്ളിവിട്ടു. ഞാൻ അറസ്റ്റ് ചെയ്യപ്പെട്ടു. നിന്റെ പിതാവും കുടുംബവും പുണ്യാളന്മാരുടെ ഇടയിൽ അവരോധിക്കപ്പെട്ടു. സൺഡേ സ്കൂൾ സാഹിത്യത്തിൽ പറയുംപോലെയുള്ള പരിശുദ്ധ രക്ഷാകർത്താവിന്റെ പദവിയിലേക്ക് ഉയർത്തപ്പെട്ടു. നീയോ ശിശുവായ സാമുവലിന്റെ സ്ഥാനത്തേക്കും; ഞാനാകട്ടെ കൊടുംപാപികളുടെ ഗണത്തിലേക്കും താഴ്ത്തപ്പെട്ടു.

തീർച്ചയായും എനിക്ക് നിന്റെ ശല്യം തീർക്കാമായിരുന്നു. എന്റെ ജീവിതത്തിൽനിന്നും എന്നെന്നേക്കുമായി പറിച്ചു ദൂരെയെറിയാമായിരുന്നു. ഗ്രീക്കു നാടകകാരനായ ഏയ്സ്ചിലസിന്റെ ഏറ്റവും ശ്രദ്ധേയമായ ഒരു ദുരന്ത നാടകത്തിൽ സിംഹത്തെ വളർത്തിയ ഒരു പ്രഭുവിന്റെ കഥ പറയുന്നുണ്ട്. പ്രഭു തന്റെ വീട്ടിൽ ഒരു സിംഹക്കുട്ടിയെ ലാളിച്ചു വളർത്തി. അയാൾ വിളിക്കുമ്പോൾ അത് തിളക്കമുള്ള കണ്ണുകളുമായെത്തി. ആഹാരത്തിനായി മുരണ്ടു. എന്നാൽ വളർന്നപ്പോൾ ആ മൃഗം അതിന്റെ ജന്മഗുണം കാണിച്ചു. പ്രഭുവിനെയും അയാളുടെ വീടിനെയും അയാൾക്കുള്ള സകലതിനെയും അത് നശിപ്പിച്ചു. അയാളെപ്പോലൊരുവനായി ഞാനെന്നെ കരുതുന്നു. എന്നാൽ നിന്നിൽനിന്നും അകലാനായില്ല എന്നതല്ല എനിക്കു പറ്റിയ തെറ്റ്. കൃത്യ കാലയളവുകളിൽ ഞാൻ നീയുമായി അകന്നു എന്നതാണ്. എന്റെ ഓർമ്മ ശരിയെങ്കിൽ എല്ലാ മൂന്നു മാസത്തിനൊടുവിലും ഞാൻ നീയുമായുള്ള സൗഹൃദം അവസാനിപ്പിച്ചിട്ടുണ്ട്. എന്നാൽ ഓരോ തവണയും കത്തുകൾ വഴിയോ ടെലഗ്രാം വഴിയോ ചങ്ങാതിമാരുടെ ദൂതുവഴിയോ ഞാനുമായി വീണ്ടും അടുക്കാൻ നീ ഉപായം കണ്ടെത്തി. ഒടുവിൽ 1893 മാർച്ച് മാസത്തിന്റെ അവസാനം ടേർക്വേയിലുള്ള എന്റെ വസതിയിൽനിന്നും നീ കലഹിച്ചു പോയി. അന്നുരാത്രി നീ സൃഷ്ടിച്ച രംഗങ്ങൾ കണ്ട് നീയുമായി ജീവിതത്തിലൊരിക്കലും മിണ്ടുന്നതല്ലെന്നു ഞാൻ തീരുമാനിച്ചിരുന്നു. ബ്രിസ്റ്റേളിൽനിന്നും നീ കത്തുകളെഴുതുകയും തുരുതുരാ ടെലഗ്രാമുകൾ അയക്കുകയും ചെയ്തു. നിന്നോട് പൊറുക്കണമെന്ന് നീ യാചിച്ചു. നിന്റെ ട്യൂട്ടറായ കാമ്പ്ബെൽ ഡോഡ്ഗ്സൺ എന്നോടു പറയുകയുണ്ടായി നീ അങ്ങേയറ്റം ഉത്തരവാദിത്വമില്ലാതെ പെരുമാറുന്നവനാണെന്ന്. എന്താണ് നീ പറയുന്നതെന്നോ ചെയ്യുന്നതെന്നോ നിനക്ക് ഒരു രൂപവും ഉണ്ടാവാറില്ല. മഗ്ദലിനിലെ മനുഷ്യർക്കും നിന്നെപ്പറ്റി ഇതേ അഭിപ്രായമാണുണ്ടായിരുന്നത്. ഞാൻ നിന്നോടു പൊറുത്തു. നിന്നെ കാണാൻ സമ്മതിച്ചു. സാവേയിലേക്കു ഞാൻ പോകുമ്പോൾ നിന്നെക്കൂടി കൂട്ടണമെന്ന് നീ യാചിച്ചു. ആ സന്ദർശനം എന്നെ സംബന്ധിച്ച് മാരകമായിത്തീരുകയും ചെയ്തു.

മൂന്നു മാസത്തിനുശേഷം, ജൂണിൽ നമ്മൾ ഗോറിങ്ങിൽ താമസിക്കുകയായിരുന്നു. ഓക്സ്ഫോർഡിലെ നിന്റെ ചില സുഹൃത്തുക്കൾ ശനിയാഴ്ച മുതൽ തിങ്കൾവരെയുള്ള ഹ്രസ്വമായ ഒരു സന്ദർശനത്തിനെത്തി. അവർ മടങ്ങിപ്പോയ ദിവസം രാവിലെ നീ ചില ഭീകരരംഗങ്ങൾ സൃഷ്ടിച്ചു. അങ്ങേയറ്റം വിഷമത്തിലായ ഞാൻ നമുക്ക് പിരിയാം എന്നു പറഞ്ഞു. മുറ്റത്തുള്ള ചെറിയ പുൽത്തകിടിയിൽ നാം നില്ക്കുമ്പോൾ അവിടെയുണ്ടായിരുന്നവർ പറഞ്ഞത് ഞാനിപ്പോഴും വ്യക്തമായി ഓർക്കുന്നു.

നിന്നെ ചൂണ്ടി അവർ പറഞ്ഞു: ഈ ബന്ധം നമ്മെ രണ്ടുപേരെയും നശിപ്പിക്കുകയേ ഉള്ളൂ എന്ന്. തീർച്ചയായും ഈ ബന്ധം എന്നെ നശിപ്പിക്കാമെന്നും നിന്നെ പൂർണ്ണമായി തൃപ്തനാക്കാൻ എനിക്കൊരിക്കലും

കഴിയില്ല എന്നുമാണവർ പറഞ്ഞത്. ചെയ്യാവുന്നതിൽ വച്ച് ഏറ്റവും ബുദ്ധിപരമായ കാര്യം തമ്മിൽ പിരിയലാണെന്നും അവർ ഉപദേശിച്ചു. ഉച്ചഭക്ഷണത്തിനുശേഷം മുഖവും വീർപ്പിച്ച് നീ പോയി. പോകുമ്പോൾ അങ്ങേയറ്റം പ്രകോപനകരമായ ഒരു കത്ത് നീ വാല്യക്കാരന്റെ കൈയിൽ കൊടുത്തിട്ടുപോവുകയും ചെയ്തു. നീ പോയതിനു ശേഷമേ ആ കത്ത് എനിക്കു കൈമാറാവൂ എന്നും നീ ചട്ടം കെട്ടിയിരുന്നു. മൂന്നാം ദിവസം കഴിയുന്നതിനു മുമ്പ് നീ ലണ്ടനിൽനിന്നും എനിക്ക് ടെലഗ്രാം ചെയ്തു. തിരികെ സ്വീകരിക്കണമെന്നുള്ള അഭ്യർത്ഥനയായിരുന്നു അതിൽ. നിന്റെ ഇഷ്ടമനുസരിച്ച് നിന്റെ വാല്യക്കാരെ ഞാൻ ഏർപ്പെടുത്തി. നിന്റെ അധികരിച്ച ക്രോധത്തിന് പലപ്പോഴും എനിക്ക് നിന്നോട് സഹതാപം തോന്നിയിട്ടുണ്ട്. വാസ്തവത്തിൽ എനിക്ക് നിന്നെ ഇഷ്ടമായിരുന്നു. അതുകൊണ്ടാണ് മടങ്ങിവരാൻ അനുവദിച്ചത്. മൂന്നുമാസം കഴിഞ്ഞ് ഒരു സെപ്തംബർ മാസത്തിൽ നാം വീണ്ടും പിണങ്ങി. നീ വിവർത്തനം ചെയ്ത ഭാഗം കണ്ട് അതിൽ സ്കൂൾക്കുട്ടികൾ വരുത്തുന്നതുപോലുള്ള തെറ്റ് ചൂണ്ടിക്കാണിച്ചതിന്റെ പേരിലായിരുന്നു കലഹം. ഇക്കാലംകൊണ്ട് സാമാന്യം ഫ്രഞ്ച് ഭാഷാവിജ്ഞാനം നേടിക്കഴിഞ്ഞ നിനക്കുതന്നെ അറിയാമായിരുന്നു ആ വിവർത്തനം മികവുറ്റതല്ലെന്ന്. കലിപിടിച്ച നീയെനിക്ക് പ്രകോപനപരമായ കത്തെഴുതി. ഞാനുമായി നിനക്ക് ബൗദ്ധികമായ ഒരു കടപ്പാടും ഇല്ലെന്നായിരുന്നു ആ കത്തിൽ പറഞ്ഞത്. നമ്മുടെ സൗഹൃദകാലയളവിൽ നീ പറഞ്ഞിട്ടുള്ളതിൽവച്ചേറ്റവും സത്യമായ കാര്യമാണതെന്ന് എനിക്കു തോന്നി. കുറച്ചുകൂടി സത്യസന്ധമായ നിലപാടുകളാണ് നിനക്ക് ഇണങ്ങുകയെന്നും ഞാനന്നു കരുതി. ഇത് ഞാൻ ദേഷ്യം കൊണ്ടു പറയുന്നതല്ല. നിന്നോടുള്ള ചങ്ങാത്തത്തിന്റെ പേരിൽ പറയുകയാണ്. അന്തിമ വിശകലനത്തിൽ ഏതൊരു സൗഹൃദത്തിന്റെയും അടിത്തറ ആശയവിനിമയമാണ്. അത് വിവാഹജീവിതത്തിലായാലും ചങ്ങാത്തത്തിലായാലും. അത്തരം ആശയവിനിമയങ്ങൾക്ക് ഒരു പൊതു അടിത്തറ ഉണ്ടാവുകയും വേണം. വളരെ വ്യത്യസ്തമായ സംസ്കാരങ്ങളുള്ള രണ്ടുപേർ തമ്മിലുള്ള ബന്ധത്തിന്റെ പൊതു അടിത്തറ വളരെ താഴ്ന്ന നിലവാരത്തിലായിരിക്കുക സ്വാഭാവികമാണ്. ചിന്ത അങ്ങേയറ്റം ബാലിശവും പ്രവൃത്തി ആകർഷകവും. നാടകങ്ങളിലെ വിരോധാഭാസ സന്ദർഭങ്ങളെ ചിത്രീകരിക്കാനായി ഞാനതിനെ ബുദ്ധിപരമായൊരു തത്ത്വശാസ്ത്രമായി ഉപയോഗിക്കാറുണ്ട്. നമ്മുടെ ജീവിതത്തിലെ ഈ ഒളിച്ചുകളികൾ പലപ്പോഴും സങ്കീർണ്ണമായി എനിക്ക് അനുഭവപ്പെടാറുണ്ട്. നിന്റെ വാദഗതികൾ അത്ഭുതകരമാണ്. എന്നാൽ എന്നെ സംബന്ധിച്ച് നിന്റെ വാദങ്ങളുടെ കേന്ദ്രബിന്ദു എനിക്ക് മടുപ്പുളവാക്കുന്നതാണ്. അത്തരമൊരു ദുഷിച്ച സാഹചര്യത്തിലാണ് നാം കൂട്ടിമുട്ടുക. ഞാൻ പലപ്പോഴും മടുപ്പുകൊണ്ട് ചത്തുപോകാറുണ്ട്. എങ്കിലും നിന്നെ സന്തോഷിപ്പിക്കാൻ ഞാൻ സംഗീത സദസ്സുകളിൽ നിനക്കൊപ്പം കയറിയിറങ്ങി. ചെലവേറിയ ഭക്ഷണശാലകളിൽ സമയം ചെലവിട്ടു. നിന്നെ അറിയാമെന്നതിന് ഞാൻ കൊടുക്കേണ്ടിവന്ന വില ഭയാനകമായിരുന്നു.

ഗോറിങ് വിട്ടശേഷം ഞാൻ രണ്ടാഴ്ചക്കാലത്തേക്ക് ഡിനാർഡി ലേക്കു പോയി. നിന്നെക്കൂടെ കൂട്ടാത്തതിൽ നീ ക്ഷുഭിതനായി ചില രംഗങ്ങൾ സൃഷ്ടിച്ചു. ഞാൻ യാത്രപുറപ്പെടുന്നതിന് അല്പം മുമ്പ് 'ആൽബ്മാറെ' ഹോട്ടലിൽവച്ച് നീ പ്രശ്നങ്ങൾ സൃഷ്ടിച്ചു. ഞാൻ കുറെ ദിവസത്തേക്ക് പാർത്തിരുന്ന ഒരു ഗ്രാമീണ ഗൃഹത്തിലേക്ക് നീ മോശം വാക്കുകളിൽ ടെലഗ്രാം ചെയ്തു. ആ ഋതു മുഴുവൻ നീ വീട്ടിനു പുറ ത്തായിരുന്നതിനാൽ വീട്ടുകാരോട് കുറച്ചു സമയം ചെലവിടുന്നതാണ് ഉചിതമെന്ന് ഞാൻ നിന്നോടു പറഞ്ഞിരുന്നു. വാസ്തവത്തിൽ എല്ലാം തുറന്നുപറയുകയാണെങ്കിൽ നിന്നെ എന്നോടൊപ്പം കൂട്ടാൻ ഞാൻ ഒട്ടും ഇഷ്ടപ്പെട്ടിരുന്നില്ല എന്നതാണ് നേര്. നിന്റെ കൂട്ടുകെട്ടുകാരണം എനിക്കു വന്നുചേർന്ന കടുത്ത പിരിമുറുക്കത്തിൽനിന്നും രക്ഷപ്പെടാനും അല്പം സ്വതന്ത്രവായു ശ്വസിക്കാനും ഞാൻ അതിയായി ആഗ്രഹിച്ചിരുന്നുവെ ന്നതാണ് നേര്. ഓർക്കണം, കഴിഞ്ഞ പന്ത്രണ്ടാഴ്ചക്കാലമായി നമ്മൾ ഒരുമിച്ചായിരുന്നു. കുറച്ചുസമയത്തേക്കെങ്കിലും എനിക്കു ഞാനായി കഴി യണമെന്നുണ്ടായിരുന്നു.

ബൗദ്ധികമായി അതെനിക്ക് അനിവാര്യമായിരുന്നു. നമ്മുടെ ബന്ധം അവസാനിപ്പിക്കാനുള്ള അനുയോജ്യമായ അവസരമായി ഞാൻ നിന്റെ കത്തിനെ കണ്ടു എന്നു ഞാനിവിടെ തുറന്നുപറയട്ടെ. ഗോറിങ്ങിൽ വച്ച് മൂന്നു മാസങ്ങൾക്കു മുമ്പ്, ഒരു ജൂണിൽ ഞാൻ അത്തരത്തിൽ ഒരു തീരുമാനമെടുക്കാൻ ആലോചിച്ചിരുന്നു. നമ്മുടെ സൗഹൃദം ഇരു കൂട്ടർക്കും മാരകമായി മാറുന്നു എന്ന തിരിച്ചറിവിൽനിന്നാണ് അത്തര മൊരു തീരുമാനത്തിലേക്ക് ഞാനെത്തിയത്. നിന്റെ വിഷമസന്ധിയിൽ നീ സമീപിച്ച ഒരു സുഹൃത്ത് ഇടപെട്ടതു കാരണം ഞാനന്ന് അതിൽ നിന്നും പിന്മാറുകയായിരുന്നു. നമ്മുടെ ബന്ധം പെട്ടെന്ന് അവസാനിപ്പി ച്ചാൽ നിനക്കത് വേദനയുണ്ടാക്കുമെന്നും പ്രത്യേകിച്ച് നിന്റെ പുസ്തകം സ്കൂൾ കുട്ടികളുടെ പരിശീലന പുസ്തകംപോലെ കണക്കാക്കി മട ക്കിത്തന്നതിനാൽ നീ അപമാനിതനാകുമെന്നും നിനക്കത് താങ്ങാനാ വില്ലായെന്നും ആ സുഹൃത്ത് എന്നോടു പറഞ്ഞിരുന്നു. നിന്നിൽനിന്നും കുറെക്കൂടി ഉയർന്ന നിലവാരത്തിലുള്ള രചനയാണ് ഞാൻ പ്രതീക്ഷിച്ച തെന്നും അന്നു ഞാൻ നിന്നോടു പറഞ്ഞത് ഓർക്കുന്നു. അത് എന്തുത ന്നെയായാലും നീയെന്നോട് അങ്ങേയറ്റം ആരാധനയുള്ള ഒരുവനാണ് എന്ന കാര്യത്തിൽ എനിക്കു സംശയമില്ല. സാഹിത്യത്തിലേക്കുള്ള നിന്റെ ആദ്യചുവടുകളിൽനിന്നും പിന്തിരിപ്പിക്കുന്നത് ഞാനാകാൻ എനിക്കു ആഗ്രഹമില്ലായിരുന്നു. എന്റെ കൃതികൾ അതാവശ്യപ്പെടുന്ന രീതിയിൽ വിവർത്തനം ചെയ്യണമെങ്കിൽ അതു ചെയ്യുന്നയാളിൽ കവിത്വമുണ്ടായി രിക്കണമെന്ന് ഞാൻ കരുതി. ആരാധനയെന്ന കാര്യം അത്ഭുതകരമാ ണെന്ന് എനിക്കറിയാം. അത് വേഗത്തിൽ പറിച്ചെറിയാൻ പറ്റുന്ന ഒന്നല്ല യെന്നും അതുകൊണ്ടാണ് ആ വിവർത്തനത്തെയും നിന്നെയും ഞാൻ തിരിച്ചെടുത്തത്.

മൂന്ന്

കൃത്യം രണ്ടുമാസം കഴിഞ്ഞ് ഒരു ദിവസം, തുടർച്ചയായുള്ള കലഹങ്ങളുടെ ഒടുവിൽ, ഒരു തിങ്കളാഴ്ച ദിവസം വൈകുന്നേരം നീ നിന്റെ ചില സുഹൃത്തുക്കളുമായി എത്തി. യഥാർത്ഥത്തിൽ നിന്നിൽനിന്നും രക്ഷപ്പെടാനായി അടുത്ത ദിവസം വിദേശത്തേക്കു പോകാനിരിക്കുകയായിരുന്നു ഞാൻ. പെട്ടെന്നുള്ള യാത്രയ്ക്ക് കാരണമായി ചില മുടന്തൻ ന്യായങ്ങൾ വീട്ടുകാരോടും പറഞ്ഞു. എന്റെ വാല്യക്കാരന്റെ കൈവശം ഞാൻ താമസിക്കാൻ പോകുന്ന ഇടമെന്ന വ്യാജേന തെറ്റായ ഒരു മേൽവിലാസം നല്കി. അതും തിരക്കി അടുത്ത ദിവസംതന്നെ ട്രെയിൻ കയറി നീ എത്താതിരിക്കാനായിരുന്നു അത്. അന്നത്തെ സായാഹ്നത്തിൽ പാരീസിലേക്കുള്ള തീവണ്ടിയിലിരിക്കുമ്പോൾ ഞാൻ ആലോചിക്കുകയായിരുന്നു ലോകവ്യാപകമായി അറിയപ്പെടുന്ന എന്നെപ്പോലൊരു വ്യക്തി തെറ്റായ ചിലതിൽ ചെന്നുപെടുകയും അതിന്റെ പേരിൽ ഇംഗ്ലണ്ടിൽനിന്നും ഓടിപ്പോകേണ്ടി വരികയും ചെയ്യുക. ധാർമ്മികമായും ബൗദ്ധികമായും എന്നെ തീർത്തും നശിപ്പിക്കുന്ന ഒരു കൂട്ടുകെട്ടിൽനിന്നും രക്ഷപ്പെടാൻ പെടാപ്പാടുപെടുക! ഞാൻ ആരിൽനിന്നും പേടിച്ചോടുന്നോ അയാൾ നീയാവുക! അതും എന്നെപ്പോലെ സമൂഹത്തിൽ തുല്യനിലയും വിലയും ഉള്ള ഒരുവനിൽനിന്നും. അവനോ ഓക്സ്ഫോഡിലെ കോളേജുദിനങ്ങളിൽ എന്റെ വീട്ടിലെ സ്ഥിരാതിഥിയായിരുന്നവനും.

പതിവു ടെലഗ്രാമുകൾ, അതിനെ തുടർന്നുണ്ടാകുന്ന കൊഞ്ചലുകൾ, മാപ്പിരക്കലുകൾ അതിനൊന്നിനും ഞാൻ ചെവിതരാതായപ്പോൾ കാണാൻ അനുവദിച്ചില്ലെങ്കിൽ ഒരിക്കലും ഈജിപ്തിലേക്കു പോവുകയില്ലെന്ന് നീ ഭീഷണിപ്പെടുത്തി. ഇംഗ്ലണ്ടിൽ നിന്നാൽ നീ തുലഞ്ഞു പോവുകയേയുള്ളൂവെന്നും അതിനാൽ നിന്നെ ഈജിപ്തിലേക്കയക്ക

ണമെന്നും ഞാൻ നിന്റെ അമ്മയോടു പറഞ്ഞു സമ്മതം വാങ്ങിയിരുന്നു. നീ ഈജിപ്തിലേക്ക് പോയില്ലെങ്കിൽ നിന്റെ അമ്മയാകെ നിരാശയിലാകുമെന്ന് എനിക്കറിയാമായിരുന്നു. അതുകൊണ്ട് മനസ്സില്ലാമനസ്സോടെ നിന്റെ ഭീഷണിക്കു മുന്നിൽ ഞാൻ വഴങ്ങിത്തന്നു. എന്നിട്ടും എന്റെ ഭാവി പരിപാടികൾ എന്തായിരിക്കുമെന്ന് വെളിപ്പെടുത്താതിരിക്കാൻ ഞാൻ ശ്രദ്ധിച്ചു. കഴിഞ്ഞതെല്ലാം കഴിഞ്ഞു എന്നു പറഞ്ഞ് ഞാൻ പഴയകാലം മറക്കാൻ ശ്രമിച്ചു. ലണ്ടനിൽ മടങ്ങിയെത്തി ഞാൻ എന്റെ മുറിയിൽ ആലോചനയിൽ മുഴുകി. യഥാർത്ഥത്തിലെ നീ ഈ കാണപ്പെടുന്ന നീ തന്നെയാണോ? ഗുരുതരമായ പിഴവുകളുള്ള സ്വഭാവമാണോ? ഗുരുതരമായ പിഴവുകളുള്ള സ്വഭാവക്കാരൻ! നീയുമായി ബന്ധപ്പെടുന്നവരെയൊക്കെ നശിപ്പിക്കുന്നവൻ! എനിക്ക് ഒരെത്തും പിടിയും കിട്ടിയില്ല. ഞാൻ ഒരാഴ്ചയോളം അതിനെപ്പറ്റി ചിന്തിച്ചു. നിന്നെപ്പറ്റിയുള്ള എന്റെ നിഗമനങ്ങളാകെ പിഴച്ചുപോയോയെന്നും ഞാൻ പരിതപിച്ചു. ആ ആഴ്ചയുടെ അവസാനം നിന്റെ അമ്മയിൽനിന്നും ഒരു കത്ത് എനിക്കു ലഭിച്ചു. എനിക്കു നിന്നെപ്പറ്റിയുണ്ടായിരുന്ന അതേ വിചാരങ്ങൾ തന്നെയായിരുന്നു ആ കത്തിലൂടെ അവരും പങ്കുവച്ചത്. നിന്റെ അന്ധമായ പൊങ്ങച്ചമാണ് വീടുവിട്ടിറങ്ങാൻ നിന്നെ പ്രേരിപ്പിച്ചതെന്നവർ പറഞ്ഞു. നിന്റെ ചേട്ടനെ നീ അപരിഷ്കൃതനെന്നു വിളിച്ചു. നിന്റെ ക്ഷിപ്രകോപം കാരണം നിന്നോട് നിന്റെ ജീവിതത്തെപ്പറ്റി സംസാരിക്കാൻതന്നെ അവർ ഭയപ്പെട്ടു. നിന്നെച്ചൊല്ലി അവർ വേദനിച്ചു. നിന്റെ കുത്തഴിഞ്ഞ ജീവിതവും ധൂർത്തും നിന്നെ എവിടെക്കൊണ്ടുചെന്നെത്തിക്കുമെന്നവർ ഉൽക്കണ്ഠപ്പെട്ടു. നിന്നിൽ വന്നുകൊണ്ടിരുന്ന അധഃപതനം അവർ കാണുന്നുണ്ടായിരുന്നു. നിനക്കു പകർന്നുകിട്ടിയ പാരമ്പര്യ സ്വഭാവങ്ങളെപ്പറ്റി അവർ ബോധവതിയായിരുന്നു. അവർ ഒരിക്കൽ നിന്നെപ്പറ്റി എനിക്കെഴുതി, "തന്റെ മക്കളിൽ ഒരുവന് മാരകമായ 'ഡഗ്ലസ്' സ്വഭാവമാണ് പകർന്നു കിട്ടിയിട്ടുള്ളത്." നാം തമ്മിലുള്ള ബന്ധത്തെപ്പറ്റിയും അവർക്ക് നല്ല ധാരണയുണ്ടായിരുന്നു. ആ ബന്ധം നിന്നെ കൂടുതൽ കൂടുതൽ പൊങ്ങച്ചക്കാരനാക്കാനാണ് ഉതകിയതെന്നും വിദേശങ്ങളിൽവെച്ച് നിന്നെ കാണുന്നത് അവസാനിപ്പിക്കണമെന്നും അവരെഴുതി. അവർ പറയുന്നതിനോട് പൂർണ്ണമായും യോജിച്ചുകൊണ്ട് ചിലതെല്ലാം കൂട്ടിച്ചേർത്ത് ഉടൻ തന്നെ ഞാൻ മറുപടി നല്കി. എനിക്ക് അവരോട് പറയാവുന്ന തലം വരെ ഞാൻ ചെന്നു. ഓക്സ്ഫോർഡിൽ പഠിക്കുന്ന കാലത്ത് ഓരോ ചെറിയ പ്രശ്നത്തിനും പരിഹാരം തേടി എന്നരികിലേക്ക് നീ എത്തുമായിരുന്നു. അങ്ങനെയായിരുന്നു നമ്മുടെ ബന്ധം തുടങ്ങിയതെന്ന് ഞാൻ അവർക്കെഴുതി. നിന്റെ ജീവിതത്തിലുടനീളം അത്തരം പ്രശ്നങ്ങൾ നിലനിന്നിരുന്നുവെന്നും ഞാൻ അവരോടു പറഞ്ഞു. നീ ബൽജിയത്തിൽ പോയതിന്റെ കുറ്റം നീ നിന്റെ ചങ്ങാതിമാരിൽ ഒരുവനാണല്ലോ ചാർത്തിക്കൊടുത്തിരുന്നത്. അവനെ നിനക്കു പരിചയപ്പെടുത്തിയതിന്റെ കുറ്റവും നിന്റെയമ്മ എനിക്കു നല്കി. ആ ധാരണ ഞാൻ തിരുത്തിക്കൊടുത്തിട്ടുണ്ട്.

നിന്നെ വിദേശങ്ങളിലേക്കു കൂട്ടാൻ എനിക്ക് യാതൊരു താല്പര്യവുമില്ലെന്നും നിന്നെ ഏതെങ്കിലും ഒരാളിന്റെ മേൽനോട്ടത്തിൽ സൂക്ഷിക്കുന്നതായിരിക്കും നല്ലതെന്നും ഞാൻ അവരോടു പറഞ്ഞു. കുറഞ്ഞതു രണ്ടു കൊല്ലത്തേക്കെങ്കിലും നിന്നെ ആധുനിക ഭാഷാപഠനം പോലെ ഏതെങ്കിലുമൊരു കാര്യത്തിൽ വ്യാപൃതനാക്കാൻ നോക്കണമെന്നും ഞാൻ നിർദ്ദേശിച്ചു. രണ്ടുകൂട്ടർക്കും അതായിരിക്കും നല്ലതെന്ന് ഞാൻ അവർക്കെഴുതി. ഇതിനിടയിൽ നീ ഈജിപ്തിൽനിന്നും തുരുതുരെ എനിക്കെഴുതിക്കൊണ്ടേയിരുന്നു. ഞാനതൊന്നും ശ്രദ്ധിച്ചേയില്ല. പൊട്ടിച്ച് വായിച്ചശേഷം ഞാനതെല്ലാം കീറിക്കളഞ്ഞു.

നീയുമായി മുന്നോട്ടു പോകേണ്ട എന്നു ഞാനുറച്ചു. നിന്റെ പലതരം തടസ്സപ്പെടുത്തലുകളിൽനിന്നും രക്ഷ നേടി കലയിൽ ശ്രദ്ധയൂന്നാൻ ഞാൻ തീരുമാനിച്ചു. മൂന്നു മാസങ്ങൾക്കുശേഷം നിന്റെ അമ്മ എനിക്കു വീണ്ടും എഴുതി. ദുർബ്ബലമായ മനസ്സിനുടമയാണല്ലോ അവർ. നിന്റെ ജീവിത ദുരന്തത്തിൽ നിന്റെ അച്ഛന്റെ ക്രൂരതകൾക്കൊപ്പംതന്നെ നിന്റെ അമ്മയുടെ മനോദൗർബല്യവും പങ്കുവഹിച്ചിട്ടുണ്ടെന്ന് ഞാനോർക്കുന്നു. നീ നിർബ്ബന്ധിച്ച് അവരെക്കൊണ്ട് എഴുതിച്ചതാണെന്ന് എനിക്കു മനസ്സിലായിരുന്നു. എന്നെപ്പറ്റി ഒന്നും കേൾക്കുന്നില്ലല്ലോ എന്നും നീയുമായി എഴുത്തുകുത്തുകൾ അവസാനിപ്പിച്ചതിന് ഒരു ന്യായീകരണവുമില്ലെന്നും അവർ എഴുതി. ഏഥൻസിലെ നിന്റെ മേൽവിലാസവും അവർ എനിക്കയച്ചുതന്നു. എനിക്കത് മുന്നേ അറിയാമായിരുന്നു. ആ കത്ത് എന്നെ വിസ്മയിപ്പിച്ചു എന്നതാണ് നേര്. എന്തുകൊണ്ടെന്നറിയില്ല ഡിസംബർ മാസത്തിൽ കിട്ടിയ അവരുടെ കത്തിന് ഞാൻ മറുപടി നല്കി. നാം തമ്മിലുള്ള ബന്ധം ഇനി വിളക്കിച്ചേർക്കാനാവില്ല എന്നു ഞാൻ അർത്ഥശങ്കയ്ക്കിടയില്ലാത്തവിധം വ്യക്തമാക്കി. നീ ഇംഗ്ലണ്ടിൽ തിരിച്ചു വരാത്തവിധം ഏതെങ്കിലും വിദേശ എംബസിയുമായി നിന്നെ ബന്ധപ്പെടുത്താൻ നോക്കണമെന്ന് ഞാനവർക്ക് എഴുതി. എന്നാൽ നിനക്ക് ഞാൻ എഴുതുകയോ തുരുതുരെയുള്ള നിന്റെ ടെലഗ്രാഫുകൾക്ക് മറുപടി നല്കുകയോ ചെയ്തില്ല. ഒടുവിൽ നീ എന്റെ ഭാര്യയുടെ സഹായം തേടി. ഞങ്ങളുടെയിടയിലുള്ള അസ്വാരസ്യത്തിന് നീയുമായുള്ള കൂട്ടുകെട്ട് പ്രധാന കാരണമായിരുന്നു. നിന്നോടുള്ള വ്യക്തിപരമായ ഇഷ്ടക്കേടിനുപരി നമ്മൾ തമ്മിലുള്ള ബന്ധം എന്നെ കൂടുതൽ മോശക്കാരനാക്കി എന്നാണവൾ കണക്കാക്കിയിരുന്നത്. എന്നിട്ടും അവൾ നിന്നോട് അങ്ങേയറ്റത്തെ ആതിഥേയ മര്യാദ കാട്ടിയിരുന്നു. അവൾ ഞാനെന്റെ ചങ്ങാതിമാരോട് പിണങ്ങി നടക്കുന്നത് ഇഷ്ടപ്പെട്ടിരുന്നില്ല. അങ്ങനെചെയ്യുന്നത് എന്റെ സ്വഭാവമല്ലെന്ന് അവൾക്ക് അറിയുകയും ചെയ്യാം. അവളുടെ അപേക്ഷ കണക്കിലെടുത്ത് ഞാൻ നിനക്കെഴുതി. എഴുത്തിലെ ഓരോ വാക്കും എനിക്കോർമ്മയുണ്ട്. കാലം എല്ലാ മുറിവുകളെയും ഉണക്കിയെന്ന് ഞാനെഴുതിയിരുന്നെങ്കിലും അതിനുശേഷം മാസങ്ങളോളം ഞാൻ നിന്നെ കാണുകയോ നിനക്ക് എഴുതുകയോ ചെയ്തില്ല.

ഉടൻതന്നെ നീ പാരീസിലേക്ക് യാത്ര തിരിച്ചു. ശനിയാഴ്ച രാത്രി നീ പാരീസിലെത്തുമ്പോൾ നിന്നെയും കാത്ത് എന്റെ കത്ത് നീ താമസിക്കാൻ പോകുന്ന ഹോട്ടലിൽ കിടപ്പുണ്ടായിരുന്നു. തമ്മിൽ കാണാൻ കഴിയില്ല എന്നായിരുന്നു ആ കത്തിൽ ഞാൻ എഴുതിയിരുന്നത്. ടൈറ്റ് സ്ട്രീറ്റിൽ വച്ച് എനിക്ക് പത്തു പതിനൊന്നു പുറങ്ങളുള്ള ഒരു കമ്പി സന്ദേശം നീയെനിക്കയച്ചു. നീ എന്നോട് ചെയ്തത് എന്തുതന്നെയായാലും അതൊന്നും തമ്മിൽ കാണാതിരിക്കാനുള്ള ന്യായീകരണമല്ലെന്നും ഒരു മണിക്കൂർ നേരത്തേക്ക് എന്നെക്കാണുന്നതിനുവേണ്ടി മാത്രമാണ് യൂറോപ്പിന്റെ ഒരറ്റം മുതൽ മറ്റേയറ്റം വരെ, ഇടയ്ക്ക് വിശ്രമമില്ലാതെ, ആറു പകലുകളും രാത്രികളും യാത്ര ചെയ്ത് നീയെത്തിച്ചേർന്നതെന്ന് ആ സന്ദേശത്തിൽ പറഞ്ഞിരുന്നു. അത് അത്യന്തം ദയനീയമായ അപേക്ഷയായി എനിക്കു തോന്നി. ആത്മഹത്യ ഭീഷണിയുടെ ലാഞ്ഛന ഞാനതിൽ കണ്ടു. നിന്റെ കുടുംബത്തിൽ ആത്മഹത്യ ചെയ്തവരുടെ ലഘുചരിത്രം നീയെനിക്ക് പറഞ്ഞുതന്നിരുന്നുവല്ലോ. നിന്നെപ്പോലെയൊരു ചെറുപ്പക്കാരന്റെ ആത്മഹത്യ നിന്റെ അമ്മയ്ക്ക് വരുത്തിയേക്കാവുന്ന കടുത്ത ദുരന്തം കണക്കിലെടുത്തും ജീവിതത്തിലെ എല്ലാ വൈരൂപ്യങ്ങൾക്കുള്ളിലും സൗന്ദര്യത്തിനുള്ള ഒരു സാദ്ധ്യതയുണ്ടല്ലോയെന്നു വിചാരിച്ചും ഇതിനെല്ലാമുപരി മനുഷ്യത്വപരമായ സമീപനം കൈക്കൊണ്ടും അവസാനമായി ഒരിക്കൽക്കൂടി നിന്നെ കാണാൻ ഞാൻ സമ്മതിച്ചു.

ഞാൻ പാരീസിലെത്തിയപ്പോൾ എന്നെക്കണ്ട് നീ പൊട്ടിക്കരഞ്ഞു. കരഞ്ഞുകരഞ്ഞ് കവിളിലൂടെ കണ്ണീരൊഴുകി. മഴ പെയ്തതുപോലെ. നാം ഭക്ഷണം കഴിക്കാനിരുന്നപ്പോഴൊക്കെ ഒരു കുഞ്ഞിനെപ്പോലെ നീയെന്റെ കൈകളിൽ പിടിച്ചിരുന്നു. നീ സന്തോഷം കൊണ്ട് മതിമറന്നിരുന്നു. ആ അവസ്ഥയിൽ നിന്റെ പെരുമാറ്റം സത്യസന്ധമായി തോന്നുകയാൽ നീയുമായുള്ള സൗഹൃദം പുതുക്കുവാൻ ഞാൻ സമ്മതിച്ചു. രണ്ടു ദിവസങ്ങൾക്കുശേഷം റോയൽ കഫേയിൽ ഉച്ചഭക്ഷണം കഴിക്കാനിരുന്ന നമ്മളെ നിന്റെ പിതാവ് കാണുകയും നമ്മുടെ മേശയിൽ നമുക്കൊപ്പമിരുന്ന് വൈൻ കഴിക്കുകയും ചെയ്തു. എന്നാൽ അന്നുവൈകുന്നേരം നിനക്ക് ഞാനെഴുതിയ ആ കത്തു വഴിയാണ് അദ്ദേഹം എനിക്കെതിരായ ആദ്യത്തെ ആക്രമണം നടത്തിയത്.

നാല്

അവിശ്വസനീയമെന്നു തോന്നിയേക്കാം. ഒരിക്കൽക്കൂടി നീയുമായി അകലാനുള്ള ഉത്തരവാദിത്വം എന്റെ മേൽ വന്നുപതിക്കുകയായിരുന്നു. 1894 ഒക്ടോബർ 10 മുതൽ 13 വരെ ബ്രിഹ്ടണിൽ വച്ചുണ്ടായ സംഭവങ്ങളെപ്പറ്റിയാണ് ഞാൻ പറയുന്നതെന്ന് നിന്നെ ഓർമ്മപ്പെടുത്തേണ്ടതില്ലല്ലോ. നിനക്കു തിരിഞ്ഞുനോക്കാൻ മൂന്നുകൊല്ലം വലിയൊരു കാലയളവാണ്. എന്നാൽ ജയിലിനുള്ളിൽ കഴിയുന്ന ഞങ്ങൾ വേദനകൊണ്ടാണ് ഓരോ നിമിഷവും അളന്നുതീർക്കുന്നത്. ഞങ്ങൾക്ക് ചിന്തിക്കാനായി മറ്റൊന്നുമില്ല. പീഡാനുഭവങ്ങളിലൂടെ മാത്രമാണ് ഞങ്ങൾ നിലനില്ക്കുന്നത്. ഞങ്ങളുടെ നിലനില്പിനെപ്പറ്റി ഞങ്ങൾ ബോധവാന്മാരായിരിക്കുന്നതും അതുവഴിയാണ്. കഴിഞ്ഞ കാലങ്ങളിലെ വേദനകളെപ്പറ്റിയുള്ള ഓർമ്മകളാണ് ഞങ്ങളുടെ അസ്തിത്വത്തിന്റെ ഒരേയൊരു തെളിവ്. ഞാനും യഥാർത്ഥ സന്തോഷവും തമ്മിലുള്ള അത്ര ആഴത്തിലുള്ള വിടവ് ഞാനും സന്തോഷകരമായ ഓർമ്മകൾ തമ്മിലുമുണ്ട്. നാമൊരുമിച്ചുണ്ടായിരുന്ന കാലത്തെ ജീവിതം മാലോകർ കരുതുംപോലെ സന്തോഷവും വഷളത്തരവും അട്ടഹാസങ്ങളും മാത്രം നിറഞ്ഞതായിരുന്നുവെങ്കിൽ അതിനെപ്പറ്റി ഓർത്തെടുക്കാൻ എനിക്ക് ഒട്ടുമേ കഴിയുമായിരുന്നില്ല. പിന്നിട്ട ഓരോ നിമിഷവും ഓരോ ദിവസവും പ്രിയമേറിയതും അപായസൂചനകൾ നിറഞ്ഞതും ആയിരുന്നതിനാലും അക്രമത്തിന്റെ ഭയാനകമായ ഭീതി കലർന്ന മുഷിപ്പൻ രംഗങ്ങളുടെ ആവർത്തനം അനുഭവപ്പെട്ടിരുന്നതിനാലും എല്ലാ കാര്യങ്ങളും വളരെ വ്യക്തമായ വിശദാംശങ്ങളോടെ ഓർത്തെടുക്കാൻ എനിക്കു കഴിഞ്ഞു. ഇവിടെ മനുഷ്യർ ഓരോ നിമിഷവും കടുത്ത വേദനയിലൂടെയാണ് ജീവിതം തള്ളിനീക്കുന്നത്. വരാൻ പോകുന്ന ഓരോ ദിവസവും ഞാൻ തിരിച്ചറിയാൻ പോകുന്ന നൊമ്പരങ്ങളുടെ ഉചിതമായ നാന്ദിമാത്രമായാണ് നീയുമായുള്ള ബന്ധത്തെ ഞാനിപ്പോൾ കാണാൻ ആഗ്രഹിക്കുന്നത്. ഞാനോ മറ്റുള്ള

വരോ എന്തുതന്നെ കരുതിയാലും മുൻകൂട്ടി കൈക്കൊണ്ട അജ്ഞാതമായ ഏതോ തീരുമാനത്തിലേക്കെന്നപോലെ വേദനകളുടെ താളലയങ്ങൾ ക്രമം തെറ്റാത്ത സമയബിന്ദുക്കളിലൂടെ കടന്നുപോവുകയാണ്. മഹത്തായ ഇതിവൃത്തങ്ങൾക്ക് അനിവാര്യമായ രചനാ കൗശലം പോലെയാണത്.

മൂന്നു വർഷങ്ങൾക്കു മുമ്പ് തുടർച്ചയായ മൂന്നു ദിവസങ്ങൾ എന്നോടുള്ള നിന്റെ ചെയ്തികളെക്കുറിച്ചു ഞാൻ സംസാരിച്ചത് നീ ഓർക്കുന്നുണ്ടാവും. വർത്തിങ്ങിൽ ഞാനെന്റെ നാടകം എഴുതിത്തീർക്കാനുള്ള ശ്രമത്തിലായിരുന്നു. അതിനകം നിന്റെ രണ്ടു സന്ദർശനങ്ങൾ കഴിഞ്ഞിരുന്നു. ഒരു ദിവസം അപ്രതീക്ഷിതമായി നീയവിടെ വന്നു. ഒപ്പം നിന്റെ ഒരു ചങ്ങാതിയുമുണ്ടായിരുന്നു. അയാളെ എന്റെ വീട്ടിൽ താമസിപ്പിക്കാനായിരുന്നു നിന്റെ ഉദ്ദേശ്യം. ഞാനത് കൈയോടെ തള്ളി. എന്നിട്ടും നിന്നെ ഞാൻ സൽക്കരിച്ചു. മറ്റു മാർഗ്ഗങ്ങളൊന്നും എന്റെ മുന്നിലുണ്ടായിരുന്നില്ല. അടുത്ത ദിവസം, അതൊരു തിങ്കളാഴ്ചയായിരുന്നുവെന്നാണെന്റെ ഓർമ്മ. നിന്റെ ചങ്ങാതി അവന്റെ തൊഴിൽപരമായ കാര്യങ്ങൾക്കായി പോയപ്പോൾ നീയെന്റെ അരികിലെത്തി. എനിക്ക് വർത്തിങ് മടുത്തു തുടങ്ങിയിരുന്നു. പോരാത്തതിന് നിന്റെ വരവും. നാടകവുമായി മുന്നോട്ടു പോകാമെന്ന എന്റെ പ്രതീക്ഷ തകർന്നു. ബ്രൈട്ടണിലെ ഗ്രാന്റ് ഹോട്ടലിലേക്ക് നിന്നെ കൂട്ടിപ്പോകണമെന്ന് നീ വാശിപിടിച്ചു. അന്നുരാത്രി മടങ്ങിയെത്തിയപ്പോൾ സന്നിപാതജ്വരം പിടിച്ച് നീ കിടപ്പിലായി. ജലദോഷപ്പനിയാണെന്നു നീ പറഞ്ഞെങ്കിലും ഞാനതു കണക്കിലെടുത്തില്ല. മൂന്നാം തവണയാണ് നിനക്കാ അസുഖം വരുന്നതെന്ന് ഞാനോർക്കുന്നു. നിന്നെ ആ നാളുകളിൽ ഞാനെങ്ങനെ ശുശ്രൂഷിച്ചു എന്ന കാര്യം ഓർമ്മപ്പെടുത്തേണ്ടതില്ലല്ലോ. നിനക്കു കൂട്ടിരുന്നതിനുപുറമെ വിലയേറിയ പഴവർഗ്ഗങ്ങൾ, മനോഹരമായ പൂച്ചെണ്ടുകൾ, വിവിധയിനം സമ്മാനങ്ങൾ, പുസ്തകങ്ങൾ എന്നുവേണ്ട പണം നല്കി വാങ്ങാവുന്നതൊക്കെ നിനക്കായി ഞാൻ വാങ്ങി. എന്നാൽ നീ കരുതുന്നതുപോലെ ഇഷ്ടം, ആർദ്രത, സ്നേഹം എന്നിവ വിലകൊടുത്തു വാങ്ങാവുന്ന ഗണത്തിൽപ്പെടുകയില്ലല്ലോ. ഒരു മണിക്കൂറോളം നീളുന്ന പ്രഭാതസവാരിക്കോ വൈകുന്നേരങ്ങളിലുള്ള ഒരു മണിക്കൂർ സവാരിക്കോ ഒഴികെ ഞാൻ ഹോട്ടലിൽനിന്നും പുറത്തുപോയിരുന്നില്ല. ഹോട്ടലുകാർ നല്കിയിരുന്ന മുന്തിരി നീ തൊട്ടുപോലും നോക്കിയില്ല. ഞാൻ നിനക്കായി ലണ്ടനിൽനിന്നും മുന്തിയ ഇനം മുന്തിരിവരുത്തി. നിനക്ക് ഇഷ്ടപ്പെടാവുന്ന വസ്തുക്കൾക്കായി ഞാൻ ഗവേഷണം നടത്തി. സദാ സമയവും നിന്നരികിലോ തൊട്ടടുത്ത മുറിയിലോ ഞാൻ ഇരുന്നു. നിന്നെ സന്തോഷിപ്പിക്കുക മാത്രമായിരുന്നു എന്റെ ലക്ഷ്യം. നാലഞ്ചു ദിവസം കഴിഞ്ഞപ്പോൾ നിന്റെ അസുഖം ഭേദമായി. എന്റെ നാടകം എഴുതിത്തീർക്കാനായി ഞാനൊരു ലോഡ്ജിൽ അഭയം തേടി. പക്ഷേ, നീയെന്നെ വിട്ടില്ല. പിന്നാലെ കൂടി. ലോഡ്ജിൽ എത്തിയ ദിവസം തന്നെ ഞാനും പനി പിടിച്ചു കിടപ്പിലായി. നിന്റെ ബിസിനസുമായി ബന്ധപ്പെട്ട് നിനക്ക് അടിയന്തരമായി ലണ്ടൻവരെ പോകേണ്ടിയിരുന്നു. വൈകുന്നേരം തന്നെ മടങ്ങിയെത്തുമെന്നു പറഞ്ഞാണ് നീ പോയത്. ലണ്ടനിൽവച്ച് നീ നിന്റെ ഏതോ സുഹൃത്തിനെ കണ്ടുമുട്ടി.

അടുത്തദിവസം വൈകുന്നേരം വരെ നീ ബ്രൈട്ടണിൽ മടങ്ങിയെത്തിയില്ല. എന്റെ പനിയാകട്ടെ മൂർച്ഛിച്ചു. നിന്നിൽനിന്നു പകർന്നതായിരിക്കുമെന്ന് എന്നെ നോക്കിയ ഡോക്ടർ പറഞ്ഞു. പനി പിടിച്ച് ഒരു ലോഡ്ജിൽ ഒറ്റയ്ക്കു കിടക്കേണ്ടിവരുന്ന അവസ്ഥ ആലോചിച്ചു നോക്കൂ. എന്റെ ഇരുപ്പുമുറി ഒന്നാം നിലയിലും കിടപ്പുമുറി മൂന്നാം നിലയിലും. പരിചാരകന്മാരുടെ സേവനവും അവിടെ ലഭ്യമായിരുന്നില്ല. ഡോക്ടറുടെ നിർദ്ദേശപ്രകാരം വാങ്ങാനുള്ളതു വാങ്ങാനോ ഒരു സന്ദേശം കൈമാറാനോ ആരും തുണയില്ലാത്ത അവസ്ഥ. നീയവിടെയുണ്ടായിരുന്നു; എനിക്ക് പേടിയൊന്നുമുണ്ടായില്ല. പക്ഷേ, തൊട്ടടുത്ത രണ്ടുദിവസങ്ങൾ എന്നെ ഒറ്റയ്ക്കാക്കി നീ കടന്നുകളഞ്ഞു. കഴിക്കാനില്ലാതെ, നോക്കാനാരുമില്ലാതെ ഞാൻ നരകിച്ചു. മുന്തിരിപ്പഴത്തിന്റെയോ പൂക്കളുടെയോ സമ്മാനങ്ങളുടെയോ അല്ല അത്യാവശ്യവസ്തുക്കളുടെ ലഭ്യതയായിരുന്നു പ്രശ്നം. ഡോക്ടർ നിർദ്ദേശിച്ചപ്രകാരം പാൽ കിട്ടിയില്ല. നാരങ്ങവെള്ളത്തിനു കൊതിച്ചതു വെറുതെ ആയി. എനിക്കായി ഒരു പുസ്തകം വാങ്ങിത്തരാനോ ഞാൻ ആവശ്യപ്പെട്ട മറ്റെന്തെങ്കിലും സംഘടിപ്പിച്ചുതരുന്നതിനോ നീ മെനക്കെട്ടില്ല, ഞാൻ നിന്നോടപേക്ഷിച്ചിട്ടുപോലും. വായിക്കാനൊന്നുമില്ലാതെ ദിവസം മുഴുവൻ ഞാൻ കഴിച്ചുകൂട്ടി. പുസ്തകം വാങ്ങിയെന്നും പുസ്തകക്കടക്കാരൻ അത് എത്തിച്ചു തരുമെന്നും നീ നുണ പറഞ്ഞു. ആ സമയത്തൊക്കെ നീ എന്റെ ചെലവിൽ കഴിയുകയായിരുന്നുവെന്നോർക്കണം. എന്റെയൊപ്പം യാത്ര, ഗ്രാന്റ് ഹോട്ടലിൽനിന്നും ഭക്ഷണം. പണത്തിനു മാത്രമായിരുന്നു നീ എന്റെ മുറിയിൽ എത്തിയിരുന്നത്. ശനിയാഴ്ച ദിവസം രാത്രി മുഴുവൻ ഞാൻ ഒറ്റയ്ക്കായിരുന്നു. ആ രാത്രി ഭക്ഷണശേഷം എന്നോടൊപ്പം ചെലവിടണമെന്ന എന്റെ അപേക്ഷ നീ ചെവികൊണ്ടില്ല. എന്റെ ആവശ്യത്തിനു മുന്നിൽ നീ അസ്വസ്ഥനായി കാണപ്പെട്ടു. വരാമെന്നേറ്റിട്ടാണ് നീയപ്പോൾ പോയത്. രാത്രി പതിനൊന്നു മണിവരെ ഞാൻ നിന്നെ കാത്തു. കാണാതായപ്പോൾ ഞാൻ നിന്നെ വാഗ്ദാനം ഓർമ്മിപ്പിച്ച് മുറിയിൽ സന്ദേശം വച്ചു മടങ്ങി. എനിക്ക് ആ രാത്രിയിൽ ഉറക്കം വന്നില്ല. വെളുപ്പിന് മൂന്നു മണിയായിക്കാണും. എനിക്ക് കടുത്ത ദാഹം അനുഭവപ്പെട്ടു. കടുത്ത തണുപ്പായിരുന്നു. ഇത്തിരി വെള്ളം കണ്ടെത്താമെന്ന പ്രതീക്ഷയിൽ ആ കുറ്റാക്കുറ്റിരുട്ടിൽ ഞാൻ തപ്പിത്തടഞ്ഞ് താഴത്തെ മുറിയിൽ എത്തി. നീ അപ്പോൾ അവിടെയുണ്ടായിരുന്നു. അസഹ്യമായ രീതിയിൽ നീയെന്നോട് പെരുമാറി. നിന്റെ ഓരോ ചലനത്തിലും അഹന്ത നിഴലിച്ചിരുന്നു. പനിക്കിടക്കയിൽ എനിക്കരികിൽ ഇരിക്കാൻ എന്നെ പ്രേരിപ്പിച്ചത് കടുത്ത സ്വാർത്ഥതമൂലമാണെന്നു നീ വെട്ടിത്തുറന്നുപറഞ്ഞു. സുഖാനുഭൂതികളുടെ പുതിയ മേച്ചിൽപ്പുറങ്ങൾതേടുന്ന നിന്റെ തിരക്കിനിടയിൽ ഞാൻ നിനക്കൊരു തടസ്സമായി. പാതിരാത്രിയോടെ വസ്ത്രം മാറാൻ ഹോട്ടൽമുറിയിൽ എത്തിയപ്പോഴാണത്രേ നീയെന്റെ കത്തു കണ്ടത്. യാത്രമുടക്കി വാക്കുപാലിക്കാനായി നീ അവിടെ എത്തിയതാണത്രെ. നിന്റെ വിനോദങ്ങൾക്കിടയിൽ വീണ വിലങ്ങായി നീയെന്നെ കണ്ടു. നീ പറഞ്ഞതൊക്കെയും ശരിയാണെന്ന് എനിക്കു തോന്നി. ഞാൻ എന്റെ മുറിയിലേക്കു മടങ്ങി. അങ്ങേയറ്റത്തെ നൈരാശ്യം എന്നെ പിടികൂടി. പുലരുവോളവും

ഞാൻ ഉറങ്ങിയില്ല. കടുത്ത പനി മൂലമുണ്ടായ ദാഹം ശമിപ്പിക്കാൻ എനിക്കൊട്ടു കഴിഞ്ഞതുമില്ല. പകൽ പതിനൊന്നുമണിയോടെ നീയെന്റെ മുറിയിലെത്തി. എന്റെ കത്ത് നിന്നെ വല്ലാതെ വിഷമിപ്പിച്ചോയെന്നും നിന്റെ പ്രധാന പരിപാടികളേതെങ്കിലും മുടക്കിയോയെന്നും ഞാൻ സന്ദേഹപ്പെട്ടു. അപ്പോഴേക്കും നീ പഴയ നീയായി കഴിഞ്ഞിരുന്നു. നിനക്ക് എന്താണു പറയുവാനുള്ളതെന്നറിയാൻ ഞാൻ ക്ഷമയോടെ കാത്തു. നീ അപ്രകാരം ചെയ്തോയെന്നതല്ല നിന്റെ മനസ്സ് എന്നോട് ക്ഷമചോദിക്കാൻ വെമ്പി നിന്നു എന്നതാണ് നേര്. നീയെങ്ങനെയാണ് ക്ഷമചോദിക്കുകയെന്നറിയാൻ തെല്ലു കൗതുകത്തോടെ ഞാൻ കാത്തു. നീയെന്തുതന്നെ ചെയ്താലും ഞാനതു ക്ഷമിക്കും എന്നുള്ള നിന്റെ ദൃഢമായ വിശ്വാസത്തെ ഞാനെപ്പോഴും ഇഷ്ടപ്പെട്ടിരുന്നു. ഒരുപക്ഷേ അതായിരിക്കും ഇഷ്ടപ്പെടാൻ നിന്നിലുണ്ടായിരുന്ന ഒരേ ഒരു ഗുണം. പ്രതീക്ഷിച്ചതുപോലെതന്നെ നീ പെരുമാറി. നിന്നോട് മുറിയിൽ നിന്നും കടന്നുപോകാൻ ഞാൻ പറഞ്ഞു. പുറത്തേക്കുപോകുന്നതുപോലെ നീ അഭിനയിച്ചു. തലയണയിൽ തലപൂഴ്ത്തിക്കിടന്ന ഞാൻ മലർന്നു നോക്കിയപ്പോൾ നീയതാ അവിടെത്തന്നെ നില്ക്കുന്നു. ചിരിയുടെ ക്രൂരതയോടെയും രോഷത്തിന്റെ വിഭ്രാന്തിയോടെയും നീയെനിക്കു നേരെ പാഞ്ഞടുത്തു. എന്തുകൊണ്ടെന്നറിയില്ല വല്ലാത്തൊരു തരം ഭയം എന്നിലേക്കിരച്ചു കയറി. ഞാൻ ചാടിയെണീറ്റ് കിടന്ന വേഷത്തിൽത്തന്നെ പടവുകളിറങ്ങി താഴത്തെ മുറിയിലേക്കു പോയി. നീയെന്റെ കിടപ്പുമുറിയിൽനിന്നും പുറത്തുപോയിക്കഴിഞ്ഞുവെന്ന് ഹോട്ടലുടമ അറിയിച്ചശേഷം മാത്രമേ ഇരുന്ന ഇരുപ്പിൽനിന്നും ഞാൻ അനങ്ങിയുള്ളൂ. എന്തെങ്കിലും ആവശ്യമുണ്ടെങ്കിൽ അറിയിക്കണമെന്നും പറഞ്ഞയാൾ പോയി. ഒരു മണിക്കൂറിന്റെ ഇടവേളയിൽ ഡോക്ടറെത്തി. എന്നെ പരിശോധിച്ചു. പനിയുടെ ഉച്ചഘട്ടത്തിൽ എന്റെ നാഡിവ്യൂഹങ്ങളാകെ തകർന്നതുപോലെ തോന്നി. മുമ്പൊരിക്കലും അത്ര കടുത്ത പനിയിലൂടെ ഞാൻ കടന്നുപോയിട്ടുണ്ടായിരുന്നില്ല. ഇതിനിടയിൽ പണത്തിനായി മാത്രം നീ നിശ്ശബ്ദനായെത്തി. ഒന്നുമൊന്നുമുരിയാടാതെ എന്റെ ഡ്രസ്സിങ് ടേബിളിൽനിന്നും നിനക്കാവശ്യമുള്ള പണമെടുത്ത് നീ മുറിവിട്ടിറങ്ങി. പിന്നെ, നിന്റെ ബാഗും തൂക്കി നീ പുറത്തേക്കു നടന്നു. അതിനുശേഷമുള്ള രണ്ടു രാപ്പകലുകളിൽ പനിയുടെ ആഴങ്ങളിലേക്ക് ആണ്ടു പൊയ്ക്കൊണ്ടിരുന്നപ്പോൾ ഏകനായി കിടന്ന ഞാൻ നിന്നെപ്പറ്റി എന്തു ചിന്തിച്ചിട്ടുണ്ടാവുമെന്ന് ഞാൻ പ്രത്യേകിച്ചു പറയണമെന്നില്ലല്ലോ.

സ്വയം തുറന്നുകാട്ടപ്പെട്ട നിന്നെപ്പോലൊരുവനോട് അകന്ന ഒരു ബന്ധംപോലും തുടരാനാവില്ല എന്ന കാര്യം ഞാൻ പ്രത്യേകം എടുത്തു പറയേണ്ടതില്ലല്ലോ? വലിയൊരാശ്വാസമായിത്തീരുന്ന ആ നിമിഷം ഒടുവിൽ വന്നുചേർന്നുവെന്ന് ഞാൻ തിരിച്ചറിഞ്ഞു. ഏതുരീതിയിലും എന്റെ എഴുത്തും ജീവിതവും കൂടുതൽ സ്വതന്ത്രവും കൂടുതൽ മനോഹരവും ആയിത്തീരുമെന്ന് എനിക്കറിയാമായിരുന്നു. അസുഖത്തിനിടയിലും എനിക്ക് ആശ്വാസം തോന്നി. നമ്മുടെ വേർപിരിയൽ അന്തിമമാണെന്ന തോന്നൽ എനിക്കു വലിയ സമാധാനമേകി. ചൊവ്വാഴ്ചയോടെ അസുഖം ഭേദമായി. ആദ്യമായി ഞാൻ താഴത്തെ നിലയിൽനിന്നും ഭക്ഷണം കഴി

ച്ചു. ചൊവ്വാഴ്ച എന്റെ ജന്മദിനമായിരുന്നു. എനിക്കുവന്ന പിറന്നാളാശംസകൾക്കിടയിൽ നിന്റെ കൈയക്ഷരത്തിലുള്ള ഒരു കത്തു കണ്ടു. ദുഃഖത്തോടെ ഞാനതു കൈയിലെടുത്തു. ഒരു വാചകം കൊണ്ടും കേവലമായ ഒരു സ്നേഹപ്രകടനംകൊണ്ടും വേദനപുരണ്ട ഒരു വാക്കുകൊണ്ടും നീയുമായുള്ള പിണക്കം തീർന്നിരുന്ന നാളുകൾ പോയിക്കഴിഞ്ഞുവെന്ന് ഞാൻ മനസ്സിലാക്കി. എനിക്കു തെറ്റി. ഞാൻ നിന്നെ വിലകുറച്ചു കാണുകയായിരുന്നു. എന്റെ ജന്മദിനത്തിൽ നീയെനിക്കെഴുതിയ കത്ത് കൗശലപൂർവ്വം തയ്യാറാക്കിയ കറുപ്പിലും വെളുപ്പിലുമുള്ള രണ്ടുരംഗങ്ങളുടെ ആവർത്തനം മാത്രമായിരുന്നു. കടുത്ത പരിഹാസം നിറഞ്ഞ തമാശകളായിരുന്നു ആ കത്തിൽ. ആകെ നിനക്കുണ്ടായ സംതൃപ്തി ഗ്രാന്റ് ഹോട്ടലിലുള്ള മുറിയിലെത്തി നഗരത്തിലേക്കു മടങ്ങുംമുമ്പ് എന്റെ കണക്കിൽ സമൃദ്ധമായ ഉച്ചഭക്ഷണം കഴിക്കാൻ കഴിഞ്ഞതു മാത്രമായിരുന്നുവെന്ന് നീ എഴുതി. പനിക്കിടക്കയിൽനിന്നും എഴുന്നേറ്റ് താഴത്തെ നിലയിലേക്ക് പോകാൻ ഞാൻ കാണിച്ച ജാഗ്രതയെ നീ അഭിനന്ദിച്ചിരുന്നു. നീ എഴുതി. “അത് നിങ്ങളെ സംബന്ധിച്ച് അത്യന്തം ജുഗുപ്സാവഹമായ ഒരു നിമിഷമായിരുന്നിരിക്കണം. ഒരുപക്ഷേ, നിങ്ങൾ സങ്കല്പിക്കുന്നതിലുമേറെ ശരിയാണ്.” എനിക്കതു ശരിക്കും അനുഭവപ്പെട്ടു. എന്നാൽ എന്താണ് നീയതുകൊണ്ടുദ്ദേശിച്ചതെന്ന് എനിക്കു മനസ്സിലായിട്ടില്ല. നിന്റെ പിതാവിനെ ഭീഷണിപ്പെടുത്താനായി നീ ഉപയോഗിച്ച ആ കൈത്തോക്ക് നിന്റെ പക്കൽ ഉണ്ടെന്ന് ഞാൻ കരുതിയെന്നാണോ?

വെടിയുണ്ട നീക്കം ചെയ്തിട്ടുണ്ട് എന്ന ധാരണയിൽ ഭക്ഷണശാലയിൽ വച്ച് നീ എന്റെ സാന്നിദ്ധ്യത്തിൽ വെടിയുതിർത്തത് ഞാൻ ഓർത്തുവെന്നാണോ? ഞാൻ പനി പിടിച്ചുകിടക്കുമ്പോൾ എന്റെ മുറിയിലേക്കു വന്ന നീ നിന്നെ ഞാൻ അധിക്ഷേപിച്ചു എന്നു കരുതിയോ? അല്ലെങ്കിൽ ഞാൻ നിന്നെ ആക്രമിച്ചേക്കുമെന്നു കരുതിയോ? നമ്മുടെഇടയിലുണ്ടായിരുന്ന തീൻമേശപ്പുറത്തിരുന്ന കറിക്കത്തിയിലേക്ക് നിന്റെ കൈകൾ നീണ്ടതു ഞാൻ കണ്ടു എന്നതിനെപ്പറ്റിയാണോ?

എനിക്ക് പറയാനാവുന്നില്ല.

ഈ നിമിഷംവരെയും എനിക്കതറിയില്ല.

എനിക്കറിയാവുന്നത് ഇത്രമാത്രം. ഭയാനകമായ ഏതോ ഒന്ന് എനിക്കുമേൽ സംഭവിക്കാൻ പോകുന്നു എന്ന തോന്നൽ എനിക്കുണ്ടായി. ഉടൻതന്നെ ഞാൻ മുറിവിട്ടുപോയില്ലെങ്കിൽ നീ എന്റെ നേരെ മാരകമായ എന്തെങ്കിലും ചെയ്തേക്കുമോ എന്നു ഞാൻ ഭയപ്പെട്ടു. അതങ്ങനെ സംഭവിക്കുകയാണെങ്കിൽ അതു നിനക്കും ജീവിതാന്ത്യംവരെ തുടരുന്ന അപമാനമായി മാറും എന്നും എനിക്കു തോന്നി. അതിനു മുമ്പ് ഒരു പ്രാവശ്യംമാത്രമേ ഏതെങ്കിലും ഒരു മനുഷ്യനിൽനിന്നും ഇത്രയും ഭയാനകമായ ഒരു അനുഭവം എനിക്ക് ഉണ്ടായിട്ടുള്ളൂ. അതുണ്ടായത് ടൈറ്റ് തെരുവിലുള്ള എന്റെ പഠനമുറിയിൽ വച്ചായിരുന്നു. നിന്റെ പിതാവും അയാൾക്കൊപ്പമുണ്ടായിരുന്ന ഒരു ഗുണ്ടയും അപസ്മാരബാധിതനെപ്പോലെ അയാളുടെ മനസ്സിൽ തോന്നിയ മുഴുവൻ തെറിവാക്കുകളും ഉപയോഗിച്ചുകൊണ്ട് എനിക്കുനേരെ ചാടിവീണപ്പോഴാണ്. ആ സമയത്ത് ആദ്യം മുറിക്കു പുറത്തേക്കിറങ്ങിപ്പോയത് അയാളായിരുന്നു. ഞാൻ

അയാളെ പുറത്തേക്കു പായിച്ചു എന്നുപറയുന്നതാവും ശരി. നിന്റെ കാര്യത്തിൽ ഞാനാണ് പുറത്തേക്ക് പോയത്. നിന്നിൽനിന്നും നിന്നെ രക്ഷിച്ചെടുക്കാൻ ഞാൻ ഇടപെടുന്നത് ഇത് ആദ്യമായിട്ടല്ല.

നീ ആ കത്ത് അവസാനിപ്പിച്ചത് ഇങ്ങനെയാണ്.

"വേദിയിലല്ലെങ്കിൽ നിങ്ങൾ എന്നിൽ ഒരു താല്പര്യവും ജനിപ്പിക്കുന്നില്ല. ഇനിയൊരിക്കൽ നിങ്ങൾക്ക് അസുഖം വരികയാണെങ്കിൽ ഞാൻ അപ്പോൾത്തന്നെ ഇറങ്ങിപ്പോകും." അങ്ങനെ പറയാൻ തക്കവിധം എത്ര ക്രൂരമായിത്തീർന്നിരിക്കുന്നു നിന്റെ സ്വഭാവം! എന്തൊരു ഭാവനാരാഹിത്യം! ഈ ചുരുങ്ങിയ സമയംകൊണ്ട് നീയെത്രമാത്രം ഹൃദയശൂന്യനായിക്കഴിഞ്ഞിരിക്കുന്നു.

"വേദിയിലല്ലെങ്കിൽ നിങ്ങൾ എന്നിൽ ഒരു താല്പര്യവും ജനിപ്പിക്കുന്നില്ല. ഇനിയൊരിക്കൽ നിങ്ങൾക്ക് അസുഖം വരികയാണെങ്കിൽ ഞാൻ അപ്പോൾതന്നെ ഇറങ്ങിപ്പോകും."

എന്നെ പറഞ്ഞയച്ച വിവിധ ജയിലുകളിലെ നശിച്ച മുറികളിൽ ഏകാന്തമായി കഴിയുമ്പോൾ എത്രവട്ടമാണെന്നോ ആ വാക്കുകൾ എന്നെ വേട്ടയാടിയത്? ആ വാക്കുകൾ പലവട്ടം ഞാനെന്നോടുതന്നെ ഉരുവിട്ടു. നിന്റെ അസാധാരണമായ നിശ്ശബ്ദതയുടെ രഹസ്യം ആ വാക്കുകളിൽ ഒളിപ്പിച്ചിട്ടുണ്ടാവുമെന്ന് ഞാൻ വൃഥാ കരുതി. നിന്നെ പരിചരിക്കുമ്പോൾ എനിക്കു പകർന്നുകിട്ടിയ അതേ അസുഖവുമായി മല്ലടിക്കുമ്പോഴാണ് നീ ഇപ്രകാരം എനിക്കെഴുതിയതെന്നത് ഒരു ക്രൂരഫലിതമാവാം. അപ്രകാരം ഒരുകത്ത് ലോകത്താര് എഴുതിയാലും അത് മാപ്പർഹിക്കുന്ന കാര്യമല്ല. അതിനേക്കാൾ വലിയൊരു പാപം വേറെയില്ല.

നിന്റെ കത്തു വായിച്ചുകഴിഞ്ഞപ്പോൾ ഞാൻ തിരിച്ചുവരാനാകാത്ത വിധത്തിൽ കളങ്കിതനായി എന്നു തുറന്നുപറയട്ടെ. അപ്പോൾ എനിക്കങ്ങനെ തോന്നിയെങ്കിലും അതു പൂർണ്ണമായും എനിക്കു ബോദ്ധ്യപ്പെടാൻ ആറുമാസം കൂടി വേണ്ടിവന്നു. ആ വെള്ളിയാഴ്ചതന്നെ ലണ്ടനിലേക്കുപോകാൻ ഞാൻ തീരുമാനിച്ചു. പോകുന്നതിനുമുമ്പ് സർ ജോർജ് ലൂയിസിനെ കണ്ട് വ്യക്തിപരമായ ഒരു അഭ്യർത്ഥന നടത്താൻ തീരുമാനിച്ചു. അദ്ദേഹം നിന്റെ അച്ഛന് ഒരു കത്തയക്കണം എന്നായിരുന്നു ഞാൻ ആഗ്രഹിച്ചത്. ആ കത്തിൽ ഒരു കാരണവശാലും ജീവിതത്തിൽ ഒരിക്കൽപ്പോലും നിന്നെ എന്റെ വീട്ടിൽ കാലു കുത്തിക്കുകയില്ലായെന്ന് ഞാൻ തീരുമാനിച്ചുവെന്നും എന്നോടൊപ്പം ഇരിക്കാനോ നടക്കാനോ എപ്പോഴെങ്കിലും എന്റെ സൗഹൃദവലയത്തിൽപ്പെടാനോ നിന്നെ മേലിൽ ഞാൻ അനുവദിക്കുകയില്ലാ എന്ന് എഴുതുവാൻ പ്രേരിപ്പിക്കണമെന്നും ഞാൻ കരുതിയിരുന്നു. ഇതു നടന്നിരുന്നുവെങ്കിൽ ഞാനതിനെക്കുറിച്ച് നിനക്ക് എഴുതുമായിരുന്നു. അതിനുകാരണം ഞാൻ വ്യക്തമാക്കേണ്ടതില്ലല്ലോ. ഇക്കാര്യങ്ങളെല്ലാം വ്യാഴാഴ്ച രാത്രിതന്നെ ആലോചിച്ചുറപ്പിച്ചിരുന്നു. എന്നാൽ വെള്ളിയാഴ്ച രാവിലെ പ്രഭാത ഭക്ഷണത്തിനിരിക്കുമ്പോൾ ഞാൻ അന്നത്തെ ദിനപ്പത്രം തുറന്നുനോക്കാനിടയായി. അതിൽ കാണാനിടയായ ഒരു വാർത്ത എന്നെ നടുക്കി. നിന്റെ മൂത്ത സഹോദരൻ അദ്ദേഹമാണല്ലോ നിങ്ങളുടെ കുടുംബത്തിന്റെ യഥാർത്ഥ തലവൻ ഒരു കിടങ്ങിൽ മരിച്ചനിലയിൽ കാണപ്പെട്ടുവെന്നും സമീപത്ത് ഒരു തോക്ക്

കിടന്നിരുന്നു എന്നുമാണ് വാർത്തയിൽ കണ്ടത്. ആ ദുരന്തത്തിനു കാരണം അപകടമായിരുന്നുവെന്ന് പിന്നീടറിഞ്ഞുവെങ്കിലും അതറിഞ്ഞ നേരത്ത് അതിനെ ചുറ്റിപ്പറ്റി നിന്ന ദുരൂഹതകൾക്കും ആ മരണം നിങ്ങളുടെ കുടുംബത്തിന് ഏല്പിച്ചേക്കാവുന്ന ആഘാതങ്ങളെപ്പറ്റിയും ഓർത്തു ഞാൻ നടുങ്ങി. അദ്ദേഹത്തെ കുടുംബത്തിനകത്തുള്ളവരും സുഹൃത്തുക്കളും എത്രമേൽ ഇഷ്ടപ്പെട്ടിരുന്നുവെന്ന് എനിക്കറിയാം. വിവാഹദിവസം അടുത്തെത്തിയെന്നു തന്നെ പറയാവുന്ന ഒരുദിവസം അദ്ദേഹത്തിനുവന്നുപെട്ട ദുരന്തത്തിൽ നീ തന്നെയും എത്രമാത്രം ദുഃഖത്തിലായിരിക്കും എന്നെനിക്ക് ഊഹിക്കാൻ കഴിയും.

ആ ദുരന്തം നിന്റെ അമ്മയ്ക്കുണ്ടാക്കിയ നഷ്ടം എത്ര വലുതായിരിക്കുമെന്ന് എനിക്കറിയാം. ജീവിതക്ലേശങ്ങൾക്കിടയിൽ ആശ്വാസത്തിനായി അവർ ചാഞ്ഞിരുന്നത് അവന്റെ ചുമലിലേക്കായിരുന്നുവെന്ന് അവർ പറഞ്ഞിരുന്നത് ഞാൻ ഓർത്തു. അവൻ പിറന്നശേഷം ഒരിക്കൽപ്പോലും അവനെച്ചൊല്ലി കണ്ണീർവാർക്കേണ്ടിവന്നിരുന്നില്ല എന്ന് അവർ പറഞ്ഞിട്ടുള്ളതും എനിക്കറിയാം. നിന്റെ മറ്റ് രണ്ട് സഹോദരന്മാരും യൂറോപ്പിനു പുറത്താകയാൽ ഈ മരണം നിന്നെ എത്രമാത്രം ഏകാന്തതയിലാഴ്ത്തിയിട്ടുണ്ടാവും എന്ന് എനിക്ക് ഊഹിക്കാമായിരുന്നു. നിന്റെ അമ്മയ്ക്കും സഹോദരിക്കും ഒരു കൈത്താങ്ങിനായി സമീപിക്കാവുന്നതും നീ മാത്രമായിരുന്നല്ലോ. മാത്രമല്ല ഒരു മരണം കൊണ്ടുവരുന്ന മറ്റ് ആകുലതകളെല്ലാം നീ തന്നെ ഏറ്റെടുക്കേണ്ടിയിരുന്നല്ലോ. മരണം എത്രമാത്രം ദുഃഖസാന്ദ്രമായ അന്തരീക്ഷമാണ് മനുഷ്യർക്കിടയിൽ സൃഷ്ടിക്കുന്നത്. അത്തരം ചിന്തകൾ സൃഷ്ടിച്ച പ്രത്യേകമായ മാനസികാവസ്ഥയിൽ എനിക്ക് നിന്നോടും കുടുംബത്തോടും അനുതാപം തോന്നി. നിന്നോടുള്ള ദേഷ്യവും വിരോധവും എന്നുള്ളിൽ അലിഞ്ഞു തീർന്നു. എന്റെ രോഗാവസ്ഥയിൽ നീയെന്നോടു ചെയ്തത് നിന്റെ അനാഥത്വാവസ്ഥയിൽ ഞാൻ നിന്നോടു ചെയ്യുവാൻ പാടില്ലല്ലോ. അങ്ങേയറ്റത്തെ അനുതാപത്താൽ ഉടൻ തന്നെ ഞാൻ നിനക്ക് ഫോൺ ചെയ്തു. ഞാനെഴുതിയ കത്തിൽ എന്റെ വീട്ടിലേക്കു നിന്നെ ക്ഷണിച്ചു. ഈയൊരു ഘട്ടത്തിൽ നിന്നെ കൈയൊഴിയുന്നത് ക്രൂരതയാകുമെന്നും ഞാൻ കരുതി.

സംഭവസ്ഥലത്തേക്ക് വിളിച്ചുവരുത്തപ്പെട്ട് അവിടെനിന്നും മടങ്ങും വഴി നിറകണ്ണുകളോടെ നീ എന്റെ വീട്ടിലെത്തി. ഒരു കുട്ടിയെന്നപോലെ നീ സാന്ത്വനം ആഗ്രഹിച്ചു. എന്റെ വീട്ടിലേക്കും എന്റെ ഹൃദയത്തിലേക്കും ഞാൻ നിന്നെ സ്വീകരിച്ചു. നിന്റെ ദുഃഖത്തെ എന്റേതായി കണ്ടു. നിന്റെ ദുഃഖാവസ്ഥയിൽ ഞാൻ നിന്റെ ചെയ്തികൾ മനസ്സിൽവച്ച് കുത്തുവാക്കുകളേതും പറഞ്ഞില്ല. നിന്റെ ദുഃഖം വ്യാജമായിരുന്നില്ല. അത് എന്നെ കൂടുതൽ നിന്നോടടുപ്പിച്ചു. നിന്റെ സഹോദരന്റെ കുടീരത്തിലേക്കുള്ള പൂക്കൾ നീ എന്നിൽനിന്നും എടുത്തു. അത് അയാളുടെ ജീവിതസൗന്ദര്യത്തിന്റെ പ്രതീകം മാത്രമല്ല ഏതൊരു മനുഷ്യനിലും സുഷുപ്തിയിലായ സൗന്ദര്യത്തിന്റെ ബഹിർസ്ഫുരണം കൂടിയാണ്.

അഞ്ച്

ദൈവരീതികൾ അജ്ഞാതങ്ങളാണ്. നമ്മുടെ തിന്മകൾ മാത്ര മല്ല നമ്മുടെ നേരെയുള്ള ചമ്മട്ടി പ്രയോഗത്തിന് കാരണഭൂതമാകുന്നത്. നമ്മിലുള്ള നന്മയുടെ കണികകൾ തന്നെ സർവ്വ നാശത്തിലേക്കു നമ്മെ നയിച്ചേക്കാം. നിന്നോടുള്ള സ്നേഹവും അനുതാപവും എന്നെ ഈ തുറു ങ്കിലാണെത്തിച്ചത്. ഏകനായി ഇരുന്ന് കരയുകമാത്രമാണ് എനിക്ക് ചെയ്യാനാവുക.

നമ്മുടെ ബന്ധം വിധി മാത്രമല്ല തികഞ്ഞ ദൗർഭാഗ്യം കൂടിയായി രുന്നുവെന്ന് ഞാൻ തിരിച്ചറിയുന്നു. ദൗർഭാഗ്യം! അവൾ വേഗത്തിൽ നടന്നുപോകുന്നത് രക്തച്ചൊരിച്ചിലിനായാണ്. നിന്റെ പൈതൃകവഴിയിൽ നിന്നും നീ ആർജ്ജിച്ചത് ഒരിക്കലും ഒരു സൗഹൃദമോ, വിവാഹമോ നീയുമായി ആർക്കും സാദ്ധ്യമല്ല എന്ന അവസ്ഥയാണ്. നീയുമായുള്ള ഒരുതരം ബന്ധവും അങ്ങേയറ്റം മാരകമായിരിക്കും. നിനക്കു മാത്രമല്ല നീയുമായി ബന്ധപ്പെടുന്നവർക്കും. നമ്മുടെ ജീവിതങ്ങൾ സന്ധിച്ച ഓരോ സന്ദർഭത്തിലും നീ സന്തോഷം തേടി. ജീവിതത്തിലെ ഓരോ ചെറിയ അപകടസന്ധിയിൽപ്പോലും സൂര്യപ്രകാശത്തിൽ നൃത്തം ചെയ്യുന്ന പൊടിപടലംപോലെയോ മരത്തിൽനിന്നും അടർന്നുവീഴുന്ന ഇല പോലെയോ ഒരു നിലവിളിയുടെ പ്രതിദ്ധ്വനി പോലെയോ ഇരയുടെ മേൽ നിഴൽ വീഴ്ത്തുന്ന വന്യമൃഗത്തെപ്പോലെയോ ദൗർഭാഗ്യം എന്നെ പിന്തു ടർന്നു. ഓക്സ്ഫോർഡിലെ ഒരു വിദ്യാർത്ഥിയെന്ന നിലയിൽ നിന്നെ സഹായിക്കണമെന്ന നിന്റെ യാചനയിൽനിന്നാണ് നമ്മുടെ ബന്ധത്തിന്റെ തുടക്കം. ഞാൻ നിന്റെ സുഹൃത്താണെന്ന് സർ ജോർജ്ജ് ലൂയിസിനോട് നീ പറഞ്ഞതുവഴി ഞങ്ങൾ തമ്മിലുണ്ടായിരുന്ന പതിനഞ്ചു വർഷം നീണ്ട സൗഹൃദം അവസാനിച്ചു. അദ്ദേഹത്തിന്റെ സൗഹൃദം അവസാനിച്ചതു

വഴി എനിക്കു ലഭിച്ചുകൊണ്ടിരുന്ന സംരക്ഷണവും ഉപദേശവും സഹായവുമാണ് ഇല്ലാതായത്. വിദ്യാർത്ഥിയായിരിക്കെ നീ എനിക്കയച്ചുതന്ന ഒരു കവിത വായിച്ച് ഞാൻ നിന്നെ മഹാന്മാരായ കവികളോട് തുലനം ചെയ്യുകയും ചെയ്തു. ഷേക്സ്പിയറുടെ ലഘുകാവ്യത്തിൽനിന്നുള്ള അദ്ധ്യായം പോലെ എന്തിന്റെയൊക്കെയോ സൂചകങ്ങൾ അടങ്ങിയതായിരുന്നു ആ കത്ത്. പ്ലേറ്റോയുടെ സിംപോസിയമോ മഹത്തായ ഗ്രീക്ക് പ്രതിമകളുടെ ആന്തരികാർത്ഥമോ ഗ്രഹിച്ചിട്ടുള്ളവർക്കു മാത്രമേ അത് പൂർണ്ണമായും മനസ്സിലാകുകയുള്ളൂ. ആ കത്താകട്ടെ നിന്റെ സർവ്വകലാശാലയിലെ ഏതൊരു വിദ്യാർത്ഥി എഴുതി അയച്ച കവിതയ്ക്കു പ്രതികരണമായിട്ടാണെങ്കിലും ഞാൻ സന്തോഷപൂർവ്വം എഴുതുന്നതുമായിരുന്നു. ആ കത്തിന്റെ ചരിത്രം തന്നെ നോക്കൂ! അത് നിന്റെ കൈകളിൽനിന്നും വെറുക്കപ്പെടേണ്ട ഒരുവന്റെ കൈകളിൽ എത്തിച്ചേർന്നു. അയാളുടെ പക്കൽനിന്നും അത് ഭീഷണിപ്പെടുത്തി പണം പറ്റുന്ന ആ കൂട്ടരുടെ കൈകളിലെത്തി. അതിന്റെ പകർപ്പ് ലണ്ടനിലുള്ള എന്റെ സുഹൃത്തുക്കളുടെ കൈകളിലേക്കും അവിടെനിന്നും എന്റെ നാടകം അവതരിപ്പിക്കാൻ തയ്യാറെടുത്തുകൊണ്ടിരുന്ന നാടകസംഘത്തിന്റെ കൈകളിലേക്കും എത്തിച്ചേർന്നു. നേരല്ലാത്ത നിരവധി വ്യാഖ്യാനങ്ങൾ അതിനുണ്ടായി. നിനക്ക് കുപ്രസിദ്ധമായ ഒരു കത്തെഴുതിയതിന്റെ പേരിൽ വലിയൊരു തുക ഞാൻ കൊടുക്കേണ്ടിവന്നു എന്ന തരത്തിൽ ശ്രുതി പരന്നു. നിന്റെ പിതാവ് എന്നെ കടന്നാക്രമിക്കാനുള്ള കാരണവും ഈ കത്തിൽനിന്നാണ് ആരംഭിക്കുന്നത്. കത്തിന്റെ യാഥാർത്ഥ്യം ബോദ്ധ്യപ്പെടുത്തുന്നതിനായി യഥാർത്ഥ കത്ത് എനിക്കു കോടതിമുമ്പാകെ ഹാജരാക്കേണ്ടിവന്നു. നിരപരാധിയും നിഷ്കളങ്കനുമായ ഒരുവനെ നശിപ്പിക്കാനുള്ള വസ്തുവായി ആ കത്തിനെ നിന്റെ പിതാവിന്റെ അഭിഭാഷകൻ ചിത്രീകരിച്ചു. അത് ഒരു ക്രിമിനൽ കേസായി രേഖപ്പെടുത്തപ്പെട്ടു. രാജാവ് അത് ഏറ്റെടുത്തു. ജഡ്ജി അതൊരു സദാചാര പ്രശ്നമായി കണ്ടു. ഞാൻ ജയിലിലുമായി. നിനക്ക് ചന്തമുള്ള ഒരു കത്തെഴുതിയതിന് ഞാൻ നല്കേണ്ടിവന്ന വില.

ഡാലിസ്ബറിയിൽ എന്നോടൊപ്പം പാർക്കുമ്പോൾ നിന്റെ പഴയൊരു പങ്കാളി അയച്ച കത്ത് നിന്നെ ആകെ ഭയപ്പെടുത്തി. അയാളെ ഞാൻ നേരിൽ കാണണമെന്ന് നീ ശഠിച്ചപ്പോൾ ഞാൻ അനുസരിച്ചു. അതിന്റെ ഫലവും ഞാൻ അനുഭവിക്കേണ്ടിവന്നു. എന്റെ ചുമലിലിരുന്ന് നീ ചെയ്തുകൂട്ടിയതിനെല്ലാം വില നല്കേണ്ടിവന്നത് ഞാനും. ബിരുദം ലഭിക്കാതെ നിനക്ക് ഓക്സ്ഫോർഡിൽനിന്നും പുറത്തു പോകേണ്ടിവന്നപ്പോൾ ലണ്ടനിൽനിന്നും നീ എനിക്കു ഫോൺ ചെയ്തു. വേഗത്തിൽ നിന്നരികിൽ എത്തണമെന്നായിരുന്നു ആവശ്യം. ഞാൻ ഓടിയെത്തി. വീട്ടിലേക്കു മടങ്ങിച്ചെല്ലാൻ ധൈര്യമില്ലാത്തതിനാൽ ഗോറിങ്ങിലേക്കു കൊണ്ടുപോകാൻ നീ ആവശ്യപ്പെട്ടു. ഗോറിങ്ങിൽ നീ കണ്ടെത്തിയ മനോ

ഹരമായൊരു വസതി നിനക്കായി വാടകയ്ക്കെടുത്തുതന്നു. അതും എന്റെ നാശത്തിനായിരുന്നു. ഒരു ദിവസം നീയെന്നോട് വ്യക്തിപരമായ ഒരു സഹായം ചോദിച്ചു. ഓക്സ്ഫോഡിലെ ബിരുദ വിദ്യാർത്ഥികൾ തുടങ്ങാൻ പോകുന്ന ഒരു പ്രസിദ്ധീകരണത്തിലേക്ക് ഒരു ലേഖനം നല്കണമെന്നായിരുന്നു നിന്റെ ആവശ്യം. ആ പ്രസിദ്ധീകരണത്തിന്റെ ചുമതലക്കാരനായ നിന്റെ സുഹൃത്തിനെപ്പറ്റി എനിക്ക് ഒന്നും അറിയുമായിരുന്നില്ല. നിന്നെ സന്തോഷിപ്പിക്കാനായി (അതിനുവേണ്ടി ചെയ്യാൻ എന്താണു ബാക്കിയുള്ളത്) ഞാൻ *സാറ്റർഡേ റിവ്യൂ*വിന് നല്കാനായി എഴുതിവച്ചിരുന്ന ഒരു ലേഖനം എടുത്തു തന്നു. കുറച്ചുമാസങ്ങൾക്കു ശേഷം അതിന്റെ പേരിൽ എനിക്ക് ലണ്ടനിലെ കോടതി കയറേണ്ടിവന്നു. അത്ര സവിശേഷമായിരുന്നു ആ മാഗസിന്റെ സ്വഭാവം. സുഹൃത്തിന്റെ ലേഖനത്തെയും നിന്റെ കവിതകളെയും പ്രതിരോധിക്കാനാണ് ഞാൻ വിളിക്കപ്പെട്ടത്. ആദ്യത്തേത് എനിക്ക് മാപ്പു നല്കാനാകാത്തതും രണ്ടാമത്തേത് പ്രതിരോധിക്കാൻ ഞാൻ സദാ ബാദ്ധ്യസ്ഥനായതുമായിരുന്നു. എഴുത്തുകാരനെന്ന രീതിയിൽ നീയെഴുതിക്കൂട്ടിയ വഷളത്തരത്തെ എനിക്കു ന്യായീകരിക്കേണ്ടിവന്നു. നിന്റെ സാഹിത്യവും യുവത്വവും സംരക്ഷിക്കേണ്ടത് എന്റെ ഉത്തരവാദിത്വമാണല്ലോ. എന്തായാലും നിന്റെ സുഹൃത്തിന്റെ മാഗസിന്റെയും കണ്ണില്ലാത്ത പ്രണയത്തിന്റെയും പേരിൽ ഞാൻ ജയിലിൽ പോയി. ക്രിസ്തുമസിന് നീ നിന്റെ നന്ദി പ്രകാശിപ്പിച്ചെഴുതിയ കത്തിൽ സൂചിപ്പിച്ചതുപോലെ ഞാൻ നിനക്ക് മനോഹരമായൊരു സമ്മാനം നല്കി. അതിന് നാല്പതോ അമ്പതോ പൗണ്ട് വില വരുമെന്ന് നീ കണക്കുകൂട്ടി. എന്റെ ജീവിതത്തകർച്ച സമാഗതമായ വേളയിൽ കോടതി ഉദ്യോഗസ്ഥൻ എന്റെ ലൈബ്രറി പിടിച്ചെടുത്തു വില്പനയ്ക്കു വച്ചു. ആ മനോഹരസമ്മാനം അതിൽനിന്നും ലഭിച്ച തുകയിൽനിന്നായിരുന്നു കണ്ടെത്തിയത്. ലൈബ്രറി ലേലം ചെയ്യാനായാണ് വിധി നടപ്പാക്കൽ എന്റെ വീട്ടിൽ വച്ചായത്. കഠിനമായ നിന്ദ നേരിട്ടുകൊണ്ടിരുന്ന ആ നിമിഷം നിന്റെ കുത്തുവാക്കുകൾ എന്നെ കൂടുതൽ വേദനിപ്പിച്ചു. ഭീമമായ ആ തുക കൊടുക്കുന്നതിൽനിന്നും രക്ഷപ്പെടാൻ നിന്റെ പിതാവിനുമേൽ നടപടിയെടുത്ത് അറസ്റ്റ് ചെയ്യിക്കാൻ അവസാന കച്ചിത്തുരുമ്പെന്ന നിലയിൽ ഞാൻ ആഗ്രഹിച്ചു. അപ്പോഴാണ് നിന്റെ കുത്തുവാക്കുകൾ ഞാൻ കേട്ടത്. നഷ്ടപരിഹാരം നല്കുവാനുള്ള ഭീമമായ തുക എന്റെ പക്കലില്ല എന്നു ഞാൻ കോടതി ഉദ്യോഗസ്ഥനോടുണർത്തിച്ചു. ഞാൻ പറഞ്ഞത് അക്ഷരംപ്രതി ശരിയാണെന്ന് നിനക്കറിയാമായിരുന്നു. 'അവോൺഡെ'യിൽ ഹോട്ടലിൽനിന്നും പുറത്തു കടക്കാൻ അന്നു കഴിഞ്ഞിരുന്നെങ്കിൽ നിന്റെ പിതാവിന്റെ ഗൂഢപദ്ധതികളോ നിന്റെ നിരുത്സാഹപ്പെടുത്തുന്ന കുത്തുവാക്കുകളോ മനസ്സിലാകാതെ നിർണ്ണായകമായ ആ ദിവസം ഹംപ്ബറിയുടെ ഓഫീസിൽപോയി എന്റെ നാശത്തിനു സമ്മതം മൂളാതെ എനിക്കു ഫ്രാൻസിലേക്കു രക്ഷപ്പെടാമായിരുന്നു. എന്നാൽ ഹോട്ടൽ ബില്ലിനു പണം നല്കാതെ എന്റെ ബാഗു

കൾ പുറത്തേക്കെടുക്കാൻ അവർ അനുവദിച്ചില്ല. പത്തു ദിവസം നീയും നിന്റെ സുഹൃത്തും എന്നോടൊപ്പം ആ ഹോട്ടലിൽ താമസിച്ചത് ഞാൻ കൊടുക്കേണ്ടിയിരുന്ന തുക നൂറ്റിനാല്പത് പൗണ്ടാണെന്ന് നീ ഓർക്കണം. ഹോട്ടലിൽനിന്നും ബാഗുമായി പുറത്തുപോകാൻ അനുവദിക്കാത്തതുകൊണ്ടുമാത്രമാണ് എനിക്ക് ഇംഗ്ലണ്ടിൽ തങ്ങേണ്ടിവന്നത്. ആ ഹോട്ടൽ ബില്ലിന്റെ പ്രശ്നമുണ്ടായിരുന്നില്ലെങ്കിൽ ചൊവ്വാഴ്ച രാവിലെ തന്നെ ഞാൻ പാരീസിലേക്കു പോകുമായിരന്നു.

ഇത്രയും വലിയൊരു തുക കൊടുക്കാൻ എന്റെ പക്കൽ പണമില്ലെന്നു പറഞ്ഞയുടൻ നീയതിൽ ഇടപെട്ടു. കേസുമായി ബന്ധപ്പെട്ട മുഴുവൻ തുകയും ഒടുക്കാൻ നിന്റെ കുടുംബത്തിനു സന്തോഷമേയുള്ളൂ എന്നു നീ പറഞ്ഞു. നിന്റെ പിതാവ് കുടുംബത്തിനാകെ പേടിസ്വപ്നമാണ്. അദ്ദേഹം കാരണം നിത്യവും പ്രശ്നങ്ങളുണ്ടാവുന്നു. അദ്ദേഹത്തെ ഭ്രാന്താശുപത്രിയിൽ ആക്കുന്നതിനെക്കുറിച്ച് നിങ്ങളുടെ കുടുംബം പലവട്ടം ആലോചിച്ചിരുന്നതായും നീയറിയിച്ചു. ഞാനാ പ്രശ്നത്തിൽ ഇടപെട്ട് പിതാവിനെ നിശ്ശബ്ദനാക്കിയാൽ അമ്മയും അമ്മയുടെ കുടുംബക്കാരും ആവശ്യമുള്ള പണം തരാൻ തയ്യാറാണെന്നും നീയപ്പോൾ പറഞ്ഞു. വക്കീൽ അപ്പോൾതന്നെ നടപടികൾ പൂർത്തിയാക്കി. പൊലീസ് എന്നെ കോടതിയിലേക്ക് കൊണ്ടുപോയി. പോകാതിരിക്കാൻ ഒരു ന്യായവും ഉണ്ടായിരുന്നില്ല. നിന്റെ പിതാവ് നഷ്ടപരിഹാരത്തുക അടച്ചില്ല. ഞാൻ പാപ്പരായി. നീ മൂലമുണ്ടായ കേസും നിന്റെ പിതാവിന്റെ നടപടികളും മൂലമാണ് ഞാൻ പാപ്പരായത്. ബാക്കിയുണ്ടായിരുന്നതാകട്ടെ വെറും എഴുന്നൂറ് പൗണ്ട് മാത്രം. ഈ നിമിഷം എന്നാൽ പരിത്യജിക്കപ്പെട്ട ഭാര്യ ചെലവിനു കൊടുക്കാൻ ആവശ്യപ്പെട്ട് വക്കീൽ നോട്ടീസ് അയച്ചിരിക്കുകയാണ്. അതേത്തുടർന്ന് വിവാഹമോചനത്തിനായുള്ള കോടതി നടപടികൾ ഉണ്ടാകുമെന്നു തന്നെ ഞാൻ കരുതുന്നു. അതിന്റെ വിശദാംശങ്ങൾ എനിക്കറിയില്ല. എനിക്കറിയാവുന്നത് വക്കീൽ വിശ്വസിക്കുന്ന സാക്ഷിയുടെ പേരുമാത്രമാണ്. നിന്റെ പ്രത്യേക ശുപാർശ കണക്കിലെടുത്ത് ഞാനെന്റെ വീട്ടിൽ നിയമിച്ച നിന്റെ ഓക്സ്ഫോർഡുകാലത്തെ വാല്യക്കാരനാണയാൾ.

നീ കാരണം വന്നുചേർന്ന കഷ്ടനഷ്ടങ്ങളെപ്പറ്റി ഏറെ വിസ്തരിക്കുന്നില്ല. ചിലപ്പോൾ എനിക്കു തോന്നും ആരോ ചലിപ്പിക്കുന്ന പാവക്കൂത്തിലെ വെറുമൊരു പാവമാത്രമാണ് ഞാനെന്ന്. എന്നാൽ പാവകളും പ്രലോഭനങ്ങളിൽ പെട്ടുപോകാറുണ്ട്. അവതരിപ്പിച്ചുകൊണ്ടിരിക്കുന്ന കഥയ്ക്ക് ഒരു ഉപകഥ ചമയ്ക്കാൻ കഥാഗതിയിൽ പെട്ടെന്നുള്ള തിരിവുണ്ടാക്കാൻ, പാവകൾക്കും കഴിഞ്ഞേക്കും. സ്വതന്ത്രനായിരിക്കുമ്പോൾതന്നെ നിയമങ്ങൾക്കു കീഴിൽ പ്രവർത്തിക്കേണ്ടിവരുകയെന്നതാണ് മനുഷ്യജന്മം നേരിടുന്ന ധർമ്മസങ്കടം. നിന്റെ സ്വഭാവത്തെപ്പറ്റി ഇതിനപ്പുറമൊരു വിശകലനത്തിന് ഞാൻ അശക്തനാണ്.

നിഗൂഢതകളാൽ ഭരിക്കപ്പെടുമ്പോഴും ഒരാൾക്ക് ആകർഷണീയ

നായി തുടരാനാവും.

നീ നിന്റെ വ്യാമോഹങ്ങളുടെ മൂടൽമഞ്ഞിലാണ് ഒളിച്ചത്. നിന്റെ കുടുംബത്തിൽനിന്നും വേർപെട്ട് എന്നോടൊപ്പം ചേർന്നത് എന്നോടുള്ള കടുത്ത ആകർഷണീയതകൊണ്ടു തന്നെയാണെന്ന് എനിക്കറിയാം. അതിലെനിക്കു തെല്ലും സന്തോഷമില്ല. എന്നോടൊപ്പമുള്ള ജീവിതമെന്നാൽ ആഡംബരവും ഉയർന്ന നിലവാരത്തിലുള്ള ജീവിതവും സന്തോഷവും വിയർപ്പൊഴുക്കാതെ ലഭിക്കുന്ന പണവും ആയിരുന്നു എന്നൊരർത്ഥവും കല്പിക്കാവുന്നതാണ്. എന്നോടൊപ്പം നില്ക്കുമ്പോൾ ലഭിക്കുന്ന ബൗദ്ധിക പരിവേഷവും നിന്നെ ആകർഷിച്ചിരിക്കണം. എന്നോടൊപ്പം ചേരാനാകാതെ വരുന്ന സന്ദർഭങ്ങളിൽ നിന്റെ പങ്കാളികളായെത്തുന്നവർ കേവലം മുഖസ്തുതിക്കാരായിരുന്നു എന്നും ഞാൻ ഓർക്കുന്നു.

ഞാനുമായുള്ള സൗഹൃദം വെടിയുന്നതിനു പകരം ഓക്സ്ഫോർഡുകാലത്തെ കടങ്ങൾ തീർക്കാനായി നിന്റെ പിതാവ് അയച്ചുതന്നിരുന്ന ഇരുനൂറ്റമ്പത് പൗണ്ടിന്റെ പ്രതിമാസ ധനസഹായം വേണ്ടെന്നുവയ്ക്കുകയാണെന്ന് നീ നിന്റെ പിതാവിനെഴുതുമ്പോൾ സൗഹൃദത്തിന്റെ ധീരത ആത്മനിരാസമാണെന്നു നീ തിരിച്ചറിയുകയായിരുന്നുവെന്ന് ഞാൻ മനസ്സിലാക്കുന്നു. ആ തുക വേണ്ടെന്നുവച്ചതിൽനിന്നും നീ ജീവിതത്തിൽ അനുഭവിച്ചുപോന്ന ഏതെങ്കിലും ആർഭാടങ്ങൾ ഒഴിവാക്കാൻ പോകുന്നു എന്നല്ല. മറിച്ച് അതിനോടുള്ള അഭിനിവേശം ശക്തിപ്പെടുകയായിരുന്നു. എട്ടു ദിവസം ഞാനും നീയും നിന്റെ വാല്യക്കാരനും പാരീസിൽ താമസിച്ചതിന് എനിക്ക് ചെലവായത് നൂറ്റമ്പത് പൗണ്ടായിരുന്നു. നീ ആഗ്രഹിക്കുന്നതുപോലെയാണ് ജീവിക്കുന്നതെങ്കിൽ നിന്റെ ഒരുവർഷം മുഴുവനുള്ള സമ്പാദ്യം മൂന്നാഴ്ചക്കാലത്തേക്കുപോലും മതിയാവില്ല. എന്റെ ചെലവിൽ ജീവിക്കാം എന്ന ഉറപ്പ് തന്നെയായിരുന്നു നിന്റെ പിതാവിന്റെ സഹായം വേണ്ടെന്നുവയ്ക്കാനുള്ള ധീരതയ്ക്കുപിന്നിൽ. നിന്റെ ധാരാളിത്തം എന്റെ സമ്പാദ്യമാകെ ചോർത്തി. ഇതിനു പുറമെ നിന്റെ അമ്മയിൽനിന്നും വലിയൊരു തുക കൈപ്പറ്റിക്കൊണ്ടിരുന്നു. അതിൽ അവർ ഏറെ ഖിന്നയുമായിരുന്നു. എന്റെ ചെലവിൽ കഴിയുമ്പോഴും നന്ദിയുടെ തരിമ്പും നീ പ്രകടിപ്പിച്ചിരുന്നുമില്ല.

നിന്റെ പിതാവിന് കടുത്ത ഭാഷയിൽ കത്തെഴുതുമ്പോഴും അധിക്ഷേപ ടെലഗ്രാമുകൾ അയക്കുമ്പോഴും വേദനിപ്പിക്കുന്ന പോസ്റ്റ് കാർഡുകൾ അയക്കുമ്പോഴും നീ കരുതിയത് അമ്മയ്ക്കുവേണ്ടി, കുഴപ്പത്തിലായ അവരുടെ ദാമ്പത്യത്തിനു വേണ്ടി, നീ അദ്ദേഹത്തിനെതിരെ യുദ്ധം നയിക്കുകയാണെന്ന്. അത് നിന്റെ വ്യാമോഹം മാത്രമായിരുന്നു. നിന്റെ അമ്മയ്ക്കു വേണ്ടി പിതാവിനെതിരെ പോരാടുകയായിരുന്നുവെങ്കിൽ നീ ചെയ്യേണ്ടിയിരുന്നത് കൂടുതൽ നല്ല മകനായിത്തീരുകയായിരുന്നു. അങ്ങനെയായിരുന്നെങ്കിൽ നിന്നോട് സംസാരിക്കുവാൻ അവർ ഭയപ്പെടുമായിരുന്നില്ല. പണത്തിനുവേണ്ടി അവരുമായി നീ വഴക്കിടുമായിരുന്നില്ല.

അവർക്കു ദുഃഖം മാത്രം നല്കാതെ സ്നേഹത്തോടെ നിനക്കവരോട് പെരുമാറാമായിരുന്നു. പൂവുപോലെ ഹ്രസ്വമായ ജീവിതത്തിനിടയിൽ നിന്റെ ജ്യേഷ്ഠൻ ഫ്രാൻസിസിന് അവരുടെ ദുഖങ്ങളിൽ സാന്ത്വനമാകാൻ കഴിഞ്ഞിരുന്നു. നിനക്കവനെ മാതൃകയാക്കാമായിരുന്നു. എന്നോടൊപ്പം നിന്നുകൊണ്ട് നിന്റെ പിതാവിനെ തുറുങ്കിലടയ്ക്കാൻ കഴിഞ്ഞിരുന്നുവെങ്കിൽ അമ്മ സന്തുഷ്ടയായേനെ എന്ന നിന്റെ തോന്നൽ തന്നെ തെറ്റായിരുന്നു. തന്റെ ഭർത്താവോ മക്കളോ ജയിൽവസ്ത്രമണിഞ്ഞ് തുറുങ്കിൽ കിടക്കുന്നതു കാണുമ്പോൾ ഒരു സ്ത്രീക്കുണ്ടാകുന്ന വ്യഥ എന്തെന്നറിയണമെന്നുണ്ടെങ്കിൽ നീ എന്റെ ഭാര്യയോട് ചോദിച്ചു നോക്കുക. അവൾ നിന്നോടു പറഞ്ഞുതരും. ജീവിതത്തെപ്പറ്റി എനിക്കുമുണ്ടായിരുന്നു ചില വ്യാമോഹങ്ങൾ. ഞാൻ കരുതി ജീവിതം ഒരു തമാശയാണെന്ന്. അതിൽ നീ ഒരു അനുഗ്രഹമാണെന്നും ഞാൻ കരുതിയിരുന്നു. ശക്തമായി തിരിച്ചടിക്കുന്ന ഒന്നായി ജീവിതം. ദുരന്തങ്ങളുടെ വേളയിൽ നമുക്ക് നമ്മുടെ ശ്രദ്ധ നഷ്ടമായിപ്പോകും. സന്തോഷങ്ങളുടെ മുഖംമൂടി നീ വലിച്ചുകീറിത്തന്നു. അതുവഴി വൻ ദുരന്തങ്ങളിലേക്കു പതിച്ചത് ഞാൻ മാത്രമല്ല നീയും കൂടിയായിരുന്നു.

ഞാൻ അനുഭവിക്കുന്നതെന്താണെന്ന് നിനക്കിപ്പോൾ കുറച്ചെങ്കിലും മനസ്സിലാകുമെന്നു കരുതുന്നു. *പാൾ മാൾ ഗസറ്റ്* എന്ന പ്രസിദ്ധീകരണത്തിലാണെന്നു തോന്നുന്നു എന്റെ നാടകത്തെ പരിചയപ്പെടുത്തി എഴുതിയ ലേഖനത്തിൽ എന്നോടൊപ്പം നിഴൽപോലെ കാണുന്ന നിന്നെപ്പറ്റി ചില പരാമർശങ്ങളുണ്ട്.

ഇവിടെ ഒരു നിഴൽപോലെ എന്നെ പിന്തുടരുകയാണ് നമ്മുടെ സൗഹൃദത്തെപ്പറ്റിയുള്ള ഓർമ്മകൾ. ആ ഓർമ്മകൾ എന്നെ വിട്ടൊഴിയുന്നില്ല. രാത്രി ഏതോ യാമത്തിൽ ആ ഓർമ്മകൾ എന്നെ വിളിച്ചുണർത്തി പേർത്തും പേർത്തും പറഞ്ഞ ആ കഥകൾ തന്നെ വീണ്ടും പറയുന്നു. മുഴുവൻ നിദ്രയും എന്നെ വിട്ടുപോകുംവരെ കഥാകഥനം തുടരുന്നു. പുലരുമ്പോൾ അതു വീണ്ടും ആവർത്തിക്കപ്പെടുന്നു. ജയിൽ മുറ്റത്ത് നടക്കുമ്പോൾ അത് എന്നോടൊപ്പം ഉലാത്തുന്നു. ഭയാനകമായ സംഭവങ്ങളോരോന്നായി അലട്ടാൻ ഒപ്പം ചേരുന്നു. നൈരാശ്യം നിറഞ്ഞ എന്റെ തലച്ചോറിലെ കോടതിയിൽ വിചാരണ ചെയ്യാനാകാത്ത ഒരു സംഭവവുമില്ല. നിന്റെ വിറയാർന്ന വിരലുകളും പതറിയ സ്വരവും കഠിനമായ വാക്കുകളും വിഷം പുരട്ടിയ വാചകങ്ങളും മടങ്ങിയെത്തും. നാം കടന്നുപോയ നദീതടങ്ങളും തെരുവുകളും നമ്മെച്ചുറ്റിയ ചുമരുകളും ക്ലോക്കിലെ സമയസൂചികളും കാറ്റ് തഴുകിപ്പോയ വഴികളും ചന്ദ്രന്റെ ആകൃതിയും നിറവുമെല്ലാം അപ്പോൾ ഒപ്പം കൂടും.

ഞാൻ പറഞ്ഞതിനെല്ലാം ഒറ്റ ഉത്തരമേയുള്ളൂ. നീയെന്നെ സ്നേഹിച്ചിരുന്നു. അകലങ്ങളിൽ കഴിയുകയായിരുന്ന നമ്മെ വിധി അതിന്റെ ശോണവർണ്ണതന്തുക്കളാൽ പരസ്പരം ബന്ധിച്ചു. നീയെന്നെ സ്നേഹിക്കുന്നു എന്നു എനിക്കുമറിയാം. നീയെന്നോട് എന്തൊക്കെ ചെയ്താലും

പറഞ്ഞാലും ഉള്ളിന്റെയുള്ളിൽ നിന്നെ സ്നേഹിക്കുന്നു എന്ന കാര്യം ഞാനറിഞ്ഞു. ലോകത്ത് എനിക്കുള്ള സ്ഥാനവും കലാലോകത്തുള്ള അംഗീകാരവും സമ്പന്നമായ ജീവിതവും തീർച്ചയായും നിന്നെ എന്നോടടുപ്പിച്ച ഘടകങ്ങളായിരുന്നു എന്നും എനിക്കറിയാം. എങ്കിലും ഇതിനെല്ലാം അപ്പുറവും നീയെന്നെ ഇഷ്ടപ്പെട്ടിരുന്നു. ലോകത്തിലുള്ള മറ്റാരോടുള്ളതിനേക്കാളും എനിക്കു സംഭവിച്ചതിനു വിപരീതമായിട്ടുള്ളതാണെങ്കിലും നിന്റെ ജീവിതത്തിലും മഹാദുരന്തം സംഭവിച്ചു. അത് എന്തെന്നറിയാൻ നിനക്ക് ആഗ്രഹമുണ്ടോ? അതിതാണ്. നിന്നിൽ എപ്പോഴും വെറുപ്പാണ് സ്നേഹത്തേക്കാൾ മുന്നിട്ടു നിന്നിരുന്നത്. അതിരുകടന്നതായിരുന്നു നിനക്ക് നിന്റെ പിതാവിനോടുള്ള വെറുപ്പ്. എന്നോടുള്ള കടുത്ത സ്നേഹം അതിന്റെ ശക്തി കൂട്ടി. ചെറിയ അളവിലുണ്ടായിരുന്ന വെറുപ്പ് വേഗത്തിൽ പടർന്നു പന്തലിച്ചു. അത്തരത്തിലുള്ള രണ്ടു വികാരങ്ങൾക്ക് ഒരു ആത്മാവിനുള്ളിൽ സഹവർത്തിത്തത്തോടെ കഴിയാനായില്ല എന്ന കാര്യം നീ തിരിച്ചറിഞ്ഞില്ല. ഭാവനയാണ് സ്നേഹത്തെ പ്രോജ്ജ്വലമാക്കുന്നത്. അത് നമ്മെ കൂടുതൽ ബുദ്ധിശാലികളാക്കും. വികാരങ്ങൾ തരളിതമാക്കും. നാം കൂടുതൽ മഹത്വമുള്ളവരാകും. ജീവിതത്തെ അതിന്റെ സമഗ്രതയോടെ കാണുവാൻ നമ്മെ പ്രാപ്തരാക്കും. മറ്റുള്ളവരെ അവരുടെ യഥാർത്ഥരൂപത്തിൽ അപ്പോൾ മാത്രമേ നമുക്കു ദർശിക്കാനാകൂ. നല്ലതിനുമാത്രമേ, നന്നായി സ്വാംശീകരിച്ചതിനു മാത്രമേ സ്നേഹത്തെ പരിപോഷിപ്പിക്കാനാകൂ. എന്നാൽ വെറുപ്പിനെ പരിപോഷിപ്പിക്കാൻ ഏതിനുമാകും. നീ നുണഞ്ഞ ഒരു ഗ്ലാസ് ഷാംപെയിനോ ഇത്രയും നാളുകൾക്കുള്ളിൽ കഴിച്ച രുചികരമായ കറികളോ നിന്റെ വെറുപ്പിനെ കൊഴുപ്പിച്ചിട്ടുണ്ടാവില്ല. വെറുപ്പിനെ സന്തോഷിപ്പിക്കാൻ നീ എന്റെ ജീവിതംകൊണ്ടാണ് ചൂതാടിയത്. എന്തുവരുമെന്നു ചിന്തിക്കാതെയും അശ്രദ്ധമായും ധൂർത്തോടെയും നീ കൊണ്ടാടിയത് എന്റെ പണമായിരുന്നു. നിനക്കു നഷ്ടമായെങ്കിൽ അതു നിന്റെ നഷ്ടമായിരുന്നില്ല. നീ വിജയിച്ചുവെങ്കിൽ അത് വിജയത്തിന്റെ തന്നെ വിജയമായിരുന്നുവെന്ന് നിനക്കറിയാമായിരുന്നു.

വെറുപ്പ് മനുഷ്യനെ അന്ധനാക്കും. സ്നേഹം അനന്തതാരകയിലെ ലിഖിതങ്ങൾപോലും വായിക്കാൻ നിങ്ങളെ പ്രാപ്തമാക്കുമെങ്കിൽ വെറുപ്പ് ഇടുങ്ങിയ ചുമരുകൾക്കുള്ളിലെ കാമാതുരമായ സാധാരണ വികാരപ്പൂന്തോപ്പിനപ്പുറമുള്ള ഏതിനെയും കാഴ്ചയ്ക്കപ്പുറമാക്കുന്നു. നീ ജീവിച്ച ഭാവനാരഹിതമായ വെറുപ്പിന്റെ ജീവിതമായിരുന്നു നിന്റെ സ്വഭാവത്തിന് മാരകമായ പരിക്കുകളേല്പിച്ചത്. വിളറിയ ചെടിയിൽ കയറിപ്പറ്റിയ ഇത്തിൾച്ചെടിപോലെ നിശ്ശബ്ദമായി രഹസ്യമായി എന്നാൽ കൃത്യതയോടെ വെറുപ്പ് നിന്റെ സ്വഭാവത്തിൽ ആധിപത്യം നേടി. തുച്ഛമായ താല്പര്യങ്ങളും ചെറിയ നേട്ടങ്ങളും മാത്രം നിന്റെ കൺമുന്നിലുണ്ടായിരുന്നുള്ളൂ. സ്നേഹം പ്രോജ്ജ്വലമാക്കുകയായിരുന്ന ഗുണങ്ങളെ നീ വെറുപ്പിന്റെ വിഷം നല്കി തളർത്തി. നിന്റെ പിതാവ് നിനക്കെഴുതിയ ഒരു

സ്വകാര്യ കത്തിലൂടെയായിരുന്നു എനിക്കെതിരായ ആക്രമണം തുടങ്ങിയത്. നിന്റെ ഒരു രഹസ്യചങ്ങാതിയെന്ന നിലയിലായിരുന്നു എനിക്കു നേരെയുള്ള പ്രഥമ ആക്രമണം. ആ കത്തിൽ മറഞ്ഞിരുന്ന നിഗൂഢമായ ഭീഷണിയും അക്രമ സ്വഭാവവും വായിച്ചറിഞ്ഞപ്പോൾതന്നെ എന്റെ ജീവിതത്തിനുമേൽ ഭീതിയുടെ കരിമേഘങ്ങൾ വീഴാൻ തുടങ്ങുന്നു എന്നു ഞാൻ കണ്ടു. നിങ്ങൾക്കിരുവർക്കുമിടയിലെ വെറുപ്പിലേക്ക് കടന്നുവരാൻ ഞാൻ തല്പരനല്ലെന്ന് അന്നുതന്നെ ഞാൻ നിന്നോട് പറഞ്ഞിരുന്നതാണ്. മദ്യപനും തന്ത്രശാലിയുമായ ഒരുവനോട് മല്ലിട്ട് ഞാനെന്റെ ജീവിതം തുലച്ചുകളയാൻ ആഗ്രഹിക്കുന്നില്ല എന്നും ഞാൻ നിന്നോട് പറഞ്ഞു. എനിക്ക് ചെയ്യാനായി അതിലും മെച്ചമായ എത്രയോ കാര്യങ്ങളുണ്ടായിരുന്നു. എന്നാൽ വെറുപ്പ് നിന്നെ അന്ധനാക്കി. നിങ്ങൾ തമ്മിലുള്ള പ്രശ്നം ഒരിക്കലും എന്നെ ബാധിക്കുകയില്ല എന്നു നീ പറഞ്ഞു. നിന്റെ സ്വകാര്യ സൗഹൃദങ്ങൾ ഏതാവണമെന്നു നിശ്ചയിക്കാൻ നീയാരെയും അനുവദിക്കാൻ പോകുന്നില്ല എന്നും നീയപ്പോൾ പറഞ്ഞു. എന്നോട് ആലോചിക്കുകപോലും ചെയ്യാതെ വിഡ്ഢിത്തം നിറഞ്ഞ ഒരു ടെലഗ്രാം നീ മറുപടിയായി അയക്കുകയും ചെയ്തു. അത് തെറ്റായതും സഭ്യമല്ലാത്തതുമായ പാതയിലേക്കു നിന്നെ നയിച്ചു. മനുഷ്യർ അവിവേകമായി പെരുമാറിയതുകൊണ്ടല്ല മാരകമായ പിഴവുകൾ സംഭവിക്കുന്നത്. അവിവേകമായ നിമിഷങ്ങൾ ചിലപ്പോൾ ഒരാളുടെ ഏറ്റവും മെച്ചപ്പെട്ട നിമിഷങ്ങളും ആയിത്തീർന്നേക്കാം. മനുഷ്യൻ യുക്തിപൂർവ്വം പെരുമാറുന്നതുകൊണ്ടാണിങ്ങനെ സംഭവിക്കുന്നത്. അതു തമ്മിൽ വലിയ അന്തരമുണ്ട്. ആ ഒരു ടെലഗ്രാമാണ് പിന്നീട് നീയും നിന്റെ പിതാവും തമ്മിലുള്ള ബന്ധത്തെയും എന്റെ തുടർന്നുള്ള ജീവിതത്തെയും നിർണ്ണയിച്ചത്. ഒരു തെരുവു ബാലൻ പോലും നാണിച്ചു പോകുന്ന ടെലഗ്രാമായിരുന്നു അത്. തരംതാണ ഒരു ടെലഗ്രാമിൽ നിന്നും വക്കീൽ നോട്ടീസുകളിലേക്കുള്ള വളർച്ച സ്വാഭാവികം മാത്രമായിരുന്നു. ഓരോ വക്കീൽ നോട്ടീസും നിന്റെ പിതാവിനെ അദ്ദേഹം കൈക്കൊണ്ട നിലപാടിൽ ഉറപ്പിച്ചു നിർത്താനാണ് സഹായിച്ചത്. മറ്റ് മാർഗ്ഗങ്ങളൊന്നും നീ അവശേഷിപ്പിച്ചുമില്ലല്ലോ. അതൊരു അഭിമാനപ്രശ്നമായാണ് അദ്ദേഹം എടുത്തത്. അപേക്ഷാരൂപത്തിലുള്ള കത്തായിരുന്നെങ്കിൽ എന്തെങ്കിലും മാറ്റം അദ്ദേഹത്തിൽ ഉണ്ടാക്കിയേനെ. അദ്ദേഹത്തിന്റെ അടുത്ത ആക്രമണം നിന്റെ ഒരു സ്വകാര്യ സുഹൃത്തിനുള്ള സ്വകാര്യകത്ത് എന്ന നിലയ്ക്കായിരുന്നില്ല. മറിച്ച് പൊതുജനത്തിലൊരുവനെന്നനിലയിൽ പരസ്യമായിട്ടുതന്നെയായിരുന്നു. എന്റെ വീട്ടിൽനിന്നും എനിക്കദ്ദേഹത്തെ പുറത്തിറക്കേണ്ടിവന്നു. എന്നെ തിരക്കി ഭക്ഷണശാലകൾ തോറും അദ്ദേഹം അലഞ്ഞു. പരസ്യമായി എന്നെ അപമാനിക്കലായിരുന്നു ലക്ഷ്യം. ഏതു രീതിയിലും എന്നെക്കൊണ്ട് തിരിച്ചടിപ്പിക്കുകയായിരുന്നു അങ്ങേരുടെ ലക്ഷ്യം. തിരിച്ചടിച്ചാലും ഇല്ലെങ്കിലും ഞാൻ തുലഞ്ഞുപോകുന്ന സ്ഥിതിയിലായി കാര്യങ്ങൾ. നിന്റെ പേരുപറഞ്ഞ് എന്റെ നേരെ നടക്കുന്ന അധി

ക്ഷേപങ്ങൾക്ക് അറുതി വരുത്താൻ നീ ഇടപെടേണ്ടിയിരുന്ന കൃത്യ സമയം അതായിരുന്നു. അത്രയ്ക്കു ഹീനമായ ആക്രമണത്തിനായി എന്നെ എറിഞ്ഞുകൊടുക്കില്ല എന്ന് ധീരമായി പറയുവാൻ കഴിയുമായി രുന്ന സമയം. പകരം നീയെന്റെ സൗഹൃദത്തെ തള്ളിപ്പറയുകയായിരുന്നു ചെയ്തത്. അതിൽ നിനക്കിപ്പോൾ കുറ്റബോധമുണ്ടാകുമെന്നു ഞാൻ കരുതുന്നു. പക്ഷേ, നിനക്കപ്പോൾ അത്തരമൊരു തോന്നലുമുണ്ടായില്ല. വെറുപ്പ് നിന്നിൽ നിറഞ്ഞുനിന്നിരുന്നു. അങ്ങേരുടെ പേരിൽ ചില അസം ബന്ധ കത്തുകളും ടെലഗ്രാമും അയച്ചതിനു പുറമെ നിനക്കാകെ ചെയ്യാ നായത് വഴിയിൽവച്ച് വെടിപൊട്ടിയ ആ അസംബന്ധത്തോക്ക് ബർക്കി ലിയിൽ നിന്നു വാങ്ങുകയാണ്. അതാകട്ടെ പ്രശ്നങ്ങളെ കൂനിന്മേൽ കുരു പോലെയാക്കി. അതിന്റെ പേരിൽ ഉണ്ടാകാൻ പുകിലൊന്നും ബാക്കിയില്ല. അതിന്റെ പേരിൽ പ്രചരിച്ച നുണക്കഥകൾക്കു കൈയും കണക്കുമില്ല. നിന്റെ പിതാവും എന്നെപ്പോലൊരുവനുമായുള്ള ഭീകര മായ വഴക്കിന് നീ കാരണഭൂതനായതിൽ നീ കൃതാർത്ഥനായതുപോലെ തോന്നി. നിന്റെ പൊങ്ങച്ചത്തെയും കെട്ടിയുണ്ടാക്കിയ സ്വയം പ്രമാ ണിത്തത്തെയും അതു തൃപ്തിപ്പെടുത്തിയിട്ടുണ്ടാവും. നിന്റെ ശരീരം അദ്ദേഹം കൊണ്ടുപോവുകയും ആത്മാവിനെ എന്നോടൊപ്പം വിടുകയും ചെയ്തിരുന്നുവെങ്കിൽ ആ പ്രശ്നത്തിനു ശാശ്വതപരിഹാരം ഉണ്ടായി പ്പോയേനെ. ഇതിന്മേൽ പൊതുജനസംസാരം ഉണ്ടാകുമെന്ന് നീ മണ ത്തറിഞ്ഞു. നിനക്ക് ഒട്ടും പരിക്കേല്ക്കാത്ത ഒരു ദ്വന്ദ്വയുദ്ധം ഉണ്ടാകു ന്നത് നിന്നെ ത്രസിപ്പിച്ചു. ഇതിന്മേൽ കാണിച്ച താല്പര്യത്തോടെ അക്കാ ലത്തൊരിക്കലും ഞാൻ നിന്നെ കണ്ടിട്ടില്ല. ഞങ്ങൾ തമ്മിൽ കാര്യമായ ഏറ്റുമുട്ടലൊന്നും തുടർന്നുണ്ടായില്ല എന്നതിനു മാത്രമായിരുന്നു നിനക്കു ദുഃഖം. നീ തുടരത്തുടരെ അങ്ങേർക്ക് ടെലഗ്രാമുകൾ അയച്ചു. മേലാൽ നിന്റെ ഒരു ടെലഗ്രാമും അങ്ങേർക്ക് കൊണ്ടു കൊടുക്കരുതെന്ന് ജോലി ക്കാരോട് ചട്ടം കെട്ടുന്നിടംവരെ എത്തി കാര്യങ്ങൾ. അതിൽ നീ തൃപ്തി യടഞ്ഞിട്ടുണ്ടാവണം. നീ വിട്ടില്ല. പോസ്റ്റുകാർഡു വാങ്ങി നിറയെ കുത്തി ക്കുറിച്ച് അങ്ങേർക്കയച്ചു കൊടുത്തു. അങ്ങേർ ഒന്നും ഉപേക്ഷിച്ചിട്ടില്ല എന്ന് അറിയാമായിരുന്നിട്ടും നീ വേട്ടയാടിക്കൊണ്ടേയിരുന്നു. നിന്റെ കുടും ബക്കാരുടെ ജന്മവാസന ഇരുവർക്കും ആവോളം ഉണ്ടായിരുന്നു. നീ അങ്ങേരെ വെറുത്ത അത്രയുംതന്നെ അങ്ങേരും നിന്നെ വെറുത്തു. രണ്ടു പേർക്കും കുതിരകളിക്കാനും ദേഷ്യം ശമിപ്പിക്കാനുമുള്ള ഉപാധിയായി ഞാൻ മാറി. വ്യക്തിപരമല്ല വംശീയമാണ് അങ്ങേരുടെ അധിക്ഷേപങ്ങൾ. അങ്ങേരുടെ ക്രോധം ഒന്നടങ്ങിത്തുടങ്ങി എന്നു തോന്നിയപ്പോഴാണ് നിന്റെ ടെലഗ്രാമുകളും പോസ്റ്റു കാർഡുകളും പ്രവഹിച്ചത്. ഉടനെ അങ്ങേ രുടെ ക്രോധം തീയായി ആളിക്കത്തി. സ്വകാര്യവ്യക്തി എന്ന നിലയിൽ സ്വകാര്യമായും പൊതുകാര്യപ്രസക്തൻ എന്ന നിലയിൽ പരസ്യമായും എന്നെ ആക്രമിച്ചു. ഒരു കലാകാരൻ എന്ന നിലയിൽ എന്റെ പ്രവൃത്തി മണ്ഡലത്തിൽ അദ്ദേഹം നടത്തിയ ആക്രമണമാണ് ഏറ്റവും മാരകമാ

യത്. കൃത്യമായി കരസ്ഥമാക്കിയ ടിക്കറ്റുമായി എന്റെ നാടകത്തിന്റെ ആദ്യപ്രദർശനവേളയിൽ മുമ്പിൽത്തന്നെ സ്ഥാനം പിടിക്കുകയും നാടകത്തിനിടെ അനാവശ്യപ്രസ്താവനകൾ നടത്തി തടസ്സം സൃഷ്ടിക്കുകയും ചെയ്തു. നടീനടന്മാരെ അങ്ങേർ അധിക്ഷേപിച്ചു. നാടകാവസാനം കർട്ടനു മുന്നിൽ എത്തിയ എന്നെ തെറിയഭിഷേകം ചെയ്യുകയും ചെയ്തു. ഒരു നാടകകാരനെന്ന നിലയിൽ എന്നെ തകർക്കാനുള്ള ഹീന ശ്രമങ്ങളായിരുന്നു ഇതെല്ലാം. ഇതെല്ലാം മറ്റുള്ളവരുടെ മുന്നിൽ വിളമ്പി വീമ്പടിക്കാനും അങ്ങേർ തയ്യാറായി. ഒടുവിൽ പൊലീസിനെ വിളിച്ചു വരുത്തി അങ്ങേരെ പുറത്താക്കി. ഇത് നിനക്ക് ഇടപെടാനുള്ള സുവർണ്ണാവസരമായിരുന്നു. നീ മൂലം എന്റെ കലാപ്രവർത്തനം തകരാൻ അനുവദിക്കില്ല എന്നെല്ലാം നീ പറഞ്ഞത് ഓർമ്മയുണ്ടാവുമല്ലോ. എന്നെ സംബന്ധിച്ചിടത്തോളം എന്താണ് കല എന്ന ഒരു കുറിപ്പിലൂടെ ഒരിക്കൽ ഞാൻ വ്യക്തമാക്കിയിട്ടുണ്ട്. ഒന്നാമതായി എനിക്ക് എന്നോടും പിന്നെ എനിക്ക് ലോകത്തോടുമുള്ളതാണെന്റെ അഭിനിവേശങ്ങൾ. മറ്റു പ്രണയങ്ങളോടുള്ള എന്റെ പ്രണയം വീഞ്ഞിൽ ചേർക്കുന്ന വെള്ളം പോലെ മാത്രമാണ്. അല്ലെങ്കിൽ പൂർണ്ണചന്ദ്രികയിലെ മിന്നാമിനുങ്ങു പോലെ. നിന്റെ സ്വഭാവത്തിന്റെ പ്രധാന വൈകല്യം ഭാവനാ രാഹിത്യമാണെന്ന് എപ്പോഴെങ്കിലും നീ തിരിച്ചറിഞ്ഞിട്ടുണ്ടോ? നിനക്ക് ചെയ്യാമായിരുന്ന കാര്യം വളരെ ലളിതമായിരുന്നു. പക്ഷേ, നിനക്കതു കാണാനായില്ല. വെറുപ്പ് നിന്നെ അന്ധനാക്കിയിരുന്നു. ഒമ്പതു മാസക്കാലം നിരന്തരമായി എന്നെ പീഢിപ്പിച്ചതിന് എനിക്ക് നിന്റെ പിതാവിന് മാപ്പു നല്കാനാകുമായിരുന്നില്ല. എനിക്ക് നിന്നെ കൈയൊഴിയാനും കഴിയുമായിരുന്നില്ല. എന്നിട്ടും ഞാൻ വീണ്ടും വീണ്ടും അതിനായി പരിശ്രമിച്ചു. നിന്നിൽനിന്നും രക്ഷനേടാൻ ഇംഗ്ലണ്ട് വിട്ട് പുറത്തേക്കുപോകുകവരെ ചെയ്തു. അതൊന്നും ഒരു പ്രയോജനവും ചെയ്തില്ല. എന്തെങ്കിലും ചെയ്യാനാകുമായിരുന്നെങ്കിൽ അതു നിനക്കു മാത്രമായിരുന്നു.

ആറ്

ആ സന്ദർഭത്തെ ശരിയായി ഉപയോഗിക്കാൻ കഴിയുക നിനക്കു മാത്രമായിരുന്നു. നിന്നോടു ഞാൻ കാണിച്ച സ്നേഹത്തിനും പരിചരണത്തിനും പകരമായി എന്തെങ്കിലും ചെയ്യുവാനാകുന്ന സന്ദർഭമായിരുന്നു അത്. ഒരു കലാകാരനെന്ന നിലയിൽ എന്റെ മൂല്യത്തിന്റെ പത്തിലൊരംശത്തെപ്പറ്റിയെങ്കിലും നിനക്ക് പരിഗണനയുണ്ടായിരുന്നെങ്കിൽ നീ അപ്രകാരം ചെയ്യുമായിരുന്നു. വെറുപ്പ് നിന്നെ അന്ധനാക്കി. 'അപ്പോൾ, അപ്പോൾ മാത്രമെ ഒരാളുടെ തനിസ്വരൂപത്തെ നിങ്ങൾക്കറിയാനാകൂ എന്ന പ്രയോഗത്തിന് നിന്നിൽ ഒരു അർത്ഥവുമുണ്ടാകാനാവില്ല. എങ്ങനെ നിന്റെ പിതാവിനെ അഴികൾക്കകത്താക്കാം എന്നുമാത്രമാണ് നീ ചിന്തിച്ചത്. അതിനെപ്പറ്റി മാത്രമാണ് നീയെപ്പോഴും ചിന്തിച്ചതും പറഞ്ഞതും. വെറുപ്പ് നീ ആഗ്രഹിച്ചതൊക്കെ നിനക്കു നേടിത്തന്നു. നിനക്ക് പറ്റിയ യജമാനൻതന്നെയായിരുന്നു വെറുപ്പ്. രണ്ടു ദിവസക്കാലം പൊലീസ് ഉദ്യോഗസ്ഥൻ അടുത്തിരുന്ന് പ്രതിക്കൂട്ടിനുള്ളിൽ നില്ക്കുന്ന നിന്റെ പിതാവിനെ ദർശിക്കുന്നത് നിന്റെ കണ്ണുകൾക്ക് വിരുന്നായി. മൂന്നാം ദിവസം അദ്ദേഹം നിന്നിടത്തു ഞാനായി. എന്താണു സംഭവിച്ചത്? നിങ്ങളുടെ പരസ്പരമുള്ള വെറുപ്പിന്റെ കളികൾക്കിടയിൽ നീ തോറ്റപ്പോൾ കരുക്കൾ എന്റെ ആത്മാവിലേക്കാണ് വലിച്ചെറിയപ്പെട്ടത്, അത്രമാത്രം.

നിന്റെ ജീവിതത്തെപ്പറ്റിയത്രെ ഞാൻ എഴുതുന്നത്. നീയതു തിരിച്ചറിയണം. നാലുവർഷത്തിലേറെയായി നാം അടുത്തറിയുന്നു. അതിൽ പകുതിക്കാലം നാമൊരുമിച്ചാണു കഴിഞ്ഞത്. ബാക്കിയുള്ള രണ്ടു കൊല്ലക്കാലം നമ്മുടെ സൗഹൃദത്തിന്റെ പേരിൽ ജയിലിനുള്ളിലും. എവിടെവച്ചാവും ഈ കത്ത് നിന്റെ കൈകളിൽ വന്നുചേരുക? അതോ ഒരിക്കലും വന്നു ചേരുകയില്ലെന്നുവരുമോ? എനിക്കറിയില്ല. ഒന്നെനിക്കറിയാം നീ

റോമിലോ നേപ്പിൾസിലോ പാരീസിലോ വെനീസിലോ അല്ലെങ്കിൽ ഏതെങ്കിലും മനോഹരമായ കടൽത്തീരത്തിലോ നദീതീരത്തിലോ ഉണ്ടാവും.

എന്നോടൊപ്പം ഉണ്ടായിരുന്നപ്പോൾ അനുഭവിച്ച അത്ര ആഡംബരമൊന്നുമില്ലെങ്കിലും ഉറപ്പായും നിന്റെ കണ്ണിനും കാതിനും നാവിനും ബോധിച്ചതൊക്കെയും നിന്റെയരികിലുണ്ടാവും. എങ്കിലും നീ ബുദ്ധിമാനാണെങ്കിൽ ഇതിലും മെച്ചമായ ജീവിത സാഹചര്യങ്ങൾ കിട്ടണമെന്നു കൊതിക്കുന്നുണ്ടെങ്കിൽ എന്റെ ഈ കത്ത് നിന്റെ ജീവിതത്തിൽ ഒരു പ്രതിസന്ധി സൃഷ്ടിക്കും; ഒരു വഴിത്തിരിവും. വിളറിയ നിന്റെ മുഖം വീഞ്ഞു നുകരുമ്പോഴോ സന്തോഷം വരുമ്പോഴോ ചുവന്നു തുടുക്കും. ഈ കത്തു വായിക്കുകയാണെങ്കിൽ അപമാനഭാരം കൊണ്ട് ജ്വലിക്കുന്ന അടുപ്പുപോലെയാവും നിന്റെ ജീവിതം. അതു നിനക്ക് ഗുണം ചെയ്യും. ആഴമില്ലായ്മയാണ് ജീവിതത്തിലെ ഏറ്റവും വലിയ തിന്മ; തിരിച്ചറിയപ്പെട്ടതൊക്കെയും ശരിയും.

താല്ക്കാലിക തടവുമുറിയിലെത്തിയതുവരെയുള്ള കഥയാണല്ലോ ഞാൻ പറഞ്ഞുവന്നത്. പൊലീസ് സ്റ്റേഷനിൽനിന്നും ഒരു വാനിലാണ് എന്നെ അവിടെയെത്തിച്ചത്. അവിടെയെല്ലാം നീ അതീവ ശ്രദ്ധാലുവായിരുന്നു. വിദേശത്തേക്കുപോകുംവരെ മിക്ക സായാഹ്നങ്ങളിലും നീ എന്നെക്കാണാനെത്തി. മധുരമനോജ്ഞങ്ങളായ കത്തുകളും നീയെഴുതി. യഥാർത്ഥത്തിൽ എന്നെ ജയിലിലെത്തിച്ചത് നിന്റെ പിതാവായിരുന്നില്ല; നീയായിരുന്നു. തുടക്കം മുതൽ നീ മാത്രമായിരുന്നു അതിന് ഉത്തരവാദി. നിന്നിലൂടെ നിനക്കുവേണ്ടി നീ മുഖേനയാണതു സംഭവിച്ചത്. അഴികൾക്കുള്ളിൽ കിടക്കുന്ന ഞാൻ എന്ന മനോഹര കാഴ്ച നിന്റെ നിർജ്ജീവ ഭാവനയെ ഉദ്ദീപിപ്പിച്ചിരുന്നോ? ഒരു ദുരന്തനാടകം കാണുന്ന പ്രേക്ഷകനെപ്പോലെയായിരുന്നു നീ. ആ നാടകം ദുരന്തമാക്കിയത് നിന്റെ കൈകളാലാണെന്നു നീ തിരിച്ചറിഞ്ഞുവോ? ഒരിക്കലുമില്ല.

നിന്റെ ഹൃദയം നിന്നോടു പറഞ്ഞിരിക്കാവുന്ന ഒരുകാര്യം ഞാനായിട്ടു പറയാൻ ആഗ്രഹിക്കുന്നില്ല. ഉള്ളിൽനിന്നും തോന്നണം. ഒരാൾക്ക് മനസ്സിലാകാത്തതും അനുഭവിപ്പിക്കാത്തതുമായ കാര്യങ്ങൾ അയാളോടു പറഞ്ഞിട്ടു കാര്യമില്ല. സാധാരണ ചെയ്യാറുള്ളതുപോലെ ഞാനെഴുതുന്നുവെങ്കിൽ അത് ദീർഘമായ എന്റെ തടവുകാലത്തുള്ള നിന്റെ നിശ്ശബ്ദതയോടും ചെയ്തികളോടുമുള്ള പ്രതികരണമെന്ന നിലയിൽ മാത്രമാണ്. അപ്രതീക്ഷിതമായി കിട്ടിയ ഇടിപോലെയായി കാര്യങ്ങൾ. ഇപ്പോൾ ഞാനത് ആസ്വദിച്ചുതുടങ്ങി. അനുഭവിക്കാൻ ഏറെയുണ്ട് ഈ തടവുജീവിതത്തിൽ തികച്ചും. എങ്കിലും ഇവിടെ കിടന്നുകൊണ്ട് നിന്റെ തികച്ചും അന്ധമായ ചെയ്തികളെ നിരീക്ഷിക്കുമ്പോൾ ചെറിയൊരു അവജ്ഞ ഉള്ളിൽ തോന്നാറുമുണ്ട്. ഒരു മൂന്നാംകിട പത്രത്തിൽ നിന്നെപ്പറ്റി എഴുതിയ ഒരു കത്ത് അഭിമാനപൂർവ്വം കാട്ടിത്തന്നത് ഞാനോർക്കുന്നു. അത് തീർച്ചയായും കരുതലോടെ എഴുതിയ മൗലികതയില്ലാത്ത കത്തായിരുന്നു. വീണുപോയ ഒരുവനോടുള്ള ഒരു ഇംഗ്ലീ

ഷുകാരനുണ്ടാവേണ്ട മര്യാദയെപ്പറ്റിയായിരുന്നു നീ സൂചിപ്പിച്ചിരുന്നത്. നിനക്കത്ര പരിചയമില്ലാത്ത ആളിനുനേരെ വേദനയോടെ ചില ആരോപണങ്ങൾ ഉന്നയിക്കുന്നു എന്ന രീതിയിലായിരുന്നു ആ കത്ത്. അത് അതിശയകരമായ ഒരു കത്താണെന്നാണ് നീ കരുതിയത്. അതൊരു ധീരപ്രവൃത്തിയായാണ് നീ കണ്ടത്. നീ അയച്ചുകൊടുത്തിട്ടും പത്രങ്ങൾ പ്രസിദ്ധീകരിക്കാത്ത കത്തുകൾ ഏറെയുണ്ടാകുമെന്ന് എനിക്കറിയാം. അതെല്ലാം നിന്റെ പിതാവിനെ നീ വെറുക്കുന്നു എന്നു സ്ഥാപിക്കാൻ എഴുതിയിട്ടുള്ളവയാകും. നീ അങ്ങനെ ചെയ്തോ ഇല്ലയോ എന്നത് ഇവിടെ ഒരു വിഷയമല്ല. ബുദ്ധിപരമായി വീക്ഷിക്കുകയാണെങ്കിൽ വെറുപ്പ് ശാശ്വതമായ നിരാസമാണ്. വൈകാരികതലത്തിൽ നിന്നു പരിശോധിക്കുകയാണെങ്കിൽ വെറുപ്പ് അവനവനെയൊഴികെ മറ്റെന്തിനെയും കൊന്നു തിന്നുന്ന ഒന്നാണ്. ആരെയെങ്കിലും വെറുക്കുന്നു എന്നു പറഞ്ഞു പത്രങ്ങളിലേക്കു കത്തയക്കുകയെന്നു പറഞ്ഞാൽ തനിക്ക് നാണക്കേടുണ്ടാക്കുന്ന ഏതോ രോഗം ഉണ്ടെന്നു പറഞ്ഞ് കത്തയക്കുംപോലെയാണ്. നീ നിന്റെ സ്വന്തം പിതാവിനെയാണു വെറുക്കുന്നതെന്നതോ അതു നിങ്ങൾ പരസ്പരം കൈമാറുന്നതാണെന്നതോ നിന്റെ വെറുപ്പിനെ മഹത്തരമാക്കുന്നില്ല. അതൊരു പാരമ്പര്യ രോഗമാണെന്ന് ആൾക്കാരെ ബോദ്ധ്യപ്പെടുത്താമെന്ന് മാത്രം.

ഒരു കാര്യം കൂടി ഓർമ്മ വരുന്നു. വീട് ലേലത്തിനുവച്ചു. എന്റെ പുസ്തകങ്ങളും വീട്ടുപകരണങ്ങളും വില്പനയ്ക്കായി പരസ്യം ചെയ്തു. ഞാൻ പാപ്പരാകാൻ പോകുന്നു. സ്വാഭാവികമായും ഇക്കാര്യം അറിയിക്കാനും ഞാൻ നിനക്ക് എഴുതി. ഞാനും നീയും ഭക്ഷണം കഴിക്കുകയും ഉറങ്ങുകയും ചെയ്തിരുന്ന മുറിയിലേക്ക് കോടതി ഉദ്യോഗസ്ഥർ കാലെടുത്തുവച്ചപ്പോൾ അതു നിനക്കായി എന്റെ വക ഒരു സമ്മാനം വാങ്ങാനുള്ള തുകയ്ക്കായിക്കൂടി ആയിരിക്കുമെന്ന് ഞാൻ കത്തിൽ പരാമർശിച്ചില്ല. അതു നിന്നെ വേദനിപ്പിച്ചേക്കുമെന്ന് ഞാൻ ശരിയായോ തെറ്റായോ കരുതി. ഞാൻ വസ്തുതകൾ മാത്രമേ പറഞ്ഞുള്ളൂ. അതൊക്കെ നിനക്കറിയാമെന്നു ഞാൻ കരുതി. ഫ്രാൻസിൽനിന്നും വിജയാഹ്ലാദത്തോടെ നീ മറുപടി തന്നു. കേസു പറയാൻ നിന്റെ പിതാവ് ആയിരത്തി അഞ്ഞൂറ് പൗണ്ടിനായി ഓടുകയാണ്. ഞാൻ പാപ്പരായാൽ, നഷ്ടപരിഹാരത്തുക കിട്ടാതെ അങ്ങേർ കുഴങ്ങും എന്ന കാര്യമാണ് നിന്നെ ആഹ്ലാദിപ്പിച്ചത്. വെറുപ്പ് ഒരാളെ എത്രമാത്രം അന്ധനാക്കുമെന്ന് നീ തിരിച്ചറിയുന്നുണ്ടോ? താനൊഴികെ മറ്റെന്തിനെയും തിന്നുതീർക്കുന്ന മാരകരോഗമാണ് വെറുപ്പെന്നു ഞാൻ സൂചിപ്പിച്ചത് നീ മറന്നിട്ടില്ലല്ലോ. ഞാൻ ഒരു മനഃശാസ്ത്ര സത്യം പറഞ്ഞെന്നു മാത്രം. ഞാൻ പ്രിയപ്പെട്ടതായി സൂക്ഷിച്ചതൊക്കെയും എനിക്കുവില്ക്കേണ്ടിവന്നു. എന്റെ കാലത്തെ പ്രധാന കവികളുടെ കവിതാ സമാഹാരങ്ങൾ, എന്റെ അച്ഛനുമമ്മയും മനോഹരമായ ചട്ടയിട്ടു സൂക്ഷിച്ച വിലമതിക്കാനാവാത്ത പുസ്തകങ്ങൾ, സ്കൂൾകാലത്തെ ട്രോഫികൾ ഇതൊന്നും നിന്നെ സംബന്ധിച്ച് ഒന്നുമ

ല്ലായിരിക്കും. അതൊക്കെ പരമമായ മുഷിപ്പൻ കാര്യങ്ങളാണെന്നാണ് നീ പറഞ്ഞത്. നിന്റെ പിതാവിന് കുറെ പൗണ്ട് നഷ്ടപ്പെടുമെന്ന് മാത്ര മാണ് നീയതിൽ കണ്ടത്. അതിൽ നീ ഏറെ സന്തോഷം കണ്ടു. കോട തിച്ചെലവിനെപ്പറ്റി അറിയണോ? നിന്റെ പിതാവ് ഓർലീൻസ് ക്ലബ്ബിൽ വച്ച് വീമ്പടിച്ചത് കേക്കണോ? ഇനി പതിനായിരം പൗണ്ട് ചെലവിടേണ്ടി വന്നാലും അങ്ങേർക്കതു പുല്ലാണ്. വിജയമാണ് പ്രധാനം. രണ്ടു കൊല്ല ക്കാലം എന്നെ തുറുങ്കിലടയ്ക്കാൻ കഴിഞ്ഞതിൽ മാത്രമല്ല ഒരു സായാ ഹ്നമെങ്കിലും ജനത്തിനുമുന്നിൽ എന്നെ പാപ്പരാക്കി കാണിക്കാൻ പറ്റി എന്നതിൽ കൂടിയാണ് അങ്ങേർ സന്തോഷിച്ചത്. എന്റെ ദയനീയ തകർച്ചയും അങ്ങേരുടെ വമ്പൻ വിജയവുമാണുണ്ടായത്. നിന്റെ പിതാവ് എന്നിൽ നിന്നും നഷ്ടപരിഹാരം തേടിയിരുന്നില്ലെങ്കിൽ ഒരു എഴുത്തു കാരനെന്ന നിലയിൽ എന്റെ സർവ്വസ്വവുമായിരുന്ന ലൈബ്രറി നഷ്ടമാ യതിൽ നീ എന്നോട് സഹതപിക്കുമായിരുന്നേനെ. ഞാൻ നിനക്കായി ചെലവിട്ടതൊക്കെയും ഓർത്ത് ചിലപ്പോൾ എനിക്കു നഷ്ടമായ പുസ്ത കങ്ങളെങ്കിലും തിരികെ വാങ്ങിത്തന്നെന്നുമിരുന്നേനെ. ഒരാഴ്ചക്കാല ത്തേക്ക് ഞാൻ നിനക്കായി ചെലവിട്ടിരുന്ന കേവലമായ നൂറ്റമ്പത് പൗണ്ട് മാത്രമാണ് ആ പുസ്തകം വിറ്റതുവഴി കിട്ടിയത്. നിന്റെ പിതാവിന് നഷ്ട പ്പെടാവുന്ന ചെറിയ തുകയെപ്പറ്റിയോർത്ത് സന്തോഷിച്ചതിനാൽ നിന ക്കിതൊന്നും കണക്കിലെടുക്കാനേ കഴിഞ്ഞില്ല. അതുകൊണ്ടുതന്നെ നിസ്സാരമായി നിനക്ക് ചെയ്യാൻ പറ്റുമായിരുന്ന ആ സഹായത്തെപ്പറ്റി നീ ഓർത്തതേയില്ല. അത്ര നിസ്സാരവും ചെലവുകുറഞ്ഞതും നിനക്ക് നിഷ്പ്രയാസം ചെയ്യാൻ പറ്റുന്നതുമായിരുന്നു ആ സഹായം. വെറുപ്പ് മനുഷ്യരെ അന്ധരാക്കും എന്ന എന്റെ നിരീക്ഷണം ശരിയാണെന്നു നിനക്കും തോന്നുന്നില്ലേ? തോന്നുന്നില്ലെങ്കിൽ അതിനായി ശ്രമിക്കൂ.

ഇന്നെന്നപ്പോലെ അപ്പോഴും ഞാനിതെല്ലാം എത്ര വ്യക്തമായിക്ക ണ്ടിരുന്നു എന്ന കാര്യം നിന്നോടു പറയുന്നില്ല. എന്നാൽ ഞാനെന്നോടു തന്നെ പറഞ്ഞു. “എന്തുവില നല്കേണ്ടിവന്നാലും ഞാൻ എന്റെ സ്നേഹം ഹൃദയത്തിൽ സൂക്ഷിക്കും.” സ്നേഹമില്ലാതെ ജയിലിലേക്കു പോകേണ്ടിവന്നാൽ എന്റെ ആത്മാവിന് എന്തു സംഭവിക്കും? സഹജ സ്വഭാവമാണ് സ്നേഹമെന്ന് തെളിയിക്കാനുള്ള ശ്രമമായിരുന്നു ഹോളോ വേയിലേക്കു പോകുംവഴി ഞാനെഴുതിയ കത്തുകൾ. നിന്നെ അധിക്ഷേ പിക്കുകയായിരുന്നു ലക്ഷ്യമെങ്കിൽ എനിക്കതിനു കഴിയുമായിരുന്നു. ശാപവാക്കുകൾ പറയാമായിരുന്നു. എനിക്കു വേണമെങ്കിൽ നിനക്കു നേരെ ഒരു കണ്ണാടി ഉയർത്തിക്കാട്ടി നിന്റെ മുഖം എത്ര വികൃതമാണെന്നു കാട്ടിത്തരാമായിരുന്നു. അതു കാണുംവരെ നീ നിന്റെ മുഖത്തിന്റെ യഥാർത്ഥ രൂപം തിരിച്ചറിയുമായിരുന്നില്ല. മറ്റുള്ളവരുടെ പാപം എന്റെ കണക്കിൽ എഴുതിച്ചേർക്കപ്പെട്ടു. ഞാൻ തീരുമാനിച്ചിരുന്നെങ്കിൽ വിചാ രണവേളയിൽ കുറ്റം അങ്ങേരുടെ മേൽ ചാർത്തി എനിക്ക് രക്ഷ നേടാ മായിരുന്നു. അപമാനത്തിൽനിന്നും രക്ഷനേടാനായില്ലെങ്കിലും

ജയിൽവാസം ഒഴിവാക്കാമായിരുന്നു. നിന്റെ പിതാവ് ഹാജരാക്കിയ ഗവൺമെന്റു ഭാഗം സാക്ഷികൾ പറഞ്ഞതൊക്കെയും ഗൂഢാലോചനയുടെ ഭാഗമാക്കി പഠിപ്പിച്ചൊരുക്കിപ്പറയിച്ചതാണെന്നു എനിക്കു തെളിയിക്കാമായിരുന്നു. അവരെ ഓരോരുത്തരെയും സാക്ഷിക്കൂട്ടിൽ നിന്നും ജഡ്ജി തന്നെ ഇറക്കിവിടുന്ന സാഹചര്യം സൃഷ്ടിക്കാമായിരുന്നു. കൈകൾ പോക്കറ്റിൽ തിരുകി നിഷ്പ്രയാസം നിരപരാധിയായി കോടതിയിൽനിന്നും ഇറങ്ങിപ്പോരാമായിരുന്നു. അങ്ങനെ ചെയ്യാൻ എനിക്കുമേൽ കടുത്ത സമ്മർദ്ദം ഉണ്ടായി. എന്റേയും കുടുംബത്തിന്റെയും ക്ഷേമത്തിൽ താല്പര്യമുള്ള ചിലർ അങ്ങനെ ചെയ്യാനെന്നോട് ഉപദേശിക്കുകയും യാചിക്കുകയും ചെയ്തു. എന്നാൽ ഞാൻ വിസമ്മതിച്ചു. ജയിൽവാസമനുഭവിച്ച കഠിനമായ നാളുകളിൽപോലും ഞാനങ്ങനെ തീരുമാനിച്ചതിൽ എനിക്ക് തെല്ലും കുറ്റബോധവുമുണ്ടായില്ല. അത്തരത്തിലൊരു പ്രവൃത്തി എനിക്ക് ചെയ്യാനാവില്ല. തൊലിക്കുമേൽ വരുന്ന രോഗങ്ങൾ ചികിത്സിച്ചു ഭേദപ്പെടുത്താം. ആത്മാവിലെ രോഗങ്ങൾ മാത്രമാണ് അപമാനകരം. അത്തരത്തിലുള്ള മാർഗ്ഗങ്ങളിലൂടെ ശിക്ഷയിൽനിന്നും രക്ഷ നേടിയാൽ ജീവിതകാലം മുഴുവനുള്ള പീഡനമായി അതുതീർന്നേക്കും. എനിക്ക് നിന്നോടുള്ള സ്നേഹത്തിന് നീ അർഹനാണെന്നോ ഒരു നിമിഷമെങ്കിലും ഞാനങ്ങനെ വിശ്വസിക്കുന്നുവെന്നോ നീ യഥാർത്ഥത്തിൽ കരുതുന്നുണ്ടോ? ഞാൻ നിന്റെ മേൽ ചൊരിഞ്ഞ സ്നേഹത്തിന് അർഹനാണെന്നു നീ യഥാർത്ഥത്തിൽ കരുതുന്നുണ്ടോ? അല്ലെങ്കിൽ അതിന് നീ അർഹനായിരുന്നുവെന്ന് ഞാൻ ഒരു നിമിഷമെങ്കിലും കരുതിയിരുന്നോ? തീർച്ചയായും ഇല്ല. സ്നേഹം ഒരിക്കലും കമ്പോളത്തിൽ വില്ക്കപ്പെടുന്നില്ല. അത് സന്തോഷമാണ്. ബൗദ്ധികതയുടെ ആഹ്ലാദമാണ്. ജീവിതത്തിന്റെ തെളിവാണ്. സ്നേഹത്തിന്റെ ലക്ഷ്യം സ്നേഹം തന്നെയാണ്. മറ്റൊന്നുമല്ല. നീയെന്റെ ശത്രുവായിരുന്നു. ഒരു മനുഷ്യനും ഒരിക്കലും ഉണ്ടാകാത്ത തരത്തിലുള്ള ശത്രു. ഞാൻ നിനക്ക് എന്റെ ജീവിതമാണ് നല്കിയത്. നീയോ? ഒരു മനുഷ്യന്റെ ഏറ്റവും നിന്ദാർഹമായ വികാരങ്ങളായ വെറുപ്പിനും പൊങ്ങച്ചത്തിനും ആർത്തിക്കും വേണ്ടി അത് വലിച്ചെറിഞ്ഞു. കേവലം മൂന്നുവർഷംകൊണ്ട് നീയെന്നെ നശിപ്പിച്ചു. എല്ലാ രീതിയിലും. നിന്നെ സ്നേഹിക്കുകയല്ലാതെ മറ്റൊന്നും ചെയ്യുവാനുണ്ടായിരുന്നില്ല. ഞാൻ നിന്നെ വെറുക്കുകയാണെങ്കിൽ ജീവിതത്തെരുവിലൂടെയുള്ള തുടർന്നുള്ള എന്റെ യാത്രയിൽ വഴിയിൽ കാണുന്ന ഓരോ പാറക്കെട്ടിനും അതിന്റെ നിഴൽ നഷ്ടമാകും. ഓരോ ഈന്തപ്പനയും മാറിപ്പോവും. വഴിക്കിണറിലെ ഓരോ തുള്ളി ജലവും നഷ്ടമാവും. ഞാൻ പറയുന്നതെന്തെന്ന് തെല്ലെങ്കിലും നിനക്ക് മനസ്സിലാകുന്നുണ്ടോ? ദീർഘനിദ്രയിലായ നിന്റെ പ്രജ്ഞ ഇനിയും ഉണരുന്നില്ലേ? വെറുപ്പെന്താണെന്ന് നിനക്ക് ഇതിനകം മനസ്സിലായിട്ടുണ്ടാവും. സ്നേഹമെന്തെന്നും അതിന്റെ രൂപമെന്തെന്നും നിനക്ക് മനസ്സിലായിത്തുടങ്ങിയോ? ഇനിയും അതിനു വൈകിയിട്ടില്ല. അതു നിന്നെ പഠിപ്പിക്കാനുള്ള ശ്രമത്തിൽ ഞാൻ അഴി

കൾക്കുള്ളിലായെങ്കിലും. ശിക്ഷിക്കപ്പെട്ട്, ജയിൽ വസ്ത്രം ധരിച്ച് ഉള്ളിൽ കടന്നപ്പോൾ ജയിൽവാതിലുകൾ അടഞ്ഞു. എന്റെ ആഹ്ലാദകരമായ ജീവിതത്തിന്റെ ശവക്കൂനയ്ക്കുമേൽ വേദനിച്ചും നിഴലുകളെപ്പോലും ഭയന്നും ഞാനിരുന്നു. ഒരിക്കൽപ്പോലും നിന്നെ ഞാൻ വെറുത്തില്ല. ഓരോ ദിവസവും ഞാനെന്നോടു പറഞ്ഞു "എനിക്ക് എന്റെ ഉള്ളിലെ സ്നേഹം വറ്റിപ്പോകാതെ സൂക്ഷിക്കണം. അല്ലെങ്കിൽ ഞാനെങ്ങനെ ഇതിനുള്ളിലെ കാലമത്രയും തള്ളിനീക്കും?" നീ എന്നോട് തെറ്റൊന്നും ചെയ്തിട്ടില്ലെന്ന് എന്നെ ബോദ്ധ്യപ്പെടുത്താൻ ശ്രമിച്ചുകൊണ്ടിരുന്നു. നീ വില്ലെടുത്തു അമ്പു തൊടുത്തു. പ്രതീക്ഷിച്ചിടത്തല്ല തറച്ചത്. നീയുമായി തട്ടിച്ചുനോക്കിയാൽ എന്റെ നഷ്ടങ്ങളും ദുരന്തങ്ങളും ഒന്നുമല്ലെന്നു ഞാൻ കരുതി. നീയും എന്നെപ്പോലെതന്നെ വേദനിക്കുന്നുണ്ടാവുമെന്ന് ഞാൻ കണക്കുകൂട്ടി. വെറുപ്പുതീർത്ത അന്ധത നിന്റെ കണ്ണുകളിൽനിന്നും ഒഴിഞ്ഞു പോയിട്ടുണ്ടാവുമെന്നു എന്നെ വിശ്വസിപ്പിക്കാൻ ഞാൻ ശ്രമിച്ചു. നിന്റെ പ്രവൃത്തിമൂലം എനിക്കു വന്നുചേർന്ന ദുരന്തത്തിൽ നീയെത്രമാത്രം തീ തിന്നുന്നുണ്ടാവുമെന്ന് ഞാൻ ഊഹിച്ചു. എന്റെ ജീവിതത്തിലെ ഏറ്റവും ഇരുണ്ട ദിനങ്ങളിൽപ്പോലും നിന്നെ ആശ്വസിപ്പിക്കാൻ എന്റെ ഉള്ളം വെമ്പി. എന്താണു നീ ചെയ്തതെന്ന് നീ തിരിച്ചറിഞ്ഞിട്ടുണ്ടാവുമെന്ന് എനിക്കിപ്പോൾ ഉറപ്പുണ്ടായിരുന്നു.

ഒരാളിനു ഉണ്ടായേക്കാവുന്ന ഏറ്റവും വലിയ തിന്മയായ പൊള്ളത്തരം നിന്നിലുമുണ്ടായേക്കും എന്ന് അപ്പോൾ എനിക്കു തോന്നിയിരുന്നില്ല. അത് നിനക്കെഴുതേണ്ടിവന്നതിൽ എനിക്കു അങ്ങേയറ്റത്തെ വേദനയുണ്ട്. ആദ്യത്തെ കത്തു കിട്ടുമ്പോൾ എനിക്കെന്റെ കുടുംബ കാര്യങ്ങൾ പരിഗണിക്കേണ്ടിയിരുന്നു. ഞാനൊരു പ്രാവശ്യം എന്റെ ഭാര്യക്ക് എഴുതുകയാണെങ്കിൽ എന്നെയും മക്കളെയും കരുതി അവൾ വിവാഹ മോചനം തേടുകയില്ലെന്ന് ഉറപ്പുതന്നുകൊണ്ട് അവളുടെ സഹോദരൻ എഴുതി. അങ്ങനെ ചെയ്യുന്നതാണെന്റെ കർത്തവ്യമെന്ന് ഞാൻ കരുതി. എന്റെ ചങ്ങാതിമാരിൽ ചങ്ങാതിയും എന്റെ എല്ലാ കൂട്ടുകെട്ടുകൾക്കപ്പുറമുള്ളവനുമായ എന്റെ മകൻ സിറിളിനെ പിരിയുക എന്ന കാര്യം എനിക്ക് ചിന്തിക്കാനേ കഴിയുമായിരുന്നില്ല. ഇതൊന്നും ഞാൻ തൊലിപ്പുറത്തുനിന്നുകൊണ്ടു പറയുന്ന വാക്കുകൾ അല്ല. പക്ഷേ, ഇക്കാര്യങ്ങളൊക്കെ മനസ്സിലാക്കാൻ ഞാൻ വൈകിപ്പോയിരുന്നു.

നിന്റെ അപേക്ഷയ്ക്കുശേഷം രണ്ടാഴ്ചകഴിഞ്ഞാണ് നിന്നെപ്പറ്റിയുള്ള വാർത്ത ഞാൻ കേൾക്കുന്നത്. ധീരനും ബുദ്ധിമാനുമായ റോബർട്ട് ഷെരാർഡ് എന്നെ കാണാനെത്തി. പലതും പറഞ്ഞ കൂട്ടത്തിൽ സാഹിത്യ വ്യഭിചാരം നടത്തുന്ന ഒരു ഫ്രഞ്ചുപ്രസിദ്ധീകരണത്തിൽ നീ എന്നെപ്പറ്റി ഒരു ലേഖനം എഴുതിയെന്നും എന്റെ കത്തുകളുടെ ചില ഭാഗങ്ങൾ അതിനോടൊപ്പം ചേർത്തുവെന്നും അദ്ദേഹം അറിയിച്ചു. ഞാൻ ഞെട്ടിപ്പോയി. അത് ഉടനെ നിർത്തിവയ്ക്കാൻ ഞാൻ ആവശ്യപ്പെട്ടു. ഞാൻ യഥാർത്ഥത്തിൽ അതാഗ്രഹിക്കുന്നുണ്ടോയെന്ന് അദ്ദേഹം തിര

ക്കി. തന്റെ കത്ത് ദുരുപയോഗം ചെയ്യപ്പെട്ടു. ഞാൻ നിനക്കെഴുതിയതിന് അനവസരത്തിലുള്ള നന്ദിപ്രകാശനമായിപ്പോയി അത്. അവശേഷിക്കുന്ന കത്തുകളിൽനിന്നും തെരഞ്ഞെടുത്തത് പ്രസിദ്ധീകരിക്കുന്ന കാര്യം എനിക്ക് അവിശ്വസനീയമായിതോന്നി. എന്റെ ഏതൊക്കെ കത്തുകൾ അതിൽപ്പെടും? എനിക്ക് ഒരു വിവരവും ലഭിക്കുന്നില്ല. അതാണ് നിന്നെപ്പറ്റിയുള്ള ആദ്യ വാർത്ത. അതെന്നെ വിഷമിപ്പിക്കുകയും ചെയ്തു.

അല്പം കഴിഞ്ഞയുടനെ വാർത്തയുടെ രണ്ടാം ഘട്ടവും എന്നെത്തേടിവന്നു. നിന്റെ പിതാവിന്റെ അഭിഭാഷകർ ജയിലിലെത്തി. അവരുടെ ഫീസായി ഞാൻ നല്കേണ്ട തുച്ഛമായ 700 പൗണ്ടിന്റെ പേരിൽ അവർ എനിക്കു നോട്ടീസ് നല്കി. എന്നെ പാപ്പരായി കണക്കാക്കുന്നതായിരുന്നു ആ നോട്ടീസ്. അതുവഴി എന്നെ പാപ്പരായി പ്രഖ്യാപിക്കാനും കോടതി മുമ്പാകെ ഹാജരാക്കാനും തീരുമാനിക്കപ്പെട്ടു. നിന്റെ കുടുംബം അത് ഒടുക്കാൻ തയ്യാറായിരുന്നെങ്കിൽ പാപ്പരാകുന്നത് ഒഴിവാക്കാൻ കഴിയുമായിരുന്നുവെന്നാണ് ഞാൻ അന്നും ഇന്നും കരുതുന്നത്. നിന്റെ കുടുംബം ആ ഉത്തരവാദിത്വം ഏറ്റെടുക്കുമെന്ന് നീയെനിക്ക് ഉറപ്പുതന്നതുമാണ്. ആ രൂപത്തിൽ കേസു തയ്യാറാക്കാൻ വക്കീൽ തുനിഞ്ഞത് ആ ഉറപ്പിന്മേലായിരുന്നു. അതിന്റെ പൂർണ്ണ ഉത്തരവാദിത്വം നിനക്കാണ്. നിന്റെ കുടുംബത്തെ ഇതുമായി ബന്ധപ്പെടുത്താതെ തന്നെ എന്റെ ദുർഗ്ഗതിക്കു കാരണം നീയാണെന്ന തിരിച്ചറിവിന്റെ അടിസ്ഥാനത്തിൽ ഈ തുച്ഛമായ തുക ഒടുക്കി അതിന്റെ പേരിലുണ്ടായ അപമാനത്തിൽനിന്നും എന്നെ രക്ഷിക്കാമായിരുന്നു. ഈ തുക ഗോറിങ്ങിലെ മൂന്നുമാസത്തെ വേനൽക്കാലവാസത്തിന് ഞാൻ നിനക്കായി ചെലവഴിച്ചതിന്റെ പകുതിയേ വരൂ എന്ന് നീ ഓർക്കണം. അതിനെപ്പറ്റിയൊന്നും ഞാനിവിടെ വിസ്തരിക്കുന്നില്ല. വക്കീൽ ഗുമസ്തൻ വഴി നീ എത്തിച്ച കത്ത് എനിക്കു കിട്ടി എന്ന കാര്യം ഞാൻ വിസ്മരിക്കുന്നില്ല. എന്റെ മൊഴിയെടുക്കാനെത്തിയ ദിവസം കാവല്ക്കാരന്റെ സാന്നിദ്ധ്യമുണ്ടായിരുന്നതിനാൽ വക്കീൽ ഗുമസ്തൻ പോക്കറ്റിൽനിന്നും ഒരു കുറിപ്പെടുത്ത് ഇപ്രകാരം എന്നെ അറിയിച്ചു. പ്ലെയറിലെ രാജകുമാരൻ താങ്കളെ അന്വേഷിച്ചതായി അറിയിക്കുന്നു. അദ്ദേഹമിപ്പോൾ വിദേശയാത്രയിലാണ്. ഞാൻ വിട്ടുനിന്നു. കാര്യം പിടികിട്ടിയപ്പോൾ ഞാൻ ചിരിച്ചുപോയി. ജയിലിനുള്ളിലെ ആദ്യത്തേതും അവസാനത്തേതുമായ ചിരി. പ്ലെയറിലെ രാജകുമാരൻ! നീയൊന്നും മനസ്സിലാക്കിയിട്ടുമില്ല, തെല്ലും മാറിയിട്ടുമില്ല എന്ന കാര്യം എനിക്കു ബോദ്ധ്യമായി. നിന്റെ കണ്ണിൽ നീയപ്പോഴും ഏതോ പ്രഹസനത്തിലെ രാജകുമാരനാണ്. ദുരന്ത നാടകത്തിലെ കഥാപാത്രമല്ല. നടന്നതെല്ലാം നിന്റെ തൊപ്പിയിലെ പൊൻതൂവലായി. നീ പ്ലെയറിലെ രാജകുമാരൻ തന്നെ. ആ പേരിൽ തന്നെ സന്ദേശം കൈമാറിയതും ഉചിതമായി. കാരണം ആ സമയം എനിക്ക് പേരേ ഇല്ലായിരുന്നു, ഉണ്ടായിരുന്നതാകട്ടെ ഏതാനും അക്കങ്ങൾ മാത്രവും. ആയിരം ജീവിതമില്ലാ ജീവിതങ്ങളുടെ ജീവനില്ലാത്ത അക്കങ്ങളിലൊന്നുമാത്രം. എന്നാൽ നിനക്ക് ഇണങ്ങുന്ന പേരു

കൾ യഥാർത്ഥ ചരിത്രത്തിൽ ദർശിക്കാവുന്നതിനാൽ എനിക്കതു മനസ്സിലാക്കാൻ ഒട്ടും പ്രയാസമുണ്ടായില്ല. ആ മുഖംമൂടിക്കു പിന്നിലെ യഥാർത്ഥ നിന്നെ ഞാൻ അന്വേഷിച്ചില്ല. എവിടെയായിരുന്നു നിന്റെ ആത്മാവ്? അങ്ങനെയൊന്നു ഉണ്ടായിരുന്നെങ്കിൽത്തന്നെ വേദനയാൽ മുറിവേറ്റ്, പശ്ചാത്താപം കൊണ്ടു തലകുനിച്ച് ദുഃഖഭാരത്താൽ മുഖം കുനിച്ച്, സഹനങ്ങളുടെ മാളികയുടെ കവാട നിഴലിനുകീഴിൽ മുഖംമൂടികളേതുമില്ലാതെ നിലകൊള്ളുമായിരുന്നു. ജീവിതത്തിന്റെ പ്രത്യേകത അത് എല്ലാ വ്യാഖ്യാനങ്ങൾക്കും അപ്പുറമുള്ളതാണെന്നതത്രെ. എന്നാൽ ചുറ്റിലുമുള്ള ചെറിയ ചെറിയ കാര്യങ്ങൾ പ്രതീകങ്ങളാണ്. അതിൽ നിന്നുമാണ് നാം പ്രയാസമേറിയ പാഠങ്ങൾ പഠിക്കുന്നത്. നീ എടുത്തണിഞ്ഞ കപട നാമവും പ്രതീകാത്മകം തന്നെ. അത് നീ എന്താണെന്ന് തുറന്നുകാട്ടാൻ പ്രാപ്തമാണ്.

ആറാഴ്ചകൾക്കുശേഷം മൂന്നാമതൊരു വാർത്തയെത്തി. ഞാനപ്പോൾ കിടപ്പിലായിരുന്നു. ജയിൽഗവർണർ വഴി നീ കൊടുത്തയച്ച സന്ദേശം കൈമാറാൻ എന്നെ ആശുപത്രിക്കു പുറത്തേക്കുവിളിച്ചു. അദ്ദേഹത്തിന്റെ പേരിൽ വന്ന ആ സന്ദേശം എന്നെ വായിച്ചു കേൾപ്പിച്ചു. "ഓസ്കാർ വൈൽഡിന്റെ പേരിലുള്ള കേസിനെപ്പറ്റി" എന്ന തലവാചകത്തിൽ ഒരു ഫ്രഞ്ചു മാസികയിൽ എന്നെപ്പറ്റി എഴുതുവാൻ ഉദ്ദേശിക്കുന്നുവെന്നായിരുന്നു ആ സന്ദേശം. ഞാൻ നിനക്കെഴുതിയ കത്തുകളിൽ നിന്നും ചിലഭാഗങ്ങൾ അതിൽ ഉൾപ്പെടുത്താൻ നിനക്കെന്റെ അനുമതി വേണം. ഏതാണാ കത്തുകൾ? ഹോളോവേയിലെ ജയിലിൽ വിചാരണ ത്തടവുകാരനായി കഴിയവേ ഞാനെഴുതിയവ. ആ കത്തുകൾ നിനക്കു പവിത്രമായിരിക്കാം. ലോകത്തിലെ ഏറ്റവും വലിയ രഹസ്യവുമായേക്കാം. ആർത്തിയോടെ കാത്തിരിക്കുന്ന ഇക്കിളി വായനക്കാർക്കായി ചില തരംതാണ പ്രസിദ്ധീകരണങ്ങളിൽ പ്രസിദ്ധീകരിക്കാനായി നീയൊരിക്കൽ ആഗ്രഹിച്ച അതേ കത്തുകൾ. അത്തരമൊരു ദൈവനിന്ദക്കെതിരെ നിന്റെയുള്ളിൽ ഒരു ചലനം പോലും ഉണ്ടായില്ലല്ലോ.

ജോൺകീറ്റ്സിന്റെ കത്തുകൾ ലണ്ടനിൽ ലേലം ചെയ്തതറിഞ്ഞ് ഞാനെഴുതിയ വരികളുടെ അർത്ഥമെങ്കിലും നിനക്ക് മനസ്സിലായിരുന്നെങ്കിൽ!

ഒരു കവിയുടെ ഹൃദയം തകർത്തവർ
കലയെയല്ല സ്നേഹിക്കുന്നത്.
രോഗാതുരമായ ആ ചെറിയ കണ്ണുകൾ
ഒരുപക്ഷേ, തിളങ്ങുകയും
അസൂയപ്പെടുകയും ചെയ്തേനെ..

നിന്റെ ലേഖനം എന്താണു സ്ഥാപിക്കാൻ പോകുന്നത്? ഞാൻ നീയുമായി ഇഷ്ടത്തിലായിരുന്നെന്നോ? പാരീസിലെ തെരുവുബാലന്മാർക്കു പോലും അക്കാര്യങ്ങളൊക്കെ അറിയാം. അവർ പത്രം വായിക്കുന്നവരാണ്; എഴുതുന്നവരും. ഞാനൊരു മഹാപണ്ഡിതനാണെന്ന് സ്ഥാപിക്കാ

നായിരുന്നോ? എന്റെ സവിശേഷഗുണങ്ങൾ ഫ്രഞ്ചുകാർക്ക് നിന്നേക്കാൾ കൂടുതലറിയാം. പാണ്ഡിത്യത്തിനൊപ്പം ഒരുതരം വഴിപിഴച്ച കാമനകൾ ക്കടിപ്പെടുന്ന ശീലവും ഉണ്ടെന്നു സ്ഥാപിക്കാനായിരുന്നോ? അത്ഭുതം തന്നെ. പക്ഷേ, നിനക്കു മുമ്പേ ഇറ്റലിക്കാരനായ ലൊമ്പ്രസോ അക്കാര്യം എഴുതിക്കഴിഞ്ഞു. മാത്രമല്ല പണ്ഡിതന്മാരല്ലാത്തവർക്കിടയിലും ഇത്തരം രോഗലക്ഷണങ്ങൾ കാണപ്പെടുന്നുമുണ്ട്. ഇനി, നീയും നിന്റെ പിതാവും തമ്മിലുള്ള വെറുപ്പു യുദ്ധത്തിൽ എന്നെ കുന്തവും പരിചയവും ആക്കു കയായിരുന്നോ ലക്ഷ്യം. ഇതിനെല്ലാം പുറമെ യുദ്ധം അവസാനിച്ചതിനു ശേഷവും എന്റെ ജീവനെടുക്കാൻവേണ്ടി നടത്തിയ ബീഭത്സമായ വേട്ട യിലും അങ്ങേർക്കെന്നെ തൊടാൻപോലും കഴിയുമായിരുന്നില്ല. നിന്റെ വല എന്റെ കാൽക്കീഴിൽ വിരിച്ചില്ലായിരുന്നുവെങ്കിൽ. ശരിയാണ് ഹെൻട്രി ബോവർ എല്ലാം ശരിയായി നിർവ്വഹിച്ചുകഴിഞ്ഞിരുന്നു. അയാളുടെ വാദ ങ്ങൾക്കിണങ്ങും വിധമുള്ള തെളിവാണ് നിന്റെ ലക്ഷ്യമെങ്കിൽ അതിന് എന്റെ ഈ കത്തുകൾ പ്രസിദ്ധീകരിക്കണമെന്നില്ല. പ്രത്യേകിച്ചും വിചാ രണത്തടവുകാരനായിരിക്കെ ഹോളോവേ ജയിലിൽവച്ച് എഴുതിയ കത്തു കൾ.

ആ കത്തുകളിലൊന്നിൽ എന്നെ രക്ഷപ്പെടുത്താൻ നിന്നാലാവുന്നതു ചെയ്യണമെന്ന് ഞാൻ ആവശ്യപ്പെട്ടിരുന്നതായി നീ പറയുമോ? തീർച്ച യായും ഞാനങ്ങനെ ആവശ്യപ്പെട്ടിരുന്നു. നിനക്കറിയാമോ ഞാനെങ്ങനെ ഇവിടെയെത്തിയെന്ന്? എന്റെ വിചാരണയിൽ സാക്ഷിയായിരുന്നവനു മായുള്ള എന്റെ ബന്ധത്തിന്റെ പേരിലാണ് ഞാൻ ജയിലിലായതെന്ന് നീ കരുതുന്നുണ്ടോ? എന്നാൽ അത്തരം ആളുകളുമായുള്ള ബന്ധമോ ബന്ധമില്ലായ്മയോ ഗവൺമെന്റിനോ സമൂഹത്തിനോ ഒട്ടും താല്പര്യ മുള്ള വിഷയമേയല്ല. അവർക്ക് അതിനെപ്പറ്റിയൊന്നും അറിയുകയുമില്ല. അറിയാനൊട്ടു താല്പര്യവുമില്ല. നിന്റെ പിതാവിനെ ജയിലിനുള്ളിലാ ക്കാൻ നടത്തിയ ശ്രമത്തിന്റെ പേരിലാണ് ഞാൻ ഇവിടെയെത്തിയത്. എന്റെ ശ്രമം പരാജയപ്പെട്ടു. എന്റെ വക്കീൽ പോലും എന്നെ കൈയൊ ഴിഞ്ഞു. എല്ലാം എനിക്കെതിരാക്കാൻ അങ്ങേർക്കു കഴിഞ്ഞു. ഞാൻ ജയി ലിലുമായി. എനിക്കെതിരെയുള്ള അവജ്ഞയ്ക്കു കാരണം അതാണ്. അതിന്റെ പേരിലാണ് ഓരോ നിമിഷവും ഓരോ ദിവസവും ഈ കഠിന മായ തടവ് ഞാൻ അനുഭവിച്ചുതീർക്കുന്നത്. അതിന്റെ പേരിലാണ് എന്റെ പരാതികളൊക്കെയും നിരസിക്കപ്പെട്ടത്.

ഒരു അപമാനത്തിനും ഇടയാകാതെതന്നെ കാര്യങ്ങളുടെ യാഥാർത്ഥ്യം വെളിപ്പെടുത്തി മറ്റൊരു ദിശയിൽ എത്തിക്കാൻ കഴിയുമാ യിരുന്ന ഒരേ ഒരാൾ നീയായിരുന്നു. നിനക്ക് ഓക്സ്ഫോർഡിൽ ഉണ്ടായ പ്രശ്നങ്ങൾക്ക് പരിഹാരം കാണാൻ എങ്ങനെ എന്റെ സഹായം തേടി എന്ന വസ്തുത നീ വെളിപ്പെടുത്തുമെന്ന് ഞാൻ ആഗ്രഹിക്കില്ലല്ലോ! അങ്ങനെ പ്രതീക്ഷിക്കുകയേ ചെയ്തില്ല. എന്റെ സമീപത്തുനിന്നും നീ മൂന്നു വർഷക്കാലത്തോളം മാറാതെ നിന്നതിന്റെ കാര്യം അങ്ങനെ

യൊന്നു ഉണ്ടെങ്കിൽ, നീ വെളിപ്പെടുത്തണമെന്നും ഞാൻ ആഗ്രഹിച്ചില്ല. ഒരു കലാകാരനെന്ന നിലയിലും, സമൂഹത്തിൽ വിലയും നിലയും ഉള്ളവനെന്ന നിലയിലും ഹാനികരമായിത്തീരാവുന്ന നീയുമായുള്ള ബന്ധം അവസാനിപ്പിക്കാൻ ഞാൻ നിരന്തരം ശ്രമിച്ചിരുന്നുവെന്ന കാര്യം അവർ ചെയ്തതുപോലെ വിസ്തരിക്കേണ്ട കാര്യമെനിക്കില്ല. നിരന്തരം നീ സൃഷ്ടിച്ചുകൊണ്ടിരുന്ന രംഗങ്ങളോ പ്രണയവും പണവും കൂടിക്കുഴഞ്ഞ കാര്യങ്ങളെപ്പറ്റി നീ എനിക്കയച്ച കമ്പി സന്ദേശങ്ങളോ, എഴുതാൻ ഞാൻ നിർബ്ബന്ധിതമായ ഹൃദയശൂന്യമായ എഴുത്തുകളിൽ നിന്നുള്ള ഉദ്ധരണികളോ വെളിപ്പെടുത്തുവാൻ ആഗ്രഹിക്കുന്നില്ല. എങ്കിലും നമ്മുടെ സൗഹൃദത്തെപ്പറ്റി നിന്റെ പിതാവ് നടത്തിയ വ്യാഖ്യാനത്തെ നീ എതിർക്കുമെന്നും എനിക്കും നിനക്കും കടുത്ത അപമാനം വരുത്തിവയ്ക്കാവുന്ന വിഷലിപ്തമായ ആ പരാമർശങ്ങളോട് നീ കലഹിക്കുമെന്നും ഞാൻ കരുതി. അവർ നല്കിയ വ്യാഖ്യാനം ഇപ്പോഴിതാ ചരിത്രമായിക്കഴിഞ്ഞു. അത് ഉദ്ധരണികളാക്കപ്പെടുന്നു, വിശ്വസിക്കപ്പെടുന്നു. അതിന്റെ പേരിൽ പുരാവൃത്തങ്ങൾ ചമയ്ക്കപ്പെടുന്നു! ഉപദേശിപാഠഭാഗമായി ഇത് അവതരിപ്പിക്കുന്നു. സദാചാരവാദികൾക്ക് അത് പ്രിയപ്പെട്ട പാഠമായി. എന്നെ കുരങ്ങായും കോമാളിയായും ചിത്രീകരിക്കുന്ന ഈ വിധി അംഗീകരിക്കുകയല്ലാതെ മറ്റു പോംവഴികളില്ലാത്തവനായി ഞാൻ മാറുന്നു. അതുകൊണ്ടാണ് അല്പം കടുപ്പത്തോടെയാണെങ്കിലും ഞാൻ മുമ്പ് പറഞ്ഞത്. പള്ളികളിലെ ഞായറാഴ്ച ക്ലാസുകളിലെ വാഴ്ത്തപ്പെടുന്നവനായി നിന്റെ പിതാവ് മാറിയെന്നും വിശുദ്ധ സാമുവലിന്റെ പദവിയിലേക്ക് നീ ഉയർത്തപ്പെട്ടുവെന്നും ഞാനോ എഴുത്തിനും എഴുത്തുകാരനും ഇടയിൽപ്പെട്ടുപോയവനായെന്നും പറയുന്നതിൽ എനിക്കു ധൈര്യക്കുറവൊന്നുമില്ല. എനിക്കു പരാതിയും പരിഭവവുമൊന്നുമില്ല. ജയിലിൽ കിടക്കുമ്പോൾ നാം പഠിക്കുന്നൊരു പാഠമുണ്ട്. കാര്യങ്ങൾ എങ്ങനെയാണോ അങ്ങനെതന്നെയായിരിക്കുമെന്നും എങ്ങനെയാകുമോ അങ്ങനെതന്നെ ആയിരിക്കുകയും ചെയ്യുമെന്നുള്ള പാഠം.

ഏഴ്

സംസ്കാരരഹിതനെ സംസ്കാരമുള്ളവനാക്കി മാറ്റുകയെന്ന നിന്റെ പിതാവിന്റെ വാദം വക്കീൽ ഉന്നയിച്ചപ്പോൾ അതിനെ എതിർക്കാൻ ഞാൻ മുതിർന്നതിനുകാരണം അതാവും നാം ഇരുവർക്കും നല്ലത് എന്ന് കരുതിയതിനാലാണ്. അതുകൊണ്ടാണ് സത്യത്തോടടുത്തുനില്ക്കുന്ന ഒരു കാര്യം എഴുതാൻ ഞാൻ നിന്നോടാവശ്യപ്പെട്ടത്. നിന്റെ മാതാപിതാക്കളുടെ ആഭ്യന്തര പ്രശ്നങ്ങൾ ഫ്രഞ്ച് പത്രങ്ങളിൽ എഴുതുന്നതിനേക്കാൾ എന്തുകൊണ്ടും മെച്ചമാകുമായിരുന്നു അത്. അവർ സന്തോഷകരമായ കുടുംബജീവിതം നയിച്ചാലും ഇല്ലെങ്കിലും അതറിഞ്ഞിട്ട് ഈ ഫ്രഞ്ചുകാർ എന്തു ചെയ്യാനാണ്? ഒരാൾക്ക് രസകരമായി തോന്നാത്ത ഒരു കാര്യവും അയാൾ സ്വാംശീകരിക്കുകയില്ലല്ലോ. എന്റെ നിലവാരത്തിലുള്ള ഒരു കലാകാരൻ എപ്രകാരം അത്തരമൊരു ജീവിതം നയിച്ചു എന്ന കാര്യം അവരുടെ ജിജ്ഞാസ ഉണർത്തുകയെങ്കിലും ചെയ്തേനെ. എനിക്കെഴുതിയ അനാവശ്യ കത്തുകളിലൂടെ എന്റെ നാശത്തിന് നീയെങ്ങനെ കാരണമായിത്തീർന്നു എന്നു ഞാൻ വിവരിച്ച ഭാഗം പ്രസാധകർക്കു നല്കാമെന്ന് നീ നിർദ്ദേശിക്കുകയായിരുന്നോ? നമ്മുടെ സൗഹൃദത്തിനിടയിൽ വന്നുചേർന്ന എല്ലാ കയറ്റിറക്കങ്ങളും ദുരന്തങ്ങളും നാശങ്ങളും അതിൽ അടങ്ങിയിരുന്നല്ലോ. എനിക്ക് അങ്ങേയറ്റം മാരകമായേക്കാവുന്ന ആ ബന്ധം അവസാനിപ്പിക്കാനായി ഞാൻ ആവർത്തിച്ചെടുത്ത തീരുമാനങ്ങളും വ്യക്തമാക്കപ്പെട്ടിരുന്നല്ലോ. അത്തരമൊരു കത്ത് പ്രസിദ്ധീകരിക്കുവാൻ ഞാനൊരിക്കലും അനുവദിക്കുമായിരുന്നില്ലെങ്കിൽപ്പോലും എനിക്കത് മനസ്സിലാക്കാൻ കഴിയുമായിരുന്നു. പ്രത്യേകിച്ചും ഞാൻ 1893 മാർച്ച് മാസത്തിൽ നിനക്കെഴുതിയ ഒരു കത്ത് നിന്റെ പിതാവിന്റെ വക്കീൽ കോടതിയിൽ ഹാജരാക്കിയ സാഹചര്യത്തിൽ. ആ കത്ത്

എന്നെ കുഴപ്പത്തിൽ ചാടിച്ചിരുന്നു. അതിൽ നീ സൃഷ്ടിക്കുന്ന ജുഗുപ്സാവഹമായ രംഗങ്ങൾക്കു സാക്ഷ്യം വഹിക്കുന്നതിനേക്കാൾ നല്ലത് എന്നെ ലണ്ടനിലെ ഏതെങ്കിലും വീടു വാടകയ്ക്കു നല്കി ഉപജീവനം കഴികക്കുന്നവർ ഭീഷണിപ്പെടുത്തുന്നതായിരിക്കും എന്നു ഞാനെഴുതിയിരുന്നു.

എന്റെ സൗഹൃദത്തിന്റെ അങ്ങനെയൊരുവശം പൊതുജനത്തിന്റെ തുറിച്ചുനോട്ടത്തിനായി തുറന്നിടപ്പെടുമോയെന്ന് ഞാൻ ഭയപ്പെട്ടിരുന്നു. കൊടിയ ദുരന്തങ്ങൾക്കിടയിലും പ്രണയത്തിന്റെ ആത്മാവും ജീവനും കെട്ടുപോകാതെ സൂക്ഷിക്കാനായി ഞാനെഴുതിയ കത്തുകൾ പ്രസിദ്ധീകരിക്കണമെന്നു നിനക്കു തോന്നിയ ആ മനോഹരവും അത്യപൂർവ്വവുമായ നിമിഷത്തിൽ ഇങ്ങനെ ഉഷാറില്ലാത്തവനെപ്പോലെയല്ല നീ കാണപ്പെടേണ്ടിയിരുന്നത്. എന്നാൽ ആ കത്തുകൾ എന്റെ ശരീരം കടന്നുപോയ അപമാനത്തിന്റെയും വേദനയുടെയും നൈരാശ്യത്തിന്റെയും അടയാളമായി വർഷങ്ങളോളം എനിക്കൊപ്പമുണ്ടാകും. നീയെന്തുകൊണ്ട പ്രകാരം ചെയ്തുവെന്ന് എനിക്ക് ഒരു ഏകദേശ ധാരണയുണ്ട്. വെറുപ്പിനാൽ നീ അന്ധനാക്കപ്പെട്ടിരുന്നു. ഒരാളുടെ തൽസ്വരൂപം മനസ്സിലാക്കാനുള്ള കഴിവ് കടുത്ത സ്വന്തം അഹന്തയാൽ നീ തുലച്ചു. ദീർഘകാലം ഉപയോഗിക്കായ്കയാൽ നിന്റെ ആ കഴിവ് നിന്നെ വിട്ടുപോയി. നിന്റെ ഭാവനയും എന്നെപ്പോലെതന്നെ തടവിലാക്കപ്പെട്ടിരിക്കുന്നു. പൊങ്ങച്ചത്തിന് ജനാലയ്ക്കിപ്പുറം പ്രവേശനമില്ല. വെറുപ്പാണിവിടെ തടവറ സൂക്ഷിപ്പുകാരൻ.

കഴിഞ്ഞതിന്റെ തൊട്ടുമുമ്പത്തെ നവംബർ മാസത്തിലാണ് ഇതെല്ലാം നടന്നത്. അത്ര അകലെയുള്ള ഒരു കാലത്തും എനിക്കും ഇടയിൽ ജീവിതത്തിന്റെ ഒരു മഹാനദി ഒഴുകിപ്പോയി. നദിക്കക്കരെനിന്നും നാശത്തിന്റെ അവശിഷ്ടമെന്തെങ്കിലും നിനക്ക് കാണുവാൻ കഴിയുന്നുണ്ടോ? എന്നാൽ എനിക്കതെല്ലാം ഇന്നലെയെന്നപോലെയല്ല ഇന്നത്തേതുപോലെയാണ് കാണുവാനാകുന്നത്. ഓരോ നീണ്ട നിമിഷവും കടുത്ത പീഡാനുഭവമാണ് തന്നുപോകുന്നത്. നമുക്കതിനെ ഋതുക്കൾകൊണ്ട് വിഭജിക്കാനാവില്ല. നമുക്കവയുടെ വികാരങ്ങൾ രേഖപ്പെടുത്താനാവും; അതിന്റെ മടങ്ങിവരവിന്റെ പുരാവൃത്തങ്ങൾ രചിക്കാനും. സമയം നമ്മെ വിട്ടുപോകുന്നില്ല. നമ്മെ ചുറ്റി നിലകൊള്ളും. വേദനയുടെ കേന്ദ്രത്തിനു ചുറ്റും അതു കറങ്ങിക്കൊണ്ടേയിരിക്കും. ജീവിതത്തിന്റെ ഓരോ നിമിഷങ്ങളും മാറ്റമില്ലാത്ത ക്രമങ്ങളാൽ നിയന്ത്രിക്കപ്പെടുമ്പോൾ അനുഭവപ്പെടുന്ന ജഡത്വം നിനക്കു ചിന്തിക്കാനാവില്ല. നാം കഴിക്കുന്നതും കുടിക്കുന്നതും കിടക്കുന്നതും പ്രാർത്ഥിക്കാനായി മുട്ടുകുത്തുന്നതും കടുത്ത ഇരുമ്പുചട്ടയണിഞ്ഞ നിയമങ്ങൾക്കു കീഴിലാവും. ഈ നിശ്ചലാവസ്ഥ ഓരോ നിമിഷത്തെയും അടുത്ത നിമിഷത്തിൽ നിന്ന് വ്യത്യസ്തമല്ലാതാക്കും. ഓരോ നിമിഷവും അവിരാമമായ മാറ്റങ്ങളുടെ സത്തയായ അഭൗമശക്തികളോടാവും ആശയവിനിമയം നടത്തുക. വിതയ്ക്കുന്ന കാലമോ കൊയ്യുന്ന കാലമോ നാം അറിയുന്നില്ല. ചോളം വിളയു

ന്നതും കൊയ്ത്തുകാർ അതിൻമീതെ തലകുനിക്കുന്നതും മുന്തിരിത്തോട്ടങ്ങൾക്കിടയിൽനിന്നും പണിക്കാർ പാകമായ മുന്തിരിക്കുലകൾ ഇറുത്തെടുക്കുന്നതും മരതകകാന്തിയാർന്ന പുൽമേടുകളിൽ വെളുത്ത പൂവുകൾ പൊട്ടിവിടരുന്നതും അടർന്നുവീണ പഴങ്ങൾ പുല്ലുകൾക്കിടയിൽ തിളങ്ങുന്നതും നാമവിടെ അറിയുന്നില്ല. നാം ഒന്നും അറിയുന്നില്ല.

നമുക്കായി ഒരേ ഒരു ഋതുമാത്രം. സങ്കടങ്ങളുടെ ഋതു. നമ്മുടെ സൂര്യചന്ദ്രന്മാർ അപഹരിക്കപ്പെട്ടിരിക്കുന്നു. പുറത്തെ പകലിന് സ്വർണ്ണ നിറമാകാം, ആകാശം കടുത്ത നീലിമയാർന്നതാവാം, എന്നാൽ കാരാഗൃഹത്തിന്റെ ഇടുങ്ങിയ വാതായനങ്ങളിലെ മങ്ങിയ സ്ഫടികത്തിലൂടെ അരിച്ചിറങ്ങുന്നത് മങ്ങിയ വെട്ടമോ ഇരുട്ടോ ആയിരിക്കും. ജയിലിനുള്ളിൽ സദാ നേരവും സന്ധ്യാവെട്ടമായിരിക്കും. സന്ധ്യ എപ്പോഴും വിഷാദഭരിതവും. സമയം പോലെതന്നെ ചിന്തയും അവിടെ ചലനരഹിതമാണ്. നീ വളരെ മുമ്പേ വിസ്മരിച്ചതോ അല്ലെങ്കിൽ വളരെ എളുപ്പം വിസ്മരിക്കാൻ ആഗ്രഹിക്കുന്നതോ ആയ കാര്യങ്ങൾ ഞാനിപ്പോൾ അനുഭവിക്കുന്നു. നാളെയും അതുതന്നെയാവും അനുഭവപ്പെടുക. എന്തുകൊണ്ടാണ് ഇപ്രകാരം ഞാനെഴുതുന്നത് എന്ന കാര്യം അല്പമാലോചിച്ചാൽ നിനക്ക് ഓർത്തെടുക്കാനാകും.

ഒരാഴ്ച കഴിഞ്ഞ് എന്നെ ഇങ്ങോട്ടേക്കു മാറ്റി. മൂന്നു മാസംകൂടി പിന്നിട്ടു എന്റെ അമ്മ മരിച്ച വാർത്ത ഞാനിവിടെവച്ചറിഞ്ഞു. അമ്മയുടെ മരണം എനിക്കു താങ്ങാനാവുന്നതിനും അപ്പുറമാണ്. അമ്മ എനിക്കാരായിരുന്നുവെന്ന കാര്യം നിനക്കറിയാവുന്നതാണ്. വാക്കുകളുടെ ധാരാളിത്തത്തിൽ അനുഗ്രഹിക്കപ്പെട്ടവനെന്ന് അഹങ്കരിച്ചിരുന്ന എനിക്ക് എന്റെ ദുഃഖവും അപമാനവും വിവരിക്കാൻ വാക്കുകൾ കിട്ടാതെയായി. ഒരു കലാകാരനെന്ന നിലയിൽ എന്നെ രൂപപ്പെടുത്തുന്നതിൽ എന്റെ മാതാപിതാക്കൾ വഹിച്ച പങ്ക് എത്രയോ വലുതാണ്. സാഹിത്യത്തിലും കലയിലും പുരാവസ്തു വിജ്ഞാനത്തിലും ശാസ്ത്രത്തിലും ചരിത്രത്തിലും ആഴത്തിൽ അറിവു നേടാൻ മാത്രമല്ല അവർ പരിശ്രമിച്ചിരുന്നത്. അവർ ശ്രദ്ധയോടെ നേടിയെടുത്ത അന്തസ്സും പദവിയും എനിക്കുകൂടി പകരുകയും ചെയ്തിരുന്നു. ആ സൽപ്പേര് ഞാനായി തുലച്ചു. ഞാൻ താഴാവുന്നതിലും താണു. ഞാനന്ന് അനുഭവിച്ചതും ഇപ്പോൾ അനുഭവിച്ചുകൊണ്ടിരിക്കുന്നതുമായ കാര്യങ്ങൾ എഴുതുവാനായുള്ളതല്ല. ഇക്കാര്യം എന്നെ അറിയിക്കുവാനായി മാത്രം എന്റെ ഭാര്യ ജനീവയിൽ നിന്നും ഇംഗ്ലണ്ടുവരെ യാത്ര ചെയ്തു അതെന്നെ നേരിട്ട് അറിയിക്കണമെന്നുണ്ടായിരുന്നു അവൾക്ക്. എന്നോടു സ്നേഹമുള്ള പലരും സന്ദേശങ്ങളയച്ചു. അവരിൽ എനിക്കൊട്ടും അറിയാത്തവർ പോലുമുണ്ടായിരുന്നു.

മാസങ്ങൾ മൂന്നുംകൂടി കടന്നുപോയി. എന്റെ ദൈനംദിന ചുമതലയ്ക്കും ജോലികളും കുറിച്ചിട്ടിരുന്ന തടവുമുറിക്കു പുറത്തെ കലണ്ടറിൽനിന്നും ഞാനറിഞ്ഞു അത് മേയ്മാസമാണെന്ന്.

എന്റെ കൂട്ടുകാർ വീണ്ടും കാണാനെത്തി. അവരോടെല്ലാം ഞാൻ

നിന്നെ തിരക്കി. നീ നേപ്പിൾസിലെ വീട്ടിലാണെന്നും പുതിയൊരു കവിതാ പുസ്തകം പുറത്തിറക്കാൻ പോവുകയാണെന്നും ഞാനറിഞ്ഞു. ഏറെ ചോദ്യങ്ങൾക്കൊടുവിൽ ഞാനറിഞ്ഞു നീ ആ പുസ്തകം സമർപ്പിക്കുന്നത് എനിക്കാണെന്ന്. അതൊരുതരം മനംപുരട്ടൽ എന്നിലുണ്ടാക്കി. ഞാനപ്പോഴൊന്നും പറഞ്ഞില്ല. അവജ്ഞയും പരിഹാസവും നിറഞ്ഞ ഹൃദയവുമായി ഞാൻ ജയിൽ മുറിയുടെ മൂലയിലേക്കു പോയി. എന്റെ അനുവാദം പോലും ചോദിക്കാതെ എന്റെ പേരിൽ കവിതാ പുസ്തകം സമർപ്പിക്കാൻ നിനക്കെങ്ങനെ ധൈര്യം വന്നു? എന്റെ കീർത്തിയുടെയും മഹത്വത്തിന്റെയും നാളുകളിൽ നിന്റെ ആദ്യ പുസ്തകം എന്റെ പേരിൽ സമർപ്പിക്കാൻ ഞാൻ അനുവദിച്ചിരുന്നു എന്ന കാര്യമാകുമോ മറുപടിയായി പറയാൻ നിനക്കുണ്ടാവുക? ശരിയാണ്, സാഹിത്യമെന്ന ക്ലേശകരമായ രചനയുമായി എന്നെ സമീപിക്കുന്ന യുവാക്കളോടുള്ള ആദരവെന്ന നിലയ്ക്ക് ഞാനങ്ങനെ ചെയ്തിട്ടുണ്ട്. ഇത്തരം ആദരവുകൾ കലാകാരന്മാർക്കാവശ്യമാണ്; യുവാക്കൾക്ക് പ്രത്യേകിച്ചും. മുതിർന്ന കരങ്ങൾ സ്പർശിക്കുമ്പോൾ കുരുന്നിലകൾ പുളകിതരാകും. ഒരു കലാകാരന് കിരീടം ധരിപ്പിക്കാനുള്ള അവകാശം യുവത്വത്തിനു മാത്രമേയുള്ളൂ. അത് യുവത്വത്തിന്റെ മാത്രം മഹത്വമാണ്. അവർക്കേ അത് അറിയുകയുള്ളൂ. കലാകാരനെന്നനിലയിൽ രൂപപ്പെട്ടുവരുന്ന കാലവും പ്രശസ്തിയില്ലാത്ത കാലവും കീർത്തിയുടെയും മഹത്വത്തിന്റെയും കാലവും വ്യത്യസ്തങ്ങളാണ്. അത് നീയിനിയും മനസ്സിലാക്കേണ്ടതുണ്ട്.

അഭിവൃദ്ധിയും സന്തോഷവും വിജയവുമെല്ലാം സൃഷ്ടിക്കുന്ന വികാരം ഒന്നുതന്നെയാവാം. എന്നാൽ ദുഃഖമോ? സൃഷ്ടിച്ചെടുക്കുന്ന ഏതൊന്നിനേക്കാളും സാന്ദ്രമാണ്. ദുഃഖംപോലെ നിങ്ങളെ മഥിക്കാൻ മറ്റൊന്നിനുമാകില്ല. പരാജിതനായി കൊഴിഞ്ഞുവീഴുന്ന സ്വർണ്ണനിറമുള്ള നേർത്ത ഇലയ്ക്ക് ഇന്ദ്രിയങ്ങൾക്ക് പറഞ്ഞുതരാനാവാത്ത കാര്യങ്ങൾ പഠിപ്പിക്കാനാകും. സ്നേഹമുള്ളവർ സ്പർശിക്കുമ്പോഴാണ് മുറിവുകളിൽനിന്നും കൂടുതൽ ചോര കിനിയുന്നത്. വേദനയില്ലെങ്കിൽപ്പോലും ചോര കിനിഞ്ഞുകൊണ്ടേയിരിക്കും.

വാൻഡ്സ് വർത്തിലെ ജയിൽ ഗവർണ്ണർക്ക് എഴുതി എന്റെ കത്തുകൾ പ്രസിദ്ധീകരിക്കാനുള്ള അനുമതി ചോദിക്കാൻ നിനക്കു വിഷമമുണ്ടായില്ല. നിന്റെ കവിതാ പുസ്തകം എനിക്കു സമർപ്പിക്കുമോ എന്ന കാര്യം റീഡിങ്ങിലെ ജയിൽ ഗവർണ്ണറോട് എഴുതി ചോദിക്കാൻ എന്തുകൊണ്ടു കഴിഞ്ഞില്ല? കത്തുകളുടെ പകർപ്പവകാശം എന്നിൽ നിക്ഷിപ്തമാണെന്നെനിക്കറിയാം. എന്റെ അനുമതികൂടാതെ ആ മാഗസിന് അതു പ്രസിദ്ധീകരിക്കാനാവില്ല എന്നും. രണ്ടാമത്തെ കാര്യത്തിൽ ജയിലിൽ കിടക്കുന്ന എനിക്ക് നീ വച്ചുനീട്ടുന്ന ഒരു ഔദാര്യമാകും നിന്റെ സമർപ്പണം എന്നു നീ കരുതി. അപമാനിതനായി തുറുങ്കിൽ കിടക്കുന്ന ഒരുവനോട് കാണിക്കുന്ന അനുകമ്പ.

എവിടെ സങ്കടമുണ്ടോ അവിടെ വിശുദ്ധിയുമുണ്ട്. അതിന്റെ അർത്ഥ

മെന്തെന്ന് ഒരിക്കൽ ആളുകൾ മനസ്സിലാക്കും. അതു മനസ്സിലാകുംവരെ അവർ ജീവിതം മനസ്സിലാക്കുന്നില്ല. റോബിക്കും അതുപോലെയുള്ള വർക്കും അതെളുപ്പം മനസ്സിലാവും. പാപ്പരായ എന്നെ വിചാരണയ്ക്കായി ജയിലിൽ നിന്നും കോടതിയിലേക്കു കൊണ്ടുവരികയായിരുന്നു. ഇരു വശത്തും പൊലീസുകാർ. കൈയിൽ വിലങ്ങ്. നീണ്ട ഇടനാഴിയുടെ ഇരു വശത്തും ആളുകൾ നിരന്നു നില്ക്കുന്നു. ഞാൻ കടന്നുപോകവേ എന്നെ കാത്തു നില്ക്കുകയായിരുന്ന റോബി മെല്ലെ മുന്നോട്ടുവന്നു. തൊപ്പി ഉയർത്തി എന്നെ അഭിവാദ്യം ചെയ്തു. കുളിർകാറ്റേറ്റപോലെ തോന്നി എനിക്കപ്പോൾ. ഈ ചെറിയ കാര്യങ്ങളുടെ പേരിലാവും മനുഷ്യർ സ്വർഗ്ഗ ത്തിന് അർഹരാകുന്നത്. ഇത്തരം സ്നേഹത്തിനു മുന്നിലാണ് പുണ്യാ ളന്മാർ കുനിയുന്നതും പാവപ്പെട്ട മനുഷ്യരുടെ പാദങ്ങൾ കഴുകിക്കൊടു ക്കുന്നതും കുഷ്ഠരോഗികളുടെ കവിളുകളിൽ ചുംബിക്കുന്നതും. അവന്റെ പ്രവൃത്തിയെപ്പറ്റി ഞാനൊന്നും ഉരിയാടിയില്ല. അവന്റെ പ്രവൃത്തിയെ പ്പറ്റി ഞാൻ ബോധവാനായിരുന്നോ എന്നുപോലും അവന് ഒരുപക്ഷേ അറിയുമായിരിക്കുകയില്ല. സാധാരണ വാക്കുകളിൽ ഉപചാരപൂർവ്വം നന്ദി രേഖപ്പെടുത്തേണ്ട ഒരുപ്രവൃത്തിയല്ല അത്. എന്റെ ഹൃദയത്തിന്റെ നിധി പ്പുരയിൽ ഞാനതിനെ സൂക്ഷിക്കും. എനിക്കൊരിക്കലും വീട്ടിത്തീർക്കാ നാകാത്ത കടത്തിന്റെ പട്ടികയിൽ ഇതിനെ ചേർക്കും. അതിനെ എന്റെ കണ്ണീരാകുന്ന മീറയും ചന്ദനവും പൂശി എന്നെന്നേക്കുമായി സൂക്ഷിച്ചു വെക്കും. പ്രതിഭ ലാഭകരമല്ലാത്തതും തത്ത്വശാസ്ത്രം ഉപേക്ഷിക്കപ്പെ ട്ടതും ആയിരിക്കുമ്പോൾ എനിക്ക് ആശ്വാസം പകർന്നിരുന്ന സങ്കീർത്ത നങ്ങളും സദൃശവാക്യങ്ങളും എന്റെ വായിലെ പൊടിയും ചാരവുമായി പരിണമിക്കുമ്പോൾ ഇത്തരം നിശ്ശബ്ദ പ്രവൃത്തികളെപ്പറ്റിയുള്ള ഓർമ്മ കളായിരിക്കും മരുഭൂമിയിലെ റോസാപുഷ്പങ്ങളെപ്പോലെ എന്റെയുള്ളിൽ വിരിഞ്ഞുവരുന്നത്. തടവറയിലെ ഏകാന്ത ജീവിതത്തെ സാന്ത്വനത്തിന്റെ മഹാപ്രപഞ്ചമാക്കുന്നത്. റോബിയുടെ പ്രവർത്തനത്തിന്റെ മനോഹാരി തയാലല്ല, അത് എനിക്ക് എത്ര വിലപ്പെട്ടതാണെന്ന് ഒരാൾ തിരിച്ചറിയു മ്പോഴാണ് അയാൾ എന്റെ ഹൃദയത്തോടടുത്തു നില്ക്കുന്നത്.

എട്ട്

ഒരു യുവാവിന്റെ ആദ്യ കവിതാസമാഹാരം മഗ്ദലനയിലെ പുൽമേടുകളിലെ മുൾച്ചെടികളിൽനിന്നും വസന്തകാലാരംഭത്തിൽ വിടർന്നുവരുന്ന പൂവുകളെപ്പോലെയാണ്. ഒന്നും അതിനു ഭാരമായിക്കൂടാ. അത്തരമൊരു പുസ്തകത്തിൽ എന്റെ പേര് ചേർക്കാനിടയായാൽ അത് കലാപരമായ ഒരു തെറ്റാവുമായിരുന്നു. അതു പുസ്തകത്തിന്റെ സ്വാഭാവികതയെ തകർത്തുകളയും. ആധുനികകല വളരെ സങ്കീർണ്ണമാണ്. സങ്കീർണ്ണതയെ മറികടക്കാൻ ഉതകുന്ന കാഴ്ചപ്പാടുകൾ ഉയർന്നുവരണം. അതിനു പറ്റിയ സാഹചര്യം ഉണ്ടാവണം. പ്രതിനിധാനത്തിന്റെ അഭാവമാണ് ശില്പകലയെ മുരടിപ്പിച്ചത്. സംഗീതം ആ ദൗർബല്യത്തെ മറികടന്നു. പ്രതിനിധാനത്തിന്റെ ഉയർന്ന രൂപങ്ങൾ സാദ്ധ്യമാകുന്നത് സാഹിത്യത്തിലാണ്.

നിന്നെ പരിഹസിച്ച് ഞാൻ റോബിക്കെഴുതിയത് എന്തുകൊണ്ടാണെന്ന് ഞാൻ പറഞ്ഞുകഴിഞ്ഞു. എന്റെ പേരിലുള്ള സമർപ്പണം തടഞ്ഞതിന്റെ കാര്യവും പറഞ്ഞു. നീ എന്താണ് ചെയ്തത് എന്നു തിരിച്ചറിയാനുള്ള അവസരം ഒടുവിൽ ഇതാ സംജാതമായിരിക്കുന്നു. അന്ധത ഒടുവിൽ നമ്മെത്തന്നെ തിന്നുതീർക്കും. എന്റെ കത്ത് നിനക്ക് ഇടിത്തീപോലെയായി എന്നാണ് ഞാൻ കരുതുന്നത്. നിന്റെ ചിന്തയ്ക്കും അതിന്റെ ആവിഷ്കാരത്തിനുമുള്ള സ്വാതന്ത്ര്യംപോലും ഞാൻ തന്നിരുന്നില്ല എന്നു നീ റോബിക്കെഴുതിക്കണ്ടു. നിനക്കാകെ ചെയ്യാൻ കഴിഞ്ഞത് അമ്മയ്ക്ക് എഴുതുക മാത്രമായിരുന്നല്ലോ. നിന്റെ തൽസ്വരൂപം അറിയാത്ത അവർ നിന്നെ തൊട്ടിലിൽ കിടത്തിയിട്ടെന്നപോലെ സാന്ത്വനപ്പെടുത്തി. നിന്നെപ്പറ്റി, എന്റെ എഴുത്തിൽ, ഞാൻ നടത്തിയ പരാമർശങ്ങളിൽ അവർ വേദനിച്ചു. നിന്റെയും എന്റെയും പരിചയക്കാരോട് അവ

രിക്കാര്യം പറയുകയും ചെയ്തു. "അയാൾ ആദ്യം അവന്റെ പിതാവിനെ തുറുങ്കിലടയ്ക്കാൻ നോക്കി. പരാജയപ്പെട്ടു. ഇപ്പോഴിതാ സ്വന്തം പരാജയങ്ങളുടെ പേരിൽ അദ്ദേഹത്തിന്റെ മകനെ കുറ്റപ്പെടുത്താൻ നോക്കുന്നു." എന്നാണ് ആളുകൾ പറഞ്ഞത്. തന്റെ പരിതാപകരമായ അവസ്ഥയിൽ നിന്റെ അമ്മയ്ക്ക് ഒരു സഹതാപവും ഉള്ളതായി കണ്ടില്ല. എന്റെ പേരു കേട്ടമാത്രയിൽ അവർ നിശ്ശബ്ദയാവുകയാണുണ്ടായത്. പരാതി പറഞ്ഞ് നിന്റെ അമ്മയ്ക്ക് എഴുതുന്നതിനുപകരം നേരിട്ട് എനിക്കെഴുതിയെങ്കിൽ എത്ര ഉചിതമായേനെ. നിനക്ക് പറയാനുള്ളതെല്ലാം എന്നോട് പറയാമായിരുന്നു. ഞാനാ കത്തെഴുതിയിട്ട് ഒരു കൊല്ലമാകാറാകുന്നു. എന്തുകൊണ്ട് നീയെനിക്ക് എഴുതിയില്ല? എത്ര വേദനയോടെയാണ് ഞാനെഴുതിയത്? നിന്റെ പ്രവൃത്തികളിൽ ഞാനെത്രമാത്രം ദുഃഖിതനായിരുന്നെന്ന് നിനക്കറിയാമോ? അതെന്നിലുണ്ടാക്കിയ ദേഷ്യവും ചില്ലറയല്ല. അതിനെല്ലാമുപരി, ചുരുങ്ങിയ പക്ഷം, നമ്മൾതമ്മിലുണ്ടായിരുന്ന ബന്ധത്തെ അതിന്റെ സത്യസന്ധമായ രൂപത്തിൽ അവതരിപ്പിക്കാൻ ആ കത്തിനു കഴിഞ്ഞിരുന്നല്ലോ. നീയെന്റെ ജീവിതം നശിപ്പിക്കുകയാണെന്ന് ഞാൻ മുമ്പ് പറഞ്ഞിരുന്ന കാര്യം നിനക്ക് ഓർമ്മയുണ്ടോ? നീ അതെല്ലാം ചിരിച്ചുതള്ളി. ഓക്സ്ഫോർഡിൽ വച്ച് നിനക്കാ ദുരന്തമുണ്ടായപ്പോൾ ഞാൻ എഡ്വിൻ ലെവിയുടെ ഉപദേശം തേടി. നിനക്കുണ്ടാകുന്ന ബുദ്ധിമുട്ടുകൾക്കും പൊള്ളലുകൾക്കും ചെലവുകൾക്കും മുന്നിലേക്ക് എന്നെ തള്ളിവിട്ട് സുരക്ഷിത സ്ഥാനത്ത് നില്ക്കുന്ന നിന്റെ ചെയ്തികളെ കണ്ട് നീയുമായുള്ള ചങ്ങാത്തം അവസാനിപ്പിക്കാൻ അയാൾ എന്നെ ഉപദേശിച്ചിരുന്നു. ബ്രാക്ക്നെല്ലിൽ വച്ച് ഞാനദ്ദേഹവുമായി നടത്തിയ കൂടിക്കാഴ്ചയെപ്പറ്റിയും അദ്ദേഹം നല്കിയ ഉപദേശങ്ങളെപ്പറ്റിയും പറഞ്ഞപ്പോഴും നീ വെറുതെ ചിരിച്ചുതള്ളി. അദ്ദേഹത്തെപ്പോലെ അടുപ്പമുള്ളവരും ഒട്ടും അടുപ്പമില്ലാത്തവരും എന്നെ ഉപദേശിച്ചിരുന്നു. നീയുമായുള്ള ബന്ധം മാരകമായിത്തീരുമെന്ന് അവർ മുന്നറിയിപ്പും നല്കിയിരുന്നു. എന്നെ അധിക്ഷേപിച്ചുകൊണ്ട് നിന്റെ പിതാവ് നിനക്കു എഴുതിയ ആദ്യ കത്തു ലഭിച്ചപ്പോഴും നീയതേ നില തുടർന്നു. നീയും നിന്റെ പിതാവും തമ്മിലുണ്ടാകുന്ന ഒടുങ്ങാത്ത വഴക്കിനിടയിൽ ഞാൻ ബലിയാടാക്കപ്പെടുകയാണെന്ന് ഞാൻ നിന്നോട് അന്നേ പറഞ്ഞിരുന്നതാണ്. ഇന്നുവരെയുള്ള അനുഭവം വച്ചു പറയുകയാണെങ്കിൽ ഞാനന്നു സംഭവിക്കുമെന്നു പറഞ്ഞിരുന്ന കാര്യങ്ങൾ എല്ലാം സംഭവിച്ചിരിക്കുകയാണ്. ഇതൊന്നും കാണാനാകാത്തതിന് നിനക്ക് എന്ത് ന്യായമാണ് പറയാനുള്ളത്? എന്തുകൊണ്ട് ഒന്നും നീ തുറന്നെഴുതിയില്ല. ഭീരുത്വം കൊണ്ടാണോ? അതോ കടുത്ത ഹൃദയശൂന്യതകൊണ്ടോ? എന്റെ ഉള്ളിൽ ഉറഞ്ഞുകൂടിയ രോഷം പ്രകടിപ്പിക്കാൻ തന്നെയാണ് ആ കത്ത് എഴുതിയത്. അത് അനീതിയായി നിനക്കു തോന്നിയെങ്കിൽ എന്തുകൊണ്ടെനിക്കു മറുപടി എഴുതിയില്ല. ആ കത്തിൽ അല്പമെങ്കിലും ശരിയുണ്ടായിരുന്നെങ്കിലും നിനക്ക് എഴുതാമായിരുന്നു. ഞാൻ നിന്റെ കത്തു

കിട്ടാൻ എത്രയോ കാത്തിരുന്നു. ഒടുവിൽ നീയതെല്ലാം മനസ്സിലാക്കുമെന്നും പഴയൊരു സ്നേഹത്തെച്ചൊല്ലി വൻ എതിർപ്പുകളെ നേരിടേണ്ടിവന്ന നമ്മുടെ പ്രണയത്തെചൊല്ലി ഞാൻ നിനക്കുമേൽ ചൊരിഞ്ഞ ആയിരക്കണക്കിന് കാരുണ്യങ്ങളെച്ചൊല്ലി മനുഷ്യർക്ക് ഒരിക്കലും വീട്ടിത്തീർക്കാനാകാത്ത സ്നേഹത്തിന്റെ കടങ്ങളെച്ചൊല്ലി, അല്ല ഇതൊന്നും നിനക്ക് ഒന്നുമല്ലെന്നു തോന്നുന്നുവെങ്കിൽ മനുഷ്യനും മനുഷ്യനും തമ്മിലുള്ള ബന്ധത്തെ ചൊല്ലിയെങ്കിലും നീയെനിക്ക് എഴുതുമെന്നു തന്നെ ഞാൻ പ്രതീക്ഷിച്ചു.

ബന്ധുക്കളെഴുതുന്ന കാര്യമാത്ര പ്രസക്തമായ കത്തുകൾക്കേ ജയിലിനുള്ളിൽ പ്രവേശനമുണ്ടാകൂ എന്നു നീ ആത്മാർത്ഥമായി കരുതി എന്നു വാദിച്ചാലോ? എല്ലാ പന്ത്രണ്ട് ആഴ്ചകൾക്കൊടുവിലും റോബി സാഹിത്യരംഗത്തെ ചലനങ്ങൾ എന്നെ എഴുതി അറിയിക്കാറുണ്ട് എന്ന കാര്യം നിനക്കറിയാവുന്നതാണ്. എത്ര മനോഹരമാണ് ആ കത്തുകൾ. അതിൽ ഉദാത്തായ ഫലിതമുണ്ട്. വിമർശനമുണ്ട്. എല്ലാത്തിനുമുപരി മനുഷ്യസ്പർശമുണ്ട്. ആ കത്തുകൾ കൈയിൽ കിട്ടുമ്പോൾ റോബിനുമായി സംസാരിക്കുന്ന പ്രതീതിയാണെനിക്ക് അനുഭവപ്പെടുക. എന്റെ നിഗമനങ്ങളോട് വിയോജിപ്പുകൾ രേഖപ്പെടുത്തുമ്പോഴും എന്റെ സൗന്ദര്യബോധത്തെ പ്രശംസിക്കുമ്പോഴും ഒരിക്കൽ ഞാൻ കലാനിരൂപണത്തിൽ വഹിച്ചിരുന്ന അതേ സ്ഥാനത്തു നിർത്തിക്കൊണ്ടാണ് അയാൾ എഴുതുക. സാഹിത്യത്തിൽ മാത്രമല്ല മനുഷ്യബന്ധങ്ങളിലും അയാൾക്കുള്ള വഴക്കം അത്ഭുതപ്പെടുത്തുന്നതാണ്. ഒരിക്കൽ ഞാൻ രാജാവായി വിരാജിച്ചിരുന്ന കലയുടെ ഭ്രമാത്മക ലോകവും ഞാനുമായുള്ള ബന്ധം നിലനിർത്താനുള്ള സന്ദേശങ്ങളായിരുന്നു ആ കത്തുകൾ. കലയുടെ ആ അപൂർണ്ണ ലോകത്തു നിന്നുള്ള പ്രശംസകൾക്കായി എന്റെ മനസ്സ് കൊതിച്ചിരുന്നു. ആൽഫ്രഡ് ആസ്റ്റിൻ ഒരു കവിതാസമാഹാരം പുറത്തിറക്കാൻ പോകുന്നുവെന്നും ജോർജ് സ്ട്രീറ്റ് ഡെയ്‌ലി ക്രോണിക്കിളിൽ നാടക വിമർശനം എഴുതുന്നുവെന്നും നിന്നിൽനിന്നും കേൾക്കുവാനാണ് ഞാൻ കൂടുതൽ ഇഷ്ടപ്പെടുന്നത്. എന്റെ മനശ്ശാസ്ത്രപരമായ ഉൽക്കണ്ഠയിൽ നിന്നാണ് ഞാനിതെല്ലാം പറയുന്നത്. ഇതെല്ലാം പറഞ്ഞു കഴിയുമ്പോൾ നിനക്ക് എല്ലാം മനസ്സിലാകുമെന്നാണ് ഞാൻ കരുതുന്നത്.

നീയാണ് ജയിലിൽ അടയ്ക്കപ്പെട്ടതെന്നു കരുതുക. അത് ഒരിക്കലും ഞാൻ കാരണമാവില്ല. അതെനിക്കു സഹിക്കാനുമാവില്ല. നിന്റെ കുറ്റത്തിന് നിന്റെ തന്നെ പിഴവിന് ചില സുഹൃത്തുക്കളെ കണ്ണടച്ച് വിശ്വസിച്ചതിന് അതിരുവിട്ടുപോയ വൈകാരികതയുടെ പേരിൽ വേണ്ടാത്തിടത്തു കാണിച്ച വിശ്വാസത്തിന്റെ പേരിൽ, തെറ്റായി കണക്കാക്കപ്പെട്ട പ്രണയത്തിന്റെ പേരിൽ, അല്ലെങ്കിൽ ഇതിന്റെയെല്ലാമോ ഇതിന്റെ ഒന്നിന്റെ പേരിലല്ലാതെയോ ആകട്ടെ ഞാൻ നിന്നെ കൈവിടുമായിരുന്നോ? ഇരുട്ടുമുറിയിലെ ഏകാന്തതയ്ക്ക് എറിഞ്ഞുകൊടുക്കുമായിരുന്നോ? എത്ര ചെറുതെങ്കിലും അത്രയും ചെറുതായ നടപടിയെങ്കിലും നിന്റെ വേദന കുറ

യ്ക്കാൻ ഞാൻ എടുക്കാതിരിക്കുമോ? നീ ജയിലിനുള്ളിൽ അനുഭവിക്കുന്ന അതേ വേദന ഞാൻ പുറത്തും അനുഭവിക്കുന്നുവെന്ന് ഞാൻ നിന്നെ അറിയിക്കാതിരിക്കുമോ? നീ വിങ്ങിപ്പോകുമ്പോൾ എന്റെ കണ്ണിൽ നിന്നും കണ്ണീരു പൊഴിയാതിരിക്കുമോ? മനുഷ്യരുടെ കൂട്ടില്ലാതെ ഏകാന്തമായ മുറിയിലാണ് നിന്നെ അടച്ചിട്ടിരുന്നതെങ്കിൽ സ്വന്തമായി ഒരു മുറി പണിത് നീ പുറത്തിറങ്ങുംവരെ സ്വയം തീർത്ത തടവിൽ ഞാൻ കഴിയാതിരിക്കുമോ? അവിടത്തെ മനുഷ്യർ നിനക്ക് നിഷേധിച്ചതൊക്കെയും ഒരു നിധിപോലെ ശേഖരിച്ച് നൂറുമടങ്ങായി ഞാൻ കരുതുമായിരുന്നില്ലേ? നിന്നരികിലെത്താൻ തടയുന്നത് എന്തുതന്നെ ആയിക്കൊള്ളട്ടെ, അപമാനിതനായി അഴികൾക്കുള്ളിൽ നിലകൊള്ളുന്ന അവസ്ഥയാണെങ്കിൽപ്പോലും നിന്റെ സാമീപ്യത്തിനായുള്ള എന്നെ അടക്കാനാകാത്ത ആഗ്രഹത്തെ കൊള്ളയടിക്കുന്നവർ ആരുതന്നെ ആയിക്കോട്ടെ പ്രണയസ്പർശമുള്ള ഒരു വാക്കെങ്കിൽ ഒരു വാക്ക് ഒരു വാചകമെങ്കിൽ ഒരു വാചകം നിന്നിലെത്തുമെന്ന പ്രതീക്ഷയോടെ ഞാൻ കത്തുകൾ കൊണ്ട് പൊതിയുമായിരുന്നു. എന്റെ കത്തുകൾ സ്വീകരിക്കുവാൻ നീ വിസമ്മതിച്ചെന്നിരിക്കട്ടെ. എങ്കിലും ഞാൻ എഴുതിക്കൊണ്ടേയിരിക്കും. എന്റെ കത്തുകൾ നിന്നെയും കാത്ത് ഇരിക്കുന്നുണ്ട് എന്ന് നിനക്ക് എപ്പോഴും കരുതാമല്ലോ. നിരവധി പേർ അങ്ങനെ ചെയ്തു. ഓരോ മൂന്നു മാസത്തിലും അവർ എനിക്കെഴുതി. അവരുടെ കത്തുകൾ സുരക്ഷിതമായി സൂക്ഷിച്ച് ജയിലിൽനിന്നും പുറത്തിറങ്ങുമ്പോൾ അതെല്ലാം എനിക്കു കൈമാറും. എന്നാലും എനിക്കറിയാം അതെല്ലാം അവിടെയുണ്ടെന്ന്. അതെഴുതിയവരുടെ പേരുകൾ എനിക്കറിയാം. അതിൽ എന്നോടുള്ള സ്നേഹവും സഹാനുഭൂതിയും ദയാവായ്പും നിറഞ്ഞിരിപ്പുണ്ട്. എനിക്കതുമതി. അതിലധികമൊന്നും എനിക്കാവശ്യമില്ല. എന്നാൽ നിന്റെ നിശ്ശബ്ദത എനിക്ക് ചിന്തിക്കാവുന്നതിലും അപ്പുറമായിരുന്നു. ആ നിശ്ശബ്ദത ആഴ്ചകളോ മാസങ്ങളോ അല്ല വർഷങ്ങളാണ് നീണ്ടുനിന്നത്. നിന്നെ സംബന്ധിച്ച് അത് ആഹ്ലാദത്തിന്റെയും ഇടവേളകളില്ലാത്ത ആനന്ദത്തിന്റെയും നാളുകളായിരുന്നിരിക്കണം. ഒരൊഴിവുകഴിവും നല്കാൻ കഴിയാത്ത നിശ്ശബ്ദതയായിരുന്നു അത്. സാന്ത്വനത്തിന്റെ ലവലേശവുമില്ലാത്ത നിശ്ശബ്ദത. നിന്നിൽ ഒളിഞ്ഞിരിക്കുന്ന ദൗർബല്യങ്ങളും പിഴവുകളും എന്നേക്കാൾ കൂടുതൽ ആർക്കാണറിയാവുന്നത്? പിഴവുകൾ ചിലപ്പോൾ മഹത്തായ സൃഷ്ടികൾക്ക് ഇടവരുത്തുമെന്ന സൂക്തം രചിക്കുമ്പോൾ നീയായിരുന്നു എന്റെ മനസ്സിൽ. ദൗർഭാഗ്യവശാൽ നിന്റെ പിഴവുകൾ ഉത്തമസൃഷ്ടിക്കിടയാക്കിയില്ല. പാതയോരത്ത് നാൽക്കാലികൾ ചവിട്ടിത്തെറിപ്പിച്ച ചെളിയിൽനിന്നും നീ എന്റെ രൂപം മെനഞ്ഞെടുത്തു. അതുകൊണ്ട് ഞാനെത്ര നിനച്ചാലും എന്തെല്ലാം രഹസ്യമോഹങ്ങൾ കൊണ്ടുനടന്നാലും നിന്റെ ഉള്ളിൽ ലവലേശമെങ്കിലും വികാരവായ്പ് എന്നെ പ്രതി ഉണ്ടാകാൻ പോകുന്നില്ല, പുച്ഛവും വെറുപ്പുമല്ലാതെ. മറ്റെല്ലാക്കാര്യങ്ങളും മാറ്റിവച്ചാലും നിന്റെ നിഷേധാത്മകമായ ശീലങ്ങളും

അല്പജ്ഞാനവും അഹന്തയോളമെത്തുന്ന അഹംബോധവും എന്നിൽ കൂടുതൽ നീരസമാണുണ്ടാക്കിയത്. പ്രത്യേകിച്ചും എന്റെ പതനത്തിനൊപ്പമോ അതേത്തുടർന്ന് രൂപപ്പെട്ട സാഹചര്യങ്ങളുടെ പശ്ചാത്തലമോർക്കുമ്പോൾ.

ജയിലിലടയ്ക്കപ്പെടുന്ന ദൗർഭാഗ്യവാനായ മറ്റു മനുഷ്യരിൽനിന്നും ലോകത്തിന്റെ സൗന്ദര്യമാകെ കവർന്നെടുക്കപ്പെടുന്നുണ്ടെങ്കിലും സമൂഹത്തിന്റെ കല്ലേറേല്ക്കാതെ അവർക്ക് സുരക്ഷിതരായി കഴിയാനാകുന്നുണ്ട്. അവർ തടവറയിലെ ഇരുണ്ടമുറികളിൽ ഒളിച്ച് തങ്ങളുടെ അപമാനങ്ങളിൽനിന്നും രക്ഷതേടുന്നു. ലോകം അതിന്റെ വഴിക്കുപോകുമ്പോൾ അവർ ആരാലും ശല്യപ്പെടുത്താതെ ഒറ്റയ്ക്കിരുന്ന് തങ്ങളുടെ വേദന തിന്നുതീർക്കുന്നു. എന്നാൽ എന്നെ സംബന്ധിച്ച് കാര്യങ്ങൾ അങ്ങനെയല്ല. ജയിൽ കവാടം കടന്ന് ആരുടെയും അനുമതി തേടാതെ വേദന എന്നെ തേടിയെത്തുന്നു. എന്നാൽ എന്റെ സുഹൃത്ത് ജയിലിനുള്ളിൽവന്ന് എന്റെ അവസ്ഥ കണ്ടു ബുദ്ധിമുട്ടേണ്ടിവന്നിട്ടില്ല. എന്നാൽ എന്റെ ശത്രുക്കൾക്ക് എപ്പോൾ വേണമെങ്കിലും എന്നെ കാണാനാകുമായിരുന്നു. പാപ്പർ കോടതിയിൽ രണ്ടുവട്ടം എന്നെ ഹാജരാക്കി. രണ്ടു പ്രാവശ്യമുണ്ടായ ജയിൽ മാറ്റങ്ങളിൽ എന്നെ പൊതുജനമദ്ധ്യത്തിൽ പ്രദർശിപ്പിച്ചു. ആളുകളുടെ തുറിച്ചു നോട്ടമേറ്റ് ഞാൻ അപമാനിതനായി. മരണദൂതൻ തന്റെ വാർത്തകളെത്തിച്ച് മടങ്ങിപ്പോയി. എല്ലാരിൽനിന്നും ഒറ്റപ്പെട്ട് ഞാൻ ഏകാന്തതയിൽ കഴിയുന്നു. ദുഃഖങ്ങളിൽനിന്നും എനിക്ക് ആശ്വാസം പകരാൻ കഴിയുമായിരുന്ന എല്ലാറ്റിൽനിന്നും ഞാൻ ഒറ്റപ്പെട്ടിരിക്കുന്നു. അമ്മയെപ്പറ്റിയുള്ള വേദന എന്നെ വിട്ടുപോകാതെ ഒപ്പമുണ്ട്. ആ മുറിവുകൾ നിലനില്ക്കുമ്പോൾതന്നെ കൂടുതൽ മുറിവുകളേല്പിക്കാനായി എന്റെ ഭാര്യയുടെ അഭിഭാഷകൻ ഹൃദയശൂന്യമായ ഭാഷയിൽ എനിക്ക് എഴുതിക്കൊണ്ടേയിരുന്നു. മറ്റ് ജയിൽപുള്ളികൾക്ക് അവരുടെ മക്കളുടെ മുഖങ്ങൾ കണ്ട് ആശ്വസിക്കാൻ കഴിയുമ്പോൾ എനിക്കെന്റെ മക്കളെ കാണുവാൻ അനുമതിയില്ല. ഞാൻ എന്റെ രണ്ടുമക്കളെ കാണുവാൻ അർഹനാണോയെന്ന് കോടതിയാണ് നിശ്ചയിക്കുന്നത്. അതുമായി തട്ടിച്ചുനോക്കിയാൽ ജയിലിലെ ദുരിതങ്ങൾ ഒന്നുമല്ല. മറ്റ് തടവുകാരോട് എനിക്ക് കടുത്ത അസൂയയുണ്ട്.

പാവപ്പെട്ട മനുഷ്യർ നമ്മുടെ വർഗ്ഗത്തിൽപ്പെട്ടവരേക്കാൾ എത്രയോ ബുദ്ധിമാന്മാരും ദയാലുക്കളുമാണ്. അവരുടെ കണ്ണിൽ ജയിലിൽ പെട്ടുപോകുന്നത് അവന്റെ ജീവിതത്തിലെ ദൗർഭാഗ്യകരമായ സംഭവമാണ്. ജയിലിലാക്കപ്പെടുന്ന ഒരാളെ കുഴപ്പത്തിൽ പെട്ടുപോയവനായാണ് അവർ കാണുന്നത്. അവർ സാധാരണയായി ഉപയോഗിക്കുന്ന പദമാണിത്. അതിനകത്ത് ഭയവും കാരുണ്യവും ബുദ്ധിയുമുണ്ട്. നമ്മുടെ വർഗ്ഗമോ? അസ്പൃശ്യനായാണ് തടവുകാരനെ കാണുന്നത്. സൂര്യനും വായുവും നിലാവും ഒരുവനിൽ നിന്നും കവർന്നെടുക്കപ്പെടുന്നു. നമ്മുടെ മക്കൾ! അവരെപ്പോഴും അകറ്റിക്കളയുന്നു. മനുഷ്യവർഗ്ഗവുമായി നമ്മെ ഒന്നിപ്പി

ക്കുന്ന കണ്ണികൾ അവർ അറുത്തുകളയുന്നു. നമ്മുടെ മക്കൾ ജീവിക്കുമ്പോൾത്തന്നെ ഏകാന്തമായ തടവറകളിൽ നാം നശിക്കുന്നു. നമ്മെ ആശ്വസിപ്പിക്കുന്ന ഘടകങ്ങൾ ആകെ എടുത്തു മാറ്റപ്പെട്ടിരിക്കുന്നു. നീറുന്ന ഹൃദയത്തിന് ലേപനമാകാനും വേദനിക്കുന്ന ആത്മാവിന് ശക്തി പകരാനും കഴിയുന്നതൊക്കെയും നിഷേധിക്കപ്പെടുന്നു.

ഇതിനെല്ലാം പുറമേയാണ് നിന്റെ പ്രവൃത്തികൾ അല്ലെങ്കിൽ നിന്റെ മൗനങ്ങൾ എന്റെ വേദനകളെ ഇരട്ടിയാക്കിയത്. ദീർഘകാലത്തേക്കുള്ള എന്റെ തടവ് ഇതുകാരണം കൂടുതൽ ബുദ്ധിമുട്ടുള്ളതായി. നിന്റെ പ്രവൃത്തിമൂലം എനിക്കു ലഭിച്ചുകൊണ്ടിരുന്ന റൊട്ടിയും വെള്ളവും എനിക്ക് കയ്പുള്ളതായി. നീയുമായി പങ്കുവയ്ക്കാമായിരുന്ന ദുഃഖഭാരം നീ കാരണം ഇരട്ടിയായി. ഇതൊന്നും നീ ബോധപൂർവ്വം ചെയ്തതല്ലെന്ന് എനിക്കറിയാം. ഇതാണ് നിന്റെ സ്വഭാവത്തിലെ മാരകമായ പിഴവ്. നിന്റെ ഭാവനാരാഹിത്യം.

ഇതിനെല്ലാം ഒടുവിൽ സംഭവിക്കുന്നത് എന്തായിരിക്കും? ഞാൻ നിനക്ക് മാപ്പു നല്കും. നിന്റെ ഹൃദയത്തിലേക്ക് വേദനകൾ കയറ്റാനല്ല എന്റെ ഹൃദയത്തിൽനിന്നും അത് പിഴുതുമാറ്റാനാണ് ഞാനെഴുതുന്നത്. നിനക്കു മാപ്പുതരാതിരിക്കാൻ എനിക്കാകില്ല. നെഞ്ചിനകത്ത് പ്രതികാരത്തിന്റെ അണലിപ്പാമ്പുമായി കഴിയാൻ ആകില്ല. ഒരാളിന്റെ ഹൃദയത്തിലേക്ക് മുള്ളുകൾ തറപ്പിച്ച് രാത്രിയുടെ യാമങ്ങൾ തള്ളിനീക്കാനുമാകില്ല. നിന്റെ ചെറിയൊരു സഹായം ലഭിക്കുമെങ്കിൽ നിനക്ക് മാപ്പു നല്കുന്ന കാര്യം എനിക്ക് പ്രയാസമുള്ള ഒരു കാര്യമേ അല്ല. പഴയ കാലങ്ങളിൽ നീ എന്നോട് ചെയ്ത കാര്യങ്ങൾക്ക് ഞാൻ എളുപ്പം മാപ്പു നല്കി. അത് നിനക്കൊരു ഗുണവും ചെയ്തില്ല. പാപത്തിന്റെ കറയേല്ക്കാത്തവർക്കു മാത്രമേ പാപത്തിന് മാപ്പു നല്കാനാകൂ. പക്ഷേ, ഇപ്പോൾ അപമാനിതനായി വേദനതിന്ന് ഇരിക്കുമ്പോൾ കാര്യങ്ങൾ വ്യത്യസ്തമാണ്. ഇപ്പോൾ ഞാൻ നല്കുന്ന മാപ്പ് നിനക്ക് വളരെ പ്രധാനപ്പെട്ടതാണ്. നീയൊരിക്കൽ അതു മനസ്സിലാക്കും. നീയെന്തു ചെയ്താലും ചെയ്തില്ലെങ്കിലും എന്റെ മാർഗ്ഗം വ്യക്തമാണ്. എന്നെപ്പോലൊരു മനുഷ്യന്റെ ജീവിതം നശിപ്പിച്ചു എന്നൊരു കുറ്റബോധവുമായി നാളുകൾ തള്ളിനീക്കാൻ ഞാൻ നിന്നെ അനുവദിക്കുകയില്ല. അത്തരമൊരു ചിന്തപോലും നിന്നെ കടുത്ത അനാസ്ഥയിലേക്കും അഗാധമായ ദുഃഖത്തിലേക്കും തള്ളിവിടും. ഞാൻ നിന്നിൽനിന്നും ആ ഭാരം എടുത്തു മാറ്റി എന്റെ ചുമലുകളിലിടും.

എന്നെ നശിപ്പിച്ചത് ഞാൻ തന്നെയാണെന്നാണ് ഞാൻ കരുതുന്നത്. മറ്റൊരാൾക്കും എന്നെ നശിപ്പിക്കാനാകില്ല. അങ്ങനെ പറയുവാൻ ഞാൻ തയ്യാറാണ്. അങ്ങനെ പറയാൻ ഞാൻ ശ്രമിക്കുന്നെങ്കിലും ഈ നിമിഷത്തിൽ എനിക്കതു പറയാൻ കഴിയുന്നില്ല. ദയാരഹിതമായ ഈ പ്രഖ്യാപനം ഞാൻ നടത്തുമ്പോൾ ഞാനെന്നെ തെല്ലും കുറ്റപ്പെടുത്തുന്നില്ല. ലോകം എന്നോടു ദയാരഹിതമായി പെരുമാറി. അതിനേക്കാൾ ദയാരഹിതമായിരിക്കട്ടെ ഞാനെന്നോടു ചെയ്യുന്നത്.

ഒൻപത്

എന്റെ കാലഘട്ടത്തിലെ കലയോടും സംസ്കാരത്തോടും പ്രതീകാത്മകമായ ബന്ധം ഞാൻ പുലർത്തിപ്പോന്നിരുന്നു. ഒരു യുവാവായിരിക്കുമ്പോൾത്തന്നെ ഞാനിതു മനസ്സിലാക്കി. ഏറെ കുറച്ചുപേരേ തങ്ങളുടെ ജീവിതകാലത്ത് അങ്ങനെയൊരു നിലപാടിൽ ഉറച്ചു നിന്നിട്ടുള്ളൂ. സാധാരണയായി ഒരാളുടെ കാലശേഷമേ ചരിത്രകാരന്മാരോ നിരൂപകരോ ഇതാദ്യം ഗ്രഹിക്കുകയുള്ളൂ. എന്നെ സംബന്ധിച്ചിടത്തോളം ഉള്ളിൽ തട്ടുന്ന നിലപാടുതന്നെയായിരുന്നു അത്. മറ്റുള്ളവരെ ബോദ്ധ്യപ്പെടുത്താനും ഞാൻ ശ്രമിച്ചിരുന്നു. ബയ്റനും അത്തരമൊരു വ്യക്തിത്വത്തിനുടമയായിരുന്നു. എന്നാൽ അദ്ദേഹം അദ്ദേഹത്തിന്റെ കാലഘട്ടത്തിലെ പ്രലോഭനങ്ങൾക്കൊപ്പമാണ് സഞ്ചരിച്ചത്. എന്റെ നിലപാട് കൂടുതൽ മഹത്തരവും ഉറച്ചതും വിശാലവുമായിരുന്നു.

ദൈവം എനിക്കെല്ലാം തന്നു. പ്രതിഭ, കീർത്തി, പദവി, ബൗദ്ധികമായ ധീരത എല്ലാം. ഞാൻ എന്റെ കലയെ തത്ത്വശാസ്ത്രവും തത്ത്വശാസ്ത്രത്തെ കലയുമാക്കി. ഞാൻ മനുഷ്യമനസ്സുകളെ അതിലെ വർണ്ണങ്ങളെ മാറ്റിമറിച്ചു. അത്ഭുതത്തോടെയല്ലാതെ എന്റെ വാക്കുകൾ സ്വീകരിക്കപ്പെട്ടിട്ടില്ല. കലയുടെ ഏറ്റവും ഉദാത്തരൂപമായ നാടകമാണ് ഞാൻ തെരഞ്ഞെടുത്തത്. ഞാനതിനെ ഗാനംപോലെയും ഭാവഗീതംപോലെയുമാക്കി. അതിന്റെ സാദ്ധ്യതകളെ വിപുലപ്പെടുത്തി. കഥാപാത്ര നിർമ്മിതിയെത്തന്നെ പുഷ്ടിപ്പെടുത്തി. നാടകമോ, നോവലോ, പദ്യകവിതയോ ഗദ്യകവിതയോ ഒതുങ്ങിയതോ പരന്നതോ ഏതുതന്നെയായാലും ഞാൻ തൊട്ടതെല്ലാം സൗന്ദര്യമുള്ളതായി. ശരിയുടെ ഭൂമികയിൽ ഞാൻ ഒട്ടും അപ്രധാനമായ ഇടമല്ല തെറ്റിന് നല്കിയത്. ശരിയും തെറ്റുമെല്ലാം ബൗദ്ധിക വ്യവഹാരങ്ങളുടെ വിവിധരൂപങ്ങൾമാത്രമാണെന്നു ഞാൻ

കാണിച്ചു. ജീവിതമെന്നത് വെറുമൊരു കഥാരൂപം മാത്രമാണെന്നും കലയാണ് പരമമായ സത്യമെന്നും ഞാൻ കണക്കാക്കി. കെട്ടുകഥകളും പുരാവൃത്തങ്ങളും ചൂഴ്ന്നുനിന്ന നൂറ്റാണ്ടിൽ ഞാൻ ഭാവനയെ തൊട്ടുണർത്തി. എല്ലാ സംവിധാനങ്ങളെയും ഞാൻ ഒറ്റവാചകത്തിൽ ഒതുക്കി. നിലനില്ക്കുന്ന എല്ലാത്തിനെയും ഒരു ലഘുകവിതയിലും. ഇതിനോടൊപ്പം തന്നെ ഇതിൽനിന്നെല്ലാം തികച്ചും വിഭിന്നങ്ങളായ കാര്യങ്ങളും എന്നെ ചൂഴ്ന്നു നിന്നിരുന്നു. ഇന്ദ്രിയ പ്രേരണകൾക്കൊപ്പം ദീർഘകാലം ഞാൻ സഞ്ചരിച്ചു. പരിഷ്കാരങ്ങളുടെ പിന്നാലെ പാഞ്ഞു. ചെറിയ ചെറിയ വ്യക്തിത്വങ്ങൾക്കൊപ്പം ചേർന്നു. എന്നെ ആഹ്ലാദിപ്പിച്ച യുവത്വത്തിനു വേണ്ടി ഞാനെന്റെ പ്രതിഭയെ ധൂർത്തടിച്ചു. കീർത്തിയുടെ ഉയരങ്ങൾ മടുത്തപ്പോൾ ഞാൻ പുതിയ അനുഭവങ്ങളുടെ ആഴങ്ങളിലേക്കിറങ്ങി. പ്രലോഭനങ്ങൾ വഴിപിഴയ്ക്കുകയും എന്റെ ചിന്താ മണ്ഡലമാകെ അതു പരക്കുകയും ചെയ്തു. ആഗ്രഹങ്ങൾ മഹാവ്യാധിയാണ്. ഭ്രാന്താണ്. അല്ലെങ്കിൽ രണ്ടുമാണ്. മറ്റുള്ളവരുടെ ജീവിതങ്ങൾ എന്റെ പരിഗണനാ വിഷയമായിരുന്നില്ല. സന്തോഷം കണ്ടെത്തുന്ന ഇടങ്ങളിലേക്കെല്ലാം ഞാൻ പാഞ്ഞുചെന്നു. ഒരു ചെറിയ പ്രവൃത്തി മതി ഒരാളിന്റെ സ്വഭാവം തകർക്കാനെന്ന് ഞാൻ കണ്ടില്ല. രഹസ്യമായി ഒരു മുറിക്കകത്തിരുന്ന് ചെയ്തതിന്റെ പേരിൽ ഒരുനാൾ പുരപ്പുറത്ത് കയറിനിന്നു കരയേണ്ടി വരും. എന്റെ മേൽ എനിക്കുള്ള അധികാരം നഷ്ടപ്പെട്ടു. ഞാൻ എന്റെ ആത്മാവിന്റെ തോണിക്കാരനല്ലാതെയായി. ഞാനതൊന്നും അറിഞ്ഞില്ല. സുഖാനുഭൂതികൾ കൊണ്ടു പൊതിയുവാൻ ഞാനെന്നെ അനുവദിച്ചു. അത് എന്നെ അപമാനത്തിന്റെ പടുകുഴിയിലെത്തിച്ചു. അങ്ങേയറ്റത്തെ വിനയംമാത്രമേ എന്റെ മുന്നിൽ ഇനി ശേഷിക്കുന്നുള്ളൂ.

രണ്ടുകൊല്ലത്തോളം ഞാൻ ജയിലിൽ കിടന്നു. എന്റെ സ്വഭാവത്തിൽ നിന്നും വന്ധ്യമായ നിരാശ പിറവിയെടുത്തു. ദുഃഖത്തിനുമുന്നിൽ സകലതും തീറെഴുതി വന്ധ്യമായ രോഷം ഭയപ്പെടുത്തി. വെറുപ്പും പരിഹാസവും ഉള്ളിൽ നിറഞ്ഞു. വേദനയാൽ പൊട്ടിക്കരഞ്ഞു. പറഞ്ഞറിയിക്കാനാകാത്ത ദുരിതം ചുറ്റും നിറഞ്ഞു. ബധിരയായ ദുഃഖം എന്നെ പൊതിഞ്ഞു. വ്യഥയുടെ സാദ്ധ്യമായ എല്ലാ ഭാവങ്ങളും ഞാനറിഞ്ഞു.

“വ്യഥ സ്ഥിരമായതും അവ്യക്തമായതും ഇരുണ്ടതുമായിരിക്കും. അനന്തതയോളം അതു നീണ്ടുപോകും.” ആ വാക്കുകൾ എഴുതിയ വേഡ്സ്വർത്തിനേക്കാൾ കൂടുതൽ ഞാനതിന്റെ അർത്ഥം ഗ്രഹിച്ചു.

ദുരിതങ്ങൾക്ക് ഒരവസാനമുണ്ടായില്ലെന്ന് ഞാൻ കരുതിയപ്പോൾതന്നെ അതു സഹിക്കുന്നത് വെറുതെയാവില്ലായെന്നും എനിക്കറിയാമായിരുന്നു. എന്റെ ശീലങ്ങളിലെവിടെയോ ഒളിഞ്ഞുകിടന്നിരുന്ന ഏതോ ഒന്ന് എന്നോട് അതു പറയുന്നുണ്ടായിരുന്നു. അർത്ഥശൂന്യമായി ഈ ലോകത്തിൽ ഒന്നുമില്ലെന്ന്; പ്രത്യേകിച്ച് ദുരിതങ്ങൾക്ക്. ഒരു പാടത്തിനുള്ളിൽ ഒളിഞ്ഞിരിക്കുന്ന നിധിപോലെയത്രെ എന്നുള്ളിൽ ഒളിപാർത്തിരുന്ന ആ ഏതോ ഒന്ന്.

അപ്പോഴാണ് പുതിയ ഏതോ ഒന്ന് എന്റെയുള്ളിൽ രൂപം കൊള്ളുന്ന കാര്യം എനിക്കു ബോദ്ധ്യമായത്. എന്റെയുള്ളിൽ നിന്നുതന്നെയാണത് വന്നത്. അതിനാൽ യഥാസമയം തന്നെയാണതു രൂപപ്പെട്ടതെന്ന് എനിക്കു മനസ്സിലായി. ഒട്ടും മുമ്പേയോ വൈകിയോ അല്ല. കൃത്യസമയത്താണ് അതിന്റെ വരവ്. ആരെങ്കിലും അതിനെപ്പറ്റി പറഞ്ഞിരുന്നുവെങ്കിൽ ഞാനതു വിശ്വസിക്കുമായിരുന്നില്ല. ആരെങ്കിലും കൊണ്ടു വന്നിരുന്നെങ്കിലോ? ഞാനതു നിഷേധിക്കുമായിരുന്നു. ഞാൻ തന്നെ കണ്ടെത്തിയതിനാൽ ഞാൻ തന്നെ അതു സൂക്ഷിച്ചുവയ്ക്കും. പുതിയൊരു ജീവിതത്തിനുള്ള ബീജം അതിലടങ്ങിയിട്ടുണ്ട്. വേറൊരാൾക്ക് തരാനോ നിങ്ങൾക്ക് എറിഞ്ഞുകളയാനോ കഴിയാത്ത അത്ഭുതമാണത്. ഇതെല്ലാം ഉപേക്ഷിക്കാൻ തയ്യാറാകുമ്പോൾമാത്രമേ നിങ്ങൾക്ക് അത് ലഭിക്കാൻ അർഹത നേടുകയുള്ളൂ. എല്ലാം നഷ്ടപ്പെട്ടുകഴിയുമ്പോൾ മാത്രമേ അത് നിങ്ങളിലുണ്ടെന്നു തിരിച്ചറിയാനാകൂ.

എന്നാലതുണ്ടെന്ന് ഞാനിപ്പോൾ തിരിച്ചറിയുന്നു. എന്താണു ചെയ്യേണ്ടത് എന്നതിനെപ്പറ്റി വ്യക്തതയുണ്ടിപ്പോൾ. ബാഹ്യമായ എന്തിന്റെയോ പ്രേരണയാലാണതെന്ന് ഞാൻ അർത്ഥമാക്കുന്നില്ല. മുമ്പെന്നത്തേതിനെക്കാൾ കൂടുതൽ ഞാനെന്നിൽ വിശ്വസിക്കുന്നു. ഒരുവന്റെ ഉള്ളിൽ നിന്നു വരുന്നതിനു മാത്രമേ എന്തെങ്കിലും മൂല്യമുള്ളൂ. ഞാനെന്നെത്തന്നെ കണ്ടെത്തുകയാണിപ്പോൾ. അതിൽ മാത്രമാണെന്റെ ശ്രദ്ധ. ലോകത്തോടുള്ള വെറുപ്പിൽനിന്നും എന്നെ മോചിപ്പിക്കുകയാണാദ്യം ചെയ്യേണ്ടത്.

കൈയിൽ നാണയമോ കയറിക്കിടക്കാൻ വീടോ എനിക്കില്ല. എന്നിട്ടും അതിനേക്കാൾ മോശമായ മനുഷ്യാവസ്ഥയുണ്ടെന്ന് എനിക്കറിയാം. കടുത്ത വെറുപ്പുമായി ഈ ജയിലിൽനിന്നും പുറത്തുപോകുന്നതിനെക്കാൾ എത്രയോ നല്ലതാണ് ഭക്ഷണത്തിനു വേണ്ടി ഭിക്ഷയെടുക്കുന്നത്. ധനവാന്റെ ഗൃഹത്തിൽനിന്നും ഭക്ഷിക്കാനൊന്നും കിട്ടിയില്ലെങ്കിൽ ഞാൻ ദരിദ്രന്റെ കുടിലിലേക്കു ചെല്ലും. ധനവാന് ആർത്തികൂടും. പാവപ്പെട്ടവനോ എന്തും പങ്കുവയ്ക്കും. വേനൽക്കാലത്ത് പുൽപ്പരപ്പിൽ ഉറങ്ങുന്നതിനോ ശൈത്യകാലത്ത് ഒഴിഞ്ഞൊരു ചായ്പിലെ പത്തായത്തിനുപുറത്ത് അഭയം തേടുന്നതിനോ ഞാൻ മടിക്കുകയില്ല. ഉള്ളിൽ സ്നേഹത്തിന്റെ തീയുണ്ടാകണമെന്നുമാത്രം. ബാഹ്യലോകത്തെ ജീവിതം എന്നിൽ താല്പര്യം ജനിപ്പിക്കാതെയായി. വ്യക്തിവാദത്തിന്റെ ആഴങ്ങളിലേക്കാണ് ഞാൻ കടന്നുകൊണ്ടിരുന്നത്. നീണ്ടയാത്രയ്ക്കാണ് എന്റെ തയ്യാറെടുപ്പ്. മുള്ളു നിറഞ്ഞ വഴികളിലൂടെയത്രെ എന്റെ സഞ്ചാരം.

തീർച്ചയായും ഞാൻ തെരുവിലിറങ്ങി ഭിക്ഷയെടുക്കാനൊന്നും പോകുന്നില്ല. പുൽമേട്ടിൽ കിടന്ന് രാക്കാല ചന്ദ്രനെ നോക്കി ലക്ഷ്യകാവ്യങ്ങൾ രചിക്കും. ജയിലിൽനിന്നും പുറത്തിറങ്ങുമ്പോൾ വാതിലിനപ്പുറത്ത് എന്നെ സ്വീകരിക്കാൻ റോബി നില്ക്കുന്നുണ്ടാവും. അവൻ അവന്റെ സ്നേഹത്തിന്റെ മാത്രം അടയാളമല്ല അതിനപ്പുറമുള്ള മറ്റനേകം പേരുടെ

സ്നേഹത്തെയും പ്രതിനിധീകരിക്കുന്നു. കഴിഞ്ഞുപോയ പതിനെട്ടുമാസത്തിന്റെ ജീവിതം എനിക്കു ജീവിക്കണം. ഒന്നും എഴുതാൻ കഴിഞ്ഞില്ലെങ്കിൽക്കൂടി കുറെ നല്ല പുസ്തകങ്ങൾ വായിക്കണം. അതിനപ്പുറം എന്തു സന്തോഷമാണ് ഒരാൾക്ക് ലഭിക്കേണ്ടത്? അതിനുശേഷം എനിക്കെന്റെ കഴിവുകൾ തിരിച്ചുപിടിക്കണം.

കാര്യങ്ങൾ വ്യത്യസ്തമായിരുന്നെങ്കിൽ എനിക്ക് ഈ ലോകത്തിൽ ഒരു ചങ്ങാതിയുണ്ടാകുമായിരുന്നില്ലേ? എനിക്കു വേണ്ടി സഹാനുഭൂതിയോടെ ഒരു വാതിൽ തുറന്നുകിടക്കുമായിരുന്നില്ലേ? എന്റെ ദാരിദ്ര്യത്തിന്മേൽ വച്ചുനീട്ടുന്ന ഒരു പഴന്തുണിക്കോ ഭക്ഷണപ്പൊതിക്കോ വേണ്ടി എനിക്ക് കൈനീട്ടേണ്ടിവരുമായിരുന്നോ? വെറുപ്പ് കൊണ്ടുനിറഞ്ഞ ദുർബ്ബല ശരീരത്തിൽ ഒളിപ്പിച്ചുവച്ച ആത്മാവുമായി കഴിയാതെ കൂടുതൽ ആത്മവിശ്വാസത്തോടെ എനിക്ക് ലോകത്തെ അഭിമുഖീകരിക്കുവാൻ കഴിയുമായിരുന്നില്ലേ?

എനിക്ക് പ്രയാസമൊന്നുമുണ്ടാവില്ല. യഥാർത്ഥത്തിൽ നിങ്ങൾ സ്നേഹം ആഗ്രഹിക്കുന്നുവെങ്കിൽ അതു നിങ്ങളെ കാത്തു നില്ക്കുന്നുണ്ടാവും.

എന്റെ ദൗത്യം ഇവിടെ ഒടുങ്ങുന്നില്ല എന്നു ഞാൻ പ്രത്യേകിച്ചു പറയേണ്ടതില്ലല്ലോ. അങ്ങനെ ചെയ്യുന്നത് വളരെ എളുപ്പമാണ്. എന്റെ മുമ്പിൽ ഏറെ കാര്യങ്ങളുണ്ട് ചെയ്തുതീർക്കാനായി. കൂടുതൽ ഉയരത്തിലുള്ള കുന്നുകൾ കയറേണ്ടതുണ്ട്. കൂടുതൽ ഇരുണ്ട താഴ്വാരങ്ങൾ കടക്കാനുണ്ട്. എല്ലാം എനിക്കു തനിയേ ചെയ്തുതീർക്കണം. ഒരു മതമോ സദാചാരമോ യുക്തിയോ എന്നെ സഹായിക്കാനുണ്ടാവില്ല.

സദാചാരം എന്റെ രക്ഷയ്ക്കെത്തിയില്ല. ഞാനതിന്റെ വിലക്കുകളെ മുറിച്ചുകടന്നവനാണ്. നിയമത്തിൽ നിന്നു മാത്രമല്ല മറ്റുപലതിൽനിന്നും ഒഴിവാക്കപ്പെട്ടവർക്കൊപ്പമാണ് ഞാൻ. ഒരാൾ ചെയ്യുന്ന കാര്യങ്ങളിൽ കുഴപ്പമില്ലാതിരുന്നാലും ലക്ഷ്യം പിഴച്ചുപോകുന്നതായി കാണാറുണ്ട്.

കാണാത്തതിലാണ് വിശ്വാസികൾ വിശ്വസിക്കുന്നത്. എന്നാൽ ഒരാൾക്ക് കടന്നുവന്നു തൊടാനും കഴിയുന്നതിലാണ് എന്റെ വിശ്വാസം. മനുഷ്യന്റെ കൈകൾ കൊണ്ടു നിർമ്മിച്ച ക്ഷേത്രങ്ങളിലാണ് എന്റെ ദൈവം കുടികൊള്ളുന്നത്. അനുഭവമാണെന്റെ ദൈവം. അതിൽ സ്വർഗ്ഗത്തിന്റെ സൗന്ദര്യം മാത്രമല്ല നരകത്തിന്റെ ഭയാനകതയും ഞാൻ ദർശിക്കുന്നു. മതത്തെപ്പറ്റി ഒട്ടും ചിന്തിക്കാത്ത വേളകളിൽ വിശ്വസിക്കാൻ കഴിയാത്തവർക്കായി ക്രമം ഉണ്ടാക്കുന്ന കാര്യം ഞാൻ ആലോചിക്കും. അവിശ്വാസികൾക്കുമുണ്ടൊരു കൂട്ടായ്മയും സാഹോദര്യവും. അവരുടെ അൾത്താരയിൽ മെഴുകുതിരികൾ കത്തിക്കപ്പെടുന്നില്ല. സ്വന്തം ഹൃദയത്തിൽ സമാധാനത്തിനിടം കിട്ടാത്ത പുരോഹിതൻ അപ്പവും വീഞ്ഞും വാഴ്ത്തുന്നില്ല. ശരിയായതെല്ലാം ഒടുവിൽ മതമായിത്തീരുന്നു. അജ്ഞേയവാദത്തിനുമുണ്ട് മതത്തെപ്പോലുള്ള ചട്ടങ്ങൾ. അതിനുമുണ്ട് വാഴ്ത്തപ്പെട്ട രക്തസാക്ഷികളും അതിന്റെ ഫലം കൊയ്യുന്ന പൂജാരി

കളും. അവർ തങ്ങളെ മനുഷ്യരിൽനിന്നും മറഞ്ഞിരിക്കേണമെന്നാവശ്യപ്പെട്ട് നിത്യേന ദൈവത്തോടു പ്രാർത്ഥിക്കും. വിശ്വാസമായാലും അജ്ഞേയവാദമായാലും എന്നെ സംബന്ധിച്ച് അവയെല്ലാം ബാഹ്യമായ കാര്യങ്ങളല്ല. ആത്മീയമായതിനു മാത്രമേ സ്വന്തം രൂപം സൃഷ്ടിക്കാനാകൂ. അതിന്റെ രഹസ്യം എന്റെയുള്ളിൽനിന്നും കണ്ടെത്താനായില്ലെങ്കിൽ അത് എനിക്കൊരിക്കലും കണ്ടെത്താനാകില്ല. ഇതിനകം തന്നെ അതു കൈവശമായില്ലെങ്കിൽ ഇനിയൊരിക്കലും ആകാൻ പോകുന്നില്ല.

യുക്തിയും എന്റെ സഹായത്തിനെത്തിയില്ല. എന്നെ ശിക്ഷിച്ച നിയമങ്ങളും വ്യവസ്ഥിതിയും അനീതി നിറഞ്ഞതാണെന്നാണ് യുക്തി എന്നെ പഠിപ്പിച്ചത്. ഈ തെറ്റായ നിയമങ്ങൾമൂലം ഞാൻ ഏറെ പീഡിപ്പിക്കപ്പെട്ടു. എന്നിരുന്നാലും തെറ്റായ നിയമങ്ങളുമായും വ്യവസ്ഥിതിയുമായും പൊരുത്തപ്പെടേണ്ടതുണ്ട്. കലയിലെന്നപോലെ പ്രത്യേക നിമിഷത്തിലെ ഒരു പ്രത്യേക കാര്യം മാത്രമാണ് ഒരാൾ പരിഗണിക്കേണ്ടത്. ഒരാളിന്റെ ധാർമ്മികമായ പരിണാമത്തിന് അത് ഇടവരുത്തും. സംഭവിച്ചതെല്ലാം തന്നെ നല്ലതിനാണ് എന്ന് കരുതണം. മാർദ്ദവമില്ലാത്ത കാടത്തവും ബീഭത്സമായ ഭക്ഷണവും കർശനമായ ഉത്തരവുകളും നിങ്ങളുടെ ദിനരാത്രങ്ങളെ ഭയാനകമാക്കും. ഇവിടെ കടുത്ത ഏകാന്തതയും അപമാനവും ആത്മീയാനുഭവങ്ങളായി തീർക്കണം. ശരീരത്തിനുണ്ടാകുന്ന ഒറ്റ ക്ഷതവും എന്റെ ആത്മാവിനെ പോഷിപ്പിക്കാൻ ഉപയോഗപ്പെടുത്താത്തതായി അവശേഷിച്ചില്ല.

എന്റെ ജീവിതത്തിലെ രണ്ടു വഴിത്തിരിവുകളെപ്പറ്റി വളച്ചുകെട്ടാതെ പറയാം. ഒന്ന് എന്റെ പിതാവ് ഓക്സ്ഫോർഡിലേക്ക് പഠനത്തിനായി എന്നെ അയച്ചത്. രണ്ട്, സമൂഹം എന്നെ ജയിലിലേക്ക് അയച്ചത്. എനിക്ക് സംഭവിക്കാവുന്നതിൽ വച്ച് ഏറ്റവും നല്ലതാണ് ജയിൽവാസമെന്ന് ഞാൻ പറയുന്നില്ല. അങ്ങനെ പറഞ്ഞാൽ ജീവിതത്തോടെനിക്കുള്ള എന്റെ വെറുപ്പിനെയായിരിക്കും വെളിപ്പെടുത്തുന്നത്. എന്റെ പ്രായത്തിന് ഒട്ടും ചേരാത്തവിധത്തിലാണ് പിഴച്ച വഴികൾ ഞാൻ തെരഞ്ഞെടുത്തതെന്നും പിന്നെ പിഴച്ച വഴികൾക്കുവേണ്ടി ജീവിതത്തിലെ നന്മകളെയാകെ ചീത്തയാക്കുകയും ജീവിതത്തിലെ ചീത്തകാര്യങ്ങളെ നന്മയായി കൊണ്ടാടുകയും ചെയ്യുവാനാണെന്ന് ഞാൻ പറയും അല്ലെങ്കിൽ മറ്റുള്ളവർ പറയുന്നതായി ഞാൻ കേൾക്കും.

ഞാനോ മറ്റുള്ളവരോ എന്തു കരുതുന്നു എന്നതിൽ കാര്യമില്ല. ശേഷിക്കുന്ന ദിനങ്ങൾ വികലമാകാതിരിക്കണമെങ്കിൽ എന്റെ സ്വഭാവം ജീവിതത്തിൽ വരുത്തിവച്ച കാര്യങ്ങൾ എന്തെന്ന് ഞാൻ പഠിക്കണം. പൊള്ളത്തരമാണ് ജീവിതത്തിന്റെ പരമമായ മഹത്വം. എന്താണോ നാം ജീവിതത്തിൽനിന്നും മനസ്സിലാക്കിയത് അതാണു ശരി.

ആദ്യമായി ജയിലിലടയ്ക്കപ്പെട്ടപ്പോൾ ഞാനാരാണെന്ന കാര്യം വിസ്മരിക്കാൻ ചില സുഹൃത്തുക്കൾ ഉപദേശിച്ചു. ആ ഉപദേശം തെറ്റായിരുന്നു. കാരണം ഞാനാരാണെന്നു തിരിച്ചറിഞ്ഞാൽ മാത്രമല്ലേ ഏതു

തരത്തിലെങ്കിലുമുള്ള സ്വസ്ഥത കണ്ടെത്താനാവൂ. ഇപ്പോൾ ചിലരെ ഉപദേശിക്കുന്നത് ജയിലിൽനിന്നുള്ള മോചനത്തിനായി ശ്രമിക്കുക. ജയിലിൽ കിടന്നു എന്ന കാര്യം തന്നെ വിസ്മരിക്കുക എന്ന്. ആ ഉപദേശവും തെറ്റാണ്. അങ്ങനെ ചെയ്താൽ ശേഷിക്കുന്ന കാലം മുഴുവൻ ജയിൽ ജീവിതത്തിന്റെ അപമാനം എന്നെ വേട്ടയാടും. സൂര്യചന്ദ്രന്മാരുടെ സൗന്ദര്യം. ഋതുക്കളുടെ മാറിമറിയലുകൾ. പുലർവേളയുടെ സംഗീതം, രാത്രിയുടെ നിശ്ശബ്ദത, ഇലകളിൽ വീഴുന്ന മഴത്തുള്ളികൾ, പുൽക്കൊടികളിലുറയുന്ന തുഷാര ബിന്ദുക്കൾ തുടങ്ങി മറ്റെല്ലാർക്കുമെന്നപോലെ എനിക്കും അവകാശപ്പെട്ട കാഴ്ചകൾ കളങ്കിതമാകും. അവയ്ക്ക് സന്തോഷം പകരാനുള്ള ദിവ്യശക്തി നഷ്ടമാവും. ഒരാളുടെ അനുഭവങ്ങളെച്ചൊല്ലി വ്യസനിക്കുകയെന്നാൽ സ്വന്തം വളർച്ചയെത്തന്നെ നിരാകരിക്കുകയെന്നാണർത്ഥം. അത് ആത്മാവു തന്നെ നഷ്ടപ്പെടുന്നതിനു തുല്യമായിരിക്കും.

ഒരു കാഴ്ചപ്പാടോ പുരോഹിതനോ ശുദ്ധീകരിച്ചും ദൃഢീകരിച്ചും ആത്മാവിനെ ബലപ്പെടുത്തുന്നതുപോലെ ശരീരവും എന്തിനെയും ഏറ്റെടുത്ത് ദൃഢീകരിക്കും. മനോഭാവത്തെ അതു മാറ്റിമറിക്കും. പ്രലോഭനങ്ങളും ക്രൂരതകളും നിറഞ്ഞ ജീവിതത്തെ കാരുണ്യവും സ്നേഹവും നിറഞ്ഞതാക്കിമാറ്റും. നമ്മുടെ ജീവിതത്തെ മലിനമാക്കാൻ പോകുന്നതോ നശിപ്പിക്കാൻ പോകുന്നതോ ആയ കാര്യങ്ങളെ വളരെ വ്യക്തതയോടെ നമുക്കു കാണിച്ചുതരും.

സാധാരണ കുറ്റത്തിന് ശിക്ഷിക്കപ്പെട്ട ഒരു സാധാരണ നാടകകാരനാണ് ഞാനെന്ന് ഞാൻ തുറന്ന മനസ്സോടെ സമ്മതിക്കുന്നു. അതിന്റെ പേരിൽ ഞാൻ അപമാനിതനായിപ്പോകുകയില്ല. അതിനെ ഒരു ശിക്ഷയായിത്തന്നെ ഞാൻ അംഗീകരിക്കുന്നു. അങ്ങനെ അംഗീകരിച്ചാൽ ഞാൻ ശിക്ഷിക്കപ്പെടില്ല എന്നൊരു തോന്നലാവും എന്നിലുണ്ടാക്കുക. ഞാൻ ചെയ്യാത്ത ചില കാര്യങ്ങളുടെ പേരിലും എനിക്കു ശിക്ഷ കിട്ടിയെന്നതു നേരുതന്നെ. എന്നാൽ ഞാൻ ജീവിതത്തിൽ ചെയ്ത എത്രയോ കുറ്റങ്ങൾ കണ്ടുപിടിക്കപ്പെടാതെ ശേഷിക്കുന്നുമുണ്ടല്ലോ! ദൈവങ്ങളുടെ നീതി പ്രവചിക്കാനാവാത്തതാണ്. തിന്മയുടെ പേരിൽ മാത്രമല്ല നന്മയുടെപേരിലും അവർ നമ്മെ ശിക്ഷിച്ചെന്നു വരും. അതു തികച്ചും ശരിതന്നെയാണ്. അതുരണ്ടും മനസ്സിലാക്കാനും അഹന്ത ഇല്ലാതാക്കാനും അതുപകരിക്കും. എന്റെ ശിക്ഷയെപ്പറ്റി ഞാൻ അപമാനിതനാകാതിരിക്കാനാണ് ഞാൻ ശ്രമിക്കുന്നത്.

അങ്ങനെയാകാൻ കഴിഞ്ഞാൽ എനിക്കു ചിന്തിക്കാനും സ്വാതന്ത്ര്യത്തോടെ ജീവിക്കാനും കഴിയുമെന്നു ഞാൻ കരുതുന്നു.

ജയിൽ മോചിതരാകുമ്പോൾ പലരും തങ്ങളുടെ ഉള്ളിൽ ജയിലും പേറി നടക്കാറുണ്ട്. അപമാനം അവരുടെ ഉള്ളുനീറ്റും. ഒടുവിൽ വിഷം തിന്ന എലിയെപ്പോലെ മാളത്തിലൊളിച്ച് തങ്ങളുടെ ജീവിതം അവിടെ അവസാനിപ്പിക്കും. അങ്ങനെ ചെയ്യേണ്ടിവരുന്നത് അയാൾക്കും സമൂഹ

ത്തിനും അപമാനകരമാണ്. ഈ സമൂഹമാണല്ലോ വ്യക്തിക്കുമേൽ സ്വന്തം ഇച്ഛ അടിച്ചേല്പിച്ചത്. അതുകൊണ്ടുതന്നെ അവരെ പരിരക്ഷിക്കുന്നതിനും സമൂഹത്തിന് ഉത്തരവാദിത്വമുണ്ട്. എന്നാൽ ഏറ്റവും വലിയ പൊള്ളത്തരം പേറുന്നത് ഈ സമൂഹം തന്നെയല്ലേ? സമൂഹം ജയിലിലേക്കു തള്ളിവിട്ട മനുഷ്യൻ തടവുകഴിഞ്ഞ് പുറത്തിറങ്ങുമ്പോൾ, അയാൾക്കു ഏറ്റവും കൂടുതൽ സഹായം ആവശ്യമുള്ള നിമിഷങ്ങളിൽ, അയാളെ കൈയൊഴിയുന്നു. സമൂഹത്തിന്റെ പ്രവൃത്തികളിൽ നാണക്കേടുള്ളതുകൊണ്ടാണ് കടം നല്കിയവന്റെ മുന്നിൽ പെട്ടയാളെപ്പോലെ ഓടിഒളിക്കുന്നത്. എന്താണ് ഞാൻ സഹിച്ചതെന്നു ഞാനും എന്താണ് എന്റെ മേൽ അടിച്ചേല്പിച്ചതെന്ന് സമൂഹവും തിരിച്ചറിയേണ്ടതുണ്ട്. അതിന്റെ പേരിൽ ഇരുഭാഗത്തും ഈർഷ്യ തോന്നേണ്ട കാര്യമില്ല.

വേറൊരു കാഴ്ചപ്പാടിൽനിന്നും ഇക്കാര്യങ്ങൾ കാണുവാനാകും. എനിക്കൊപ്പം തടവിൽ കഴിഞ്ഞ കള്ളന്മാരും നിയമനിഷേധികളും എത്രയോ ഭാഗ്യവാന്മാർ. അവർ അവരുടെ നഗരങ്ങളിലെ ചില തെരുവുകൾക്കപ്പുറം അറിയപ്പെടുന്നില്ല. അല്ലെങ്കിൽ ഒരു പക്ഷിയുടെ ഉദയാസ്തമയ പ്രയാണ ദൂരത്തിനപ്പുറം അവരുടെ വാർത്തകൾ എത്തുന്നില്ല. എന്റെ കാര്യമോ? എവിടെത്തിരിഞ്ഞാലും പാറകളിന്മേൽ വലിയ അക്ഷരത്തിൽ എന്റെ നാമം എഴുതപ്പെട്ടിരിക്കുന്നു. അപ്രശസ്തിയിൽ നിന്നും ഒരുനാൾ കുപ്രസിദ്ധിയിലേക്കുയരുകയായിരുന്നില്ല ഞാൻ. കീർത്തിയുടെ ഉത്തുംഗതയിൽനിന്നും അപകീർത്തിയുടെ പടുകുഴിയിലേക്കായിരുന്നല്ലോ എന്റെ പതനം. എന്റെ കാര്യത്തിൽ സംഭവിച്ചതുപോലെ കീർത്തിക്കും അപകീർത്തിക്കും ഇടയിൽ ഒരു ചുവടിന്റെ മാത്രം വിടവേയുള്ളൂവെന്ന് ഞാൻ പലപ്പോഴും കരുതാറുണ്ട്.

ഇപ്പോഴും ആളുകൾ എന്നെ തിരിച്ചറിയുന്നു. എന്റെ എല്ലാ കഴിവുകളും കുറവുകളും അവർക്കറിയാം. എന്റെ ജീവിതം സംബന്ധിച്ച എല്ലാ കാര്യങ്ങളും അവരറിയുന്നു. ഇതിൽനിന്നും ചില നന്മകളെ എനിക്ക് വേർതിരിച്ചെടുക്കാനാവും. മികച്ച ഒരു സാഹിത്യസംഭാവന എന്നിൽ നിന്നുണ്ടായാൽ എന്നിൽ പുരണ്ട കളങ്കമാകെ മായ്ച്ചുകളയാൻ എനിക്കു കഴിയും.

ജീവിതം എനിക്കെന്നും ഒരു പ്രശ്നമായിരുന്നു; ജീവിതത്തിന് ഞാനും. എനിക്കുനേരെയും അവർക്കു നേരെയും വിധികല്പിക്കാനായി മനുഷ്യർ ചില സ്വഭാവ സവിശേഷതകൾ വച്ചു നീട്ടാറുണ്ട്. ഏതെങ്കിലും ഒരാളെപ്പറ്റിയല്ല എന്റെ വർത്തമാനം. ഞാൻ പൊതുവായുള്ള കാര്യങ്ങളെപ്പറ്റിയാണ് പറയുന്നത്. വേദനയും സൗന്ദര്യവും പീഡനവും എന്താണെന്നറിഞ്ഞ കലാകാരന്മാരിൽ മാത്രമാണിപ്പോൾ എന്റെ ശ്രദ്ധ. അവരിലേക്കാണ് ഞാൻ നോക്കുന്നതും. ജീവിതത്തോട് ഞാൻ മറ്റൊന്നും ആവശ്യപ്പെടുന്നില്ല. ജീവിതത്തോട് ആകെയുള്ള എന്റെ മാനസിക നിലയെപ്പറ്റി മാത്രമാണ് ഞാനിപ്പോൾ ഉൽക്കണ്ഠപ്പെടുന്നത്. ഒരിക്കൽ തടവുകാരനായിരുന്നു എന്ന വികാരത്തെ അതിജീവിക്കുകയാണ് നിന്റെ

മുന്നിലുള്ള മുഖ്യകടമ്പ. എന്റെ തന്നെ പൂർണ്ണതയ്ക്ക് അത് അത്യാവശ്യമാണ്. അതിനെ അതിജീവിക്കാൻ കഴിഞ്ഞില്ലെങ്കിൽ ഞാൻ അപൂർണ്ണനായിരിക്കും.

സന്തോഷവാനായിരിക്കേണ്ടത് എങ്ങനെയെന്ന് ഇനിയെനിക്കു പഠിക്കണം. ഒരിക്കൽ അതെനിക്കറിയാമായിരുന്നു. ചുരുങ്ങിയ പക്ഷം അത് ജന്മവാസനയെന്ന നിലയിൽ എനിക്ക് അറിയാമെന്ന് ഞാൻ കരുതിയിരുന്നു. എന്റെ ഹൃദയത്തിൽ എക്കാലവും വസന്തമായിരുന്നു. എന്റെ മാനസികാവസ്ഥ എപ്പോഴും സന്തോഷത്തോടെ ചേർന്നു നിന്നു. വീഞ്ഞു നിറഞ്ഞ പാത്രം പോലെ എന്റെ ഹൃദയം സന്തോഷം തുളുമ്പി നിന്നിരുന്നു. ഇപ്പോൾ ഞാൻ ജീവിതത്തെ നിരീക്ഷിക്കുന്നത് മറ്റൊരു വീക്ഷണകോണിൽനിന്നാണ്. സന്തോഷവാനായിരിക്കുകയെന്നത് ഇന്ന് എന്നെ സംബന്ധിച്ച് പ്രയാസകരമാണ്. ഓക്സ്ഫോർഡിലെ ആദ്യവർഷം ഞാൻ വായിച്ച പാറ്ററുടെ *റിനയസൻസ്* എന്നെ ഏറെ സ്വാധീനിച്ചു. ബോധപൂർവ്വം ദുഃഖത്തിൽ ജീവിക്കുന്നവർക്ക് എന്താണ് കരുതിവച്ചിട്ടുള്ളതെന്ന് തന്റെ *ഡിവൈൻ കോമഡി*യിൽ ദാന്തേ എഴുതിയിട്ടുണ്ട്. സൂര്യനുകീഴിലെ സുന്ദരമായ കാറ്റേല്ക്കുമ്പോൾ നാം ദുഃഖിതരായിരുന്നു. എന്നാൽ നരകത്തിൽ എത്തിച്ചേരുമ്പോഴോ? നഷ്ടപ്പെട്ട ദിനങ്ങളെ ഓർത്ത് നാം ഗൃഹാതുരരാകും.

ഇത്തരത്തിൽ ദുഃഖത്തിൽ ആണ്ടുപോകുന്നതിനെ സഭ അംഗീകരിക്കുന്നില്ലെന്ന് എനിക്കറിയാം. എന്നാൽ എന്നെ ആ ചിന്തതന്നെ ആവേശഭരിതനാക്കുന്നു. പാപം ചെയ്യാനുള്ള ത്വരപോലെത്തന്നെയാണതും. യഥാർത്ഥ ജീവിതത്തെപ്പറ്റി ഒന്നുമേ അറിയാത്ത പുരോഹിതന്മാർ പോലും അതു കണ്ടുപിടിച്ചേക്കും. ദുഃഖം നമ്മെ ദൈവത്തിലേക്ക് അടുപ്പിക്കുമെന്നു പറഞ്ഞ ദാന്തേയ്ക്ക് യഥാർത്ഥത്തിൽ ശോകാർദ്രമായ ജീവിതാവസ്ഥയിലേക്ക് വീഴ്ത്തപ്പെട്ടവനെപ്പറ്റി ഇങ്ങനെയെഴുതാൻ എങ്ങനെ കഴിഞ്ഞുവെന്ന് എനിക്കറിയില്ല. ഒരുപക്ഷേ, അത് ഒരു കാലത്ത് എന്റെ ജീവിതത്തിലെ ഏറ്റവും വലിയ പ്രലോഭനം ആയിത്തീരുമോയെന്ന് എനിക്കുതന്നെ അറിയില്ല.

പത്ത്

വാൻഡ്സ്‌വർത്ത് ജയിലിലായിരുന്നപ്പോൾ ഞാൻ മരണമാഗ്രഹിച്ചു. അപ്പോൾ എന്റെ ഒരേ ഒരാഗ്രഹം അതായിരുന്നു. ഒരു മാസക്കാലം നീണ്ട ആതുരാലയത്തിലെ ചികിത്സയ്ക്കുശേഷം എന്നെ ഇങ്ങോട്ടുമാറ്റി. ക്രമേണ എന്റെ ആരോഗ്യനില മെച്ചപ്പെട്ടു. അപ്പോഴും എന്നിൽ കടുത്ത രോഷം നിലനിന്നിരുന്നു. ജയിലിൽനിന്നും പുറത്തുകടന്നാലുടൻ ആത്മഹത്യ ചെയ്യണമെന്ന് ഞാൻ തീരുമാനിച്ചു. കുറച്ചു ദിവസം പിന്നിട്ടപ്പോൾ എന്റെ കലിയിറങ്ങി. ജീവിതവുമായി മുന്നോട്ടുപോകാനുറച്ചു. എന്നിട്ടും ഒരു മൂകത എന്നെ പൊതിഞ്ഞുനിന്നു. എനിക്കിനി ഇരിക്കാനാവില്ലായെന്നും ഞാനെത്തുന്നിടത്തെല്ലാം മരണവീടുകളാവുമെന്നും എന്റെ ചങ്ങാതിമാർ ദുഃഖാർത്തരായിത്തീരുമെന്നും ജീവിതത്തിന്റെ രഹസ്യം ദുഃഖപീഡനമാണെന്ന് അവരെ ബോദ്ധ്യപ്പെടുത്താമെന്നും എന്റെ ദുഃഖം കൊണ്ടവരെ നിറയ്ക്കണമെന്നും ഞാൻ കരുതി. എന്നാൽ ഞാനിപ്പോൾ വേറൊരാളാണ്. എന്നെ കാണാനെത്തുന്ന ചങ്ങാതിമാർക്കു മുന്നിൽ വിഷാദമൂകമായ മുഖം കാണിച്ച് അനുകമ്പ കാട്ടാനെത്തുന്ന അവരെ കൂടുതൽ പ്രയാസത്തിലാക്കുന്നത് ഉചിതമായിരിക്കില്ല എന്നു ഞാൻ മനസ്സിലാക്കി. അവരെ സന്തോഷിപ്പിക്കാനാണ് ഞാൻ ആഗ്രഹിക്കുന്നതെങ്കിൽ അവർക്കൊപ്പം നിശ്ശബ്ദനായി ഒരു മേശയ്ക്കു ചുറ്റുമിരുന്ന് വിശിഷ്ട ഭോജ്യങ്ങൾ സൽക്കരിക്കലാവും നല്ലതെന്നും ഞാൻ കണ്ടു. എങ്ങനെയാണ് സന്തോഷവാനായിരിക്കേണ്ടത് എന്നു ഞാൻ പഠിച്ചേ തീരൂ.

എന്റെ സുഹൃത്തുക്കളെ കാണാനായി എനിക്ക് അനുവാദം കിട്ടിയ രണ്ട് അവസരങ്ങളിലും ഞാൻ സന്തോഷവാനാണെന്ന് കാട്ടാൻ പണിപ്പെട്ടു. ബുദ്ധിമുട്ടുകൾ സഹിച്ച് ഇത്രദൂരം യാത്രചെയ്ത് എന്നെ കാണാനെത്തിയവരെ ഞാൻ വിഷമിപ്പിക്കാൻ പാടില്ലല്ലോ. തീർച്ചയായും

അതൊരു ചെറിയ കാര്യമാണെന്ന് എനിക്കറിയാം. എങ്കിലും അതായിരിക്കും അവരെ ഏറ്റവും സന്തോഷിപ്പിച്ചിരിക്കുക. ശനിയാഴ്ചകളിൽ ഞാൻ റോബിയെ കാണുമായിരുന്നു. ഞങ്ങൾക്കായി അനുവദിക്കപ്പെട്ട ഒരു മണിക്കൂറിൽ എനിക്കു കഴിയാവുന്നതിലേറെ സന്തോഷവാനായി കാണപ്പെടാൻ ഞാൻ ശ്രമിക്കുമായിരുന്നു. തടവറയിൽ അടയ്ക്കപ്പെട്ടതിനുശേഷം ജീവിതത്തോട് എനിക്ക് ആസക്തി തോന്നാൻ ഇടയാക്കിയത് ആ കൂടിക്കാഴ്ചകളായിരുന്നുവെന്ന് ഇവിടെ പറയാൻ ഞാൻ ആഗ്രഹിക്കുന്നു.

എനിക്ക് ഏറെ കാര്യങ്ങൾ ചെയ്തു തീർക്കാനുണ്ട്. അതിനു മുമ്പ് എന്റെ മരണം സംഭവിക്കുകയാണെങ്കിൽ അതൊരു വലിയ ദുരന്തമായിരിക്കും. കലയിലും ജീവിതത്തിലും വന്നുകൊണ്ടിരിക്കുന്ന മാറ്റങ്ങൾക്ക് പുതുമയും പരിപൂർണ്ണതയും വന്നുചേർന്നിട്ടുള്ളതായി ഞാൻ കണ്ടു. എന്നെ സംബന്ധിച്ചിടത്തോളം അങ്ങേയറ്റം നവമായി തോന്നിയ ആ ലോകം കണ്ടെത്താനായി ഇനിയും ജീവിച്ചിരിക്കണം എന്ന ആഗ്രഹം എന്നിൽ ബലപ്പെട്ടു. ആ ലോകം എന്താണെന്നറിയാൻ നിനക്ക് താല്പര്യമുണ്ടോ? അക്കാര്യം നിനക്ക് ഊഹിക്കാനാകുമോ? ആ ലോകം ഞാൻ ജീവിച്ചുപോന്ന ലോകമാണ്. ദുഃഖവും മറ്റുമെല്ലാം എന്നെ പഠിപ്പിച്ചത് ആ ലോകത്തെപ്പറ്റിയാണ്.

ഞാൻ ആനന്ദത്തിനു വേണ്ടി മാത്രമാണ് ജീവിച്ചത്. ദുരിതങ്ങളെയും ദുഃഖങ്ങളെയുമെല്ലാം ഞാൻ അകറ്റി നിർത്തിയിരുന്നു. അതുരണ്ടിനെയും ഞാൻ വെറുത്തു. അപൂർണ്ണതയുടെ രൂപങ്ങളെന്ന നിലയിൽ അവയെ അവഗണിക്കാൻ ഞാൻ തീരുമാനിച്ചിരുന്നു. എന്റെ ജീവിത പദ്ധതികളിൽ അവയ്ക്ക് സ്ഥാനമുണ്ടായിരുന്നില്ല. എന്റെ തത്ത്വശാസ്ത്രത്തിൽ അവയ്ക്ക് ഇടം കല്പിച്ചിരുന്നില്ല. ജീവിതത്തെ അതിന്റെ സമഗ്രതയിൽ കണ്ടവളായിരുന്നു എന്റെ അമ്മ. കാർലൈൻ ഒരിക്കൽ അമ്മയ്ക്കു നല്കിയ ഒരു പുസ്തകത്തിൽ അദ്ദേഹം കുറിച്ചിട്ട ഗോയ്ഥേയുടെ പ്രശസ്തമായ ചില വരികൾ അവർ എന്നെ വായിച്ചു കേൾപ്പിക്കുമായിരുന്നു. വിവർത്തനം ചെയ്തതായിരുന്നു. ആ വരികൾ ഇങ്ങനെയാണ്.

> "ഒരു നേരമെങ്കിലും ദുഃഖാർത്തനായ് ഭക്ഷണം കഴിച്ചിട്ടില്ലാത്തവൻ
>
> രാത്രിയുടെ മദ്ധ്യയാമങ്ങളിൽ ഒരിക്കലെങ്കിലും വിമ്മിക്കരഞ്ഞ് പുലർകാലത്തിനായി കാത്തിരുന്നിട്ടില്ലാത്തവൻ
>
> നിന്നെയോ നിന്റെ അളവില്ലാത്ത സ്വർഗ്ഗീയ ശക്തിയെയോ അറിയുന്നവനല്ല."

നെപ്പോളിയനാൽ ഹീനമായി പീഡിപ്പിക്കപ്പെട്ട പ്രഷ്യയിലെ രാജ്ഞി തന്റെ പീഡകൾ നിറഞ്ഞ ഒളിവുകാലത്ത് ഈ വരികൾ നിരന്തരം ഉദ്ധരിച്ചിരുന്നു. എന്റെ അമ്മ അവരുടെ വിഷമഘട്ടങ്ങളിൽ ഈ വരികൾ ഉദ്ധരിക്കുന്നത് ഞാൻ കേട്ടിട്ടുണ്ട്. ആ വരികളിൽ എന്തെങ്കിലും ജീവിത

സത്യം ഒളിഞ്ഞിരിപ്പുണ്ടാവുമെന്ന് ഞാൻ ഒരിക്കലും സമ്മതിച്ചുകൊടുത്തിരുന്നില്ല. വാസ്തവം പറഞ്ഞാൽ എനിക്കതൊന്നും മനസ്സിലായിരുന്നില്ല. ദുഃഖത്തോടെ ഭക്ഷണം കഴിക്കാൻ എനിക്കാവില്ലെന്നും നാളത്തെ നല്ല പ്രഭാതത്തിനായി ഇന്നേ വിമ്മിക്കരയാൻ എനിക്കു വയ്യെന്നും ഞാൻ അമ്മയോട് തർക്കുത്തരം പറഞ്ഞിരുന്നു.

ഇതെല്ലാം എനിക്കായി കരുതിവച്ചിരുന്നു എന്ന കാര്യം എനിക്കറിയില്ലായിരുന്നു. എന്റെ ജീവിതത്തിലെ നീണ്ട ഒരു വർഷക്കാലം എനിക്ക് ഒന്നുമേ ചെയ്യാനായില്ല. എന്റെ ജീവിതത്തിൽനിന്നും അത്രത്തോളം അളന്നു മാറ്റപ്പെട്ടു. വേദനയുടെ ഹൃദയത്തിനുള്ളിൽ ഒളിപ്പിച്ചുവച്ചിരുന്ന ജീവിതപാഠങ്ങൾ മനസ്സിലാക്കാൻ കടുത്ത ക്ലേശങ്ങളിലൂടെയും പോരാട്ടങ്ങളിലൂടെയും കടന്നുപോകേണ്ടിവന്നു. പീഡാനുഭവം ഒരു നിഗൂഢതയായി പല പുരോഹിതന്മാരും വ്യാഖ്യാനിക്കുന്നതായി കേട്ടിട്ടുണ്ട്. അത് ശരിക്കും ഒരു വെളിപ്പെടൽ തന്നെയാണ്. ഒരിക്കലും കണ്ടിട്ടില്ലാത്ത കാര്യങ്ങൾ അപ്പോൾ അയാൾ കാണുവാൻ തുടങ്ങും. മൊത്തം സംഭവങ്ങളെയും വേറൊരു കാഴ്ചപ്പാടിൽ കാണുവാൻ തുടങ്ങും. ജന്മവാസന കൊണ്ട് കലയെപ്പറ്റി രൂപപ്പെടുത്തിയെടുത്ത മങ്ങിയ ധാരണകൾ ബൗദ്ധികമായും വൈകാരികമായും കൂടുതൽ വെളിച്ചത്തോടെ വ്യക്തമാവും.

മനുഷ്യനു സാദ്ധ്യമായതിൽവച്ച് ഏറ്റവും തീവ്രതരമായ വികാരം ദുഃഖമാണെന്ന് ഇന്നു ഞാൻ തിരിച്ചറിയുന്നു. എല്ലാ കലയുടെയും പരീക്ഷണം അതിലാണ്. ആത്മാവും ശരീരവും അവിഭാജ്യമായിരിക്കുന്നത് എങ്ങനെയെന്നതാണല്ലോ കല എപ്പോഴും അന്വേഷിക്കുന്നത്. അവിടെ ഉള്ളിന്റെ പ്രകാശനമായി വെളിപ്പെടുന്നു. ആത്മപ്രകാശനത്തിന്റെ രൂപഭേദങ്ങൾ അതു വെളിവാക്കുന്നു. രൂപഭേദങ്ങളുടെ നിലനില്പ് പലവിധത്തിലാണ്. ഒരു ഘട്ടത്തിൽ യുവത്വവും അതിന്റെ കലയുമായിരിക്കും നമ്മെ ഏറെ സ്വാധീനിക്കുക. അടുത്തൊരു ഘട്ടത്തിൽ കലയിലെ സൂക്ഷ്മതയും വൈകാരികതയുടെ വിനിമയവുമായിരിക്കും നമ്മെ സ്വാധീനിക്കുവാൻ തുടങ്ങുക.

ഗ്രീക്ക് പ്രതിമകളിൽമാത്രം കണ്ടിരുന്ന പൂർണ്ണതയോടെ പ്രകൃതിയെ പകർത്തിവയ്ക്കുന്ന ആധുനികമായ ചിത്രരചനകളിൽ നാം ബാഹ്യപ്രകൃതിയിൽ കുടികൊള്ളുന്ന ആത്മാവിനെയും അതിന്റെ ഭിന്നരൂപങ്ങളെയും ക്രമേണ കണ്ടുതുടങ്ങുന്നു. പ്രകൃതിയുടെ വിഷാദഭാവവും മറ്റു ഭാവവൈചിത്ര്യങ്ങളും നിറഭേദങ്ങളും നാം അനുഭവിച്ചുതുടങ്ങുന്നു. എല്ലാ വിഷയങ്ങളെയും ഉൾക്കൊള്ളുന്നതാണ് സംഗീതം എന്നാണല്ലോ പറയാറ്. അതിൽനിന്നും മറ്റൊന്നിനേയും വേർതിരിച്ചെടുക്കാനാവില്ല. സംഗീതം അതിസങ്കീർണ്ണമായൊരു പ്രതിഭാസമാണ്. അതുപോലെ നമ്മിൽ നിതാന്ത കൗതുകം പകരുന്നവയാണ് പിഞ്ചുകുഞ്ഞുങ്ങളും വിടർന്നുവരുന്ന പൂക്കളും. എന്നാൽ കലയെയും ജീവിതത്തെയും ബന്ധിപ്പിക്കുന്നതിൽ ദുഃഖത്തോളം വരില്ല മറ്റൊരു ജീവിത ഭാവങ്ങളും. സന്തോഷങ്ങൾക്കും പൊട്ടിച്ചിരികൾക്കും പിന്നിൽ പരുപരുത്തതും ക്രൂരവുമായ

മനോവ്യാപാരങ്ങൾ ഒളിച്ചിരിപ്പുണ്ടാവാം. എന്നാൽ ദുഃഖത്തിനു പിന്നിൽ ദുഃഖം മാത്രമായിരിക്കുമുള്ളത്. വേദനയ്ക്ക് സന്തോഷത്തെപ്പോലെ മുഖം മൂടിയണിയാനാവില്ല. കലയിലെ സത്യമെന്നാൽ കാതലായ ചിന്തയും നിലനില്പും തമ്മിലുള്ള ആശയവിനിമയമോ രൂപത്തോടു നിഴലിനുള്ള സാദൃശ്യമോ പരലുകളിൽ പ്രതിഫലിക്കുന്ന രൂപമോ രൂപം തന്നെയോ അല്ല. അത് കുന്നിൽനിന്നും വരുന്ന പ്രതിദ്ധ്വനിയല്ല. താഴ്വരയിലെ തടാകത്തിൽ പ്രതിഫലിക്കുന്ന ചന്ദ്രനെ ചന്ദ്രനു കാട്ടിക്കൊടുക്കുന്ന ജാലവിദ്യയുമല്ല. കലയിലെ സത്യം അതിനുള്ളിൽതന്നെയുള്ള ഘടകങ്ങളുടെ ഏകതയാണ്. അകത്തുള്ളതിന്റെ ബാഹ്യപ്രകാശനം. അത് ആത്മാവിന്റെ പുനർജ്ജന്മമാണ്. ശരീരത്തിന്റെ കാമനകളിൽനിന്നും ഉയരുന്ന ആത്മാവാണത്. ഇക്കാരണങ്ങളാൽ ദുഃഖത്തോടു തുലനം ചെയ്യാവുന്ന മറ്റൊരു സത്യവുമില്ല. ദുഃഖം മാത്രമാണ് ഏക സത്യം എന്നു ഞാൻ കരുതിയിരുന്ന ഘട്ടങ്ങളും എന്റെ ജീവിതത്തിലുണ്ടായി. വിശപ്പ് ചിലർക്ക് കാഴ്ച നഷ്ടപ്പെടുത്തും പോലെയും ചിലർക്ക് അമിത ഭക്ഷണഭ്രമം ഉണ്ടാക്കും പോലെയും. മറ്റ് കാര്യങ്ങൾ വെറും തോന്നലുകൾ മാത്രമാണ്. എന്നാൽ ദുഃഖത്തിൽ നിന്നത്രേ ലോകം സൃഷ്ടിക്കപ്പെട്ടത്. ഒരു താരകമോ ഒരു കുഞ്ഞോ ജനിച്ചുവീണതും.

ദുഃഖം അസാധാരണമായ ഒരു യാഥാർത്ഥ്യമാണ്. എന്റെ കാലഘട്ടത്തിലെ കലയുമായി ഞാൻ നിരന്തരം ബന്ധപ്പെട്ടിരുന്നു എന്ന് ഞാൻ നേരത്തേ പറഞ്ഞിരുന്നുവല്ലോ. ഈ യാഥാർത്ഥ്യവുമായി പ്രതീക്ഷാത്മകമായി ബന്ധം സ്ഥാപിക്കാത്ത ഒരു മനുഷ്യൻപോലും ഈ ജയിലിൽ ഇല്ലായിരുന്നു. ജീവിതത്തിന്റെ രഹസ്യം ദുഃഖമാണ്. എല്ലാത്തിനു പിന്നിലും മറഞ്ഞിരിക്കുന്നത് ദുഃഖമത്രെ! ജീവിതം ആരംഭിക്കുമ്പോൾ മധുരമുള്ളതെല്ലാം വളരെ മധുരതരമായും കയ്പുള്ളതെല്ലാം കടുത്ത കയ്പായും നമുക്ക് അനുഭവപ്പെടും. നാം നമ്മുടെ അഭിലാഷങ്ങളെയെല്ലാം ആനന്ദാനുഭൂതിയിലേക്കായിരിക്കും കേന്ദ്രീകരിക്കുക. ആത്മാവുകൊണ്ട് വിശക്കുന്നു എന്നറിയാതെ നാം ആനന്ദം ഭക്ഷിച്ചുകൊണ്ടേയിരിക്കുന്നു.

എന്റെ പരിചയത്തിൽപ്പെട്ട ഏറ്റവും ആകർഷണീയമായ വ്യക്തിത്വത്തിനുടമയായ ഒരു വനിതയോട് ഒരിക്കൽ ഞാനിക്കാര്യം ചർച്ച ചെയ്തു. എന്റെ ജയിൽവാസത്തിനു മുമ്പും പിമ്പും അവരെന്നോടു കാണിച്ച കാരുണ്യം എനിക്കതു വാക്കുകൾകൊണ്ട് പ്രകാശിപ്പിക്കാനാവാത്തതാണ്. എന്റെ പ്രയാസങ്ങളിൽ നിന്നും എന്നെ കരകയറ്റാൻ കാരണമായതും അവരാണ്. അവരുടെ സാന്നിദ്ധ്യം ഒന്നുകൊണ്ടുമാത്രമാണ് വിഷമകരമായ ആ ഘട്ടം ഞാൻ തരണം ചെയ്തത്. അവർ എനിക്ക് വലിയ മാതൃകയും സ്വാധീനവുമായി. ഒരാളുടെ ലക്ഷ്യത്തിലേക്ക് എത്തിച്ചേരാൻ എങ്ങനെ സഹായിക്കുമെന്നവർ കാട്ടിത്തന്നു. വായുവിനെ മധുരതരമാക്കുന്നതും ആത്മീയതയെ ലഘുവാക്കുന്നതുമായ എന്തോ ഒന്ന് അവരിലുണ്ട്. സൂര്യപ്രകാശംപോലെയോ സമുദ്രംപോലെയോ സ്വാഭാവികമായ ഒന്ന്. വേദനയ്ക്കും സൗന്ദര്യത്തിനുമൊപ്പം സഞ്ചരിച്ചുകൊണ്ടി

രിക്കുന്ന എന്നെപ്പോലെയൊരാൾക്ക് അതെല്ലാം വലിയ പാഠങ്ങൾ പകർന്നുനല്കി.

ദൈവം മനുഷ്യനെ സ്നേഹിക്കുന്നില്ല എന്നതിനു തെളിവായി ചില കാര്യങ്ങൾ അവരുടെ ശ്രദ്ധയിൽപ്പെടുത്തിയത് ഞാനിപ്പോൾ ഓർക്കുന്നു. ലണ്ടനിലെ ഇടുങ്ങിയ വഴികളിലൊന്നിൽ നടക്കുന്ന വേദനാജനകമായ ഒറ്റക്കാര്യം മതി അതു തെളിയിക്കാൻ. എവിടെയെല്ലാം ദുഃഖം കടന്നുവരുന്നോ അവിടെനിന്നെല്ലാം ദൈവം അകന്നു കളയുന്നു. താൻ ചെയ്തതോ ചെയ്യാത്തതോ ആയ ഒരു തെറ്റിനെയോർത്ത് വിതുമ്പിക്കരയുന്ന കുഞ്ഞിനോടായാൽപോലും അതിന്റെ ദുഃഖാർത്തമായ മുഖം കാണുന്നമാത്രയിൽ സൃഷ്ടികർത്താവിന്റെ മുഖം വികൃതമായി പോകുന്നതായി കാണാം. ഞാൻ പറയുന്നത് തീർത്തും തെറ്റാണെന്ന് അവരെന്നോടു പറഞ്ഞു എന്നാണെന്റെ ഓർമ്മ. എന്നാൽ അവർ പറയുന്നതിലുള്ള ശരി മനസ്സിലാക്കുന്ന ഒരു അവസ്ഥയിലായിരുന്നില്ല ഞാനന്ന്. അസാധാരണമായ പീഡാനുഭവങ്ങൾ ലോകത്തിൽ നിലനില്ക്കുന്നതിന്റെ ന്യായീകരണമായി നമുക്ക് കണ്ടെത്താൻ കഴിയുന്നത് ഏതു രൂപത്തിലെങ്കിലുമുള്ള സ്നേഹം മാത്രമാണെന്ന് ഇന്നെനിക്ക് മനസ്സിലാക്കാനാവുന്നു. മറ്റൊരു വിശദീകരണവും എന്നെ തൃപ്തിപ്പെടുത്തുകയില്ല. ലോകം ദുഃഖത്താൽ സൃഷ്ടിക്കപ്പെട്ടിരിക്കുന്നു എന്ന് ഞാൻ പറയുമ്പോൾ ദുഃഖത്തെ സൃഷ്ടിച്ച അതേ കൈകൾ കൊണ്ടുതന്നെയാണ് സ്നേഹത്തെയും സൃഷ്ടിച്ചതെന്ന് പറയേണ്ടിവരും. അല്ലെങ്കിൽ മനുഷ്യനുവേണ്ടി സൃഷ്ടിക്കപ്പെട്ട ഈ ലോകത്തിൽ ഇത്രയും കൃത്യതയോടെ അവന്റെ ആത്മാവും സൃഷ്ടിക്കപ്പെടുകയില്ലല്ലോ. സുന്ദരമായ ശരീരത്തിന് സന്തോഷവും, സുന്ദരമായ ആത്മാവിന് ദുഃഖവും.

ഇക്കാര്യങ്ങളെപ്പറ്റി എനിക്ക് തികഞ്ഞ ബോദ്ധ്യമുണ്ട്. ഞാനിതു പറയുന്നത് വലിയ അഭിമാനത്തോടെയാണ്. പൂർണ്ണതയിലെത്തിയൊരു മുത്തുപോലെ അങ്ങുദൂരെ, ദൈവത്തിന്റെ നഗരം നമുക്കു കാണാനാവും. ഒരു വേനല്ക്കാലത്ത് ഒരു കുഞ്ഞിനു കയറിച്ചെല്ലാവുന്ന ഒരിടമായേ തോന്നൂ. കുഞ്ഞിന് അതു കഴിഞ്ഞേക്കും. എന്നാൽ എന്നെപ്പോലൊരുവന് അതിന് കഴിയുകയില്ല. ഒറ്റനിമിഷംകൊണ്ട് ഒരാൾക്കത് മനസ്സിലാവും. എന്നാൽ പാദങ്ങളിൽ ഈയംകെട്ടിയ കാലത്തിന്റെ ചലനങ്ങൾക്കിടയിൽ ആ സിദ്ധി നഷ്ടമാകും. ആത്മാവിന് എത്തിപ്പിടിക്കാൻ കഴിയുന്ന ഉയരങ്ങൾ, പക്ഷേ, നമുക്കു നിലനിർത്താനാവില്ല. അനശ്വരതയാണ് നമ്മുടെ ചിന്തകളിലെങ്കിലും നമ്മുടെ സഞ്ചാരം മെല്ലെ മെല്ലെ കടന്നുപോകുന്ന സമയത്തിനൊപ്പമത്രെ. ജയിലിനുള്ളിൽ എത്ര സാവധാനത്തിലാണ് സമയത്തിന്റെ കടന്നുപോക്കെന്ന് ഞാൻ നിന്നോട് പറയേണ്ടതില്ല. കടുത്ത നൈരാശ്യവും മടുപ്പും ഒരാളുടെ ക്ലേശങ്ങളിലേക്ക് പിന്നെ ഹൃദയത്തിലേക്കും ഇഴഞ്ഞുകയറും. ഇഷ്ടമില്ലാത്തൊരതിഥിയെ സ്വീകരിക്കാനായി നാം നമ്മുടെ വീടൊരുക്കും പോലെയാണത്.

എന്റെ ചങ്ങാതിമാർക്ക് ഒരു പക്ഷേ, വിശ്വാസം വരില്ല, സ്വാതന്ത്ര്യം

അനുഭവിക്കുന്നവേളയിലാണ് പാഠങ്ങൾ പഠിക്കാൻ എളുപ്പമെന്ന്. ജയിൽ മുറിയുടെ തറ തുടയ്ക്കാനായി മുട്ടുകുത്തിയിരിക്കുകയാവും എല്ലാ പ്രഭാതങ്ങളിലും ഞാൻ. ഒരാളിനെ കലാപകാരിയാക്കാൻ പോന്ന നിയന്ത്രണങ്ങളാണ് ജയിലിനുള്ളിൽ. ജയിൽ ഒരാളിന്റെ ഹൃദയം തകർക്കുകയല്ല കരിങ്കല്ലാക്കുകയാണു ചെയ്യുക. ഒരാൾക്ക് സെല്ലിനുള്ളിൽ ഒരു ദിവസം തള്ളിനീക്കണമെങ്കിൽ മിനുക്കിവച്ചൊരു മുഖവും പരിഹാസമൊതുക്കിയ ചുണ്ടുകളും വേണം. കലയിലെന്നപോലെ ജീവിതത്തിലും കലാപകാരിക്ക് ആത്മാവിന്റെ വഴിതടയപ്പെടും. സ്വർഗ്ഗകവാടം അവനു മുന്നിൽ കൊട്ടിയടയ്ക്കപ്പെടും. ഇങ്ങനെയാണല്ലോ പള്ളിയിൽ നാം പഠിക്കുന്നത്. മറ്റെവിടെവച്ചും പഠിക്കാവുന്ന പാഠങ്ങൾ തന്നെയാണിതെല്ലാമെങ്കിലും ഞാനിതെല്ലാം പഠിക്കുന്നത് ഈ ജയിൽമുറിയിൽ വച്ചാണ്. ഇടയ്ക്കെല്ലാം ചെളിയിലേക്ക് വീണുപോകാറുണ്ടെങ്കിലും എന്റെ പാദങ്ങൾ ശരിയായ ദിശയിലേക്കു ചരിക്കുവോളവും എന്റെ മുഖം സുന്ദരമായ ആ കവാടത്തെ ലക്ഷ്യം വയ്ക്കുവോളവും എനിക്കു സന്തോഷം മാത്രമേയുള്ളൂ.

പതിനൊന്ന്

എന്റെ ഈ പുതിയ ജീവിതം യഥാർത്ഥത്തിൽ അത്ര പുതിയതല്ല. പഴയ ജീവിതത്തിന്റെ തുടർച്ച മാത്രം. ബിരുദമെടുക്കുന്നതിനു തൊട്ടു മുമ്പുള്ള ആ വർഷം ഞാനോർക്കുകയാണ്. ഓക്സ്ഫോർഡിലെ പഠന കാലം. ചങ്ങാതിക്കൊപ്പം മഗ്ദലനയിലെ തോട്ടത്തിലെ ഇടുങ്ങിയ വഴി കളിലൂടെ പ്രഭാത നടത്തത്തിലായിരുന്നു ഞങ്ങൾ. ലോകത്തിലെ എല്ലാ ഫലവൃക്ഷങ്ങളും ആ തോട്ടത്തിലുണ്ടായിരുന്നു. എല്ലാ ഫലവൃക്ഷങ്ങ ളിൽനിന്നുള്ള പഴങ്ങളും കഴിക്കുവാനായി ഞാൻ ആഗ്രഹിച്ചു. പഠനം കഴിഞ്ഞു പുറത്തിറങ്ങിയപ്പോഴും അത്തരമൊരു ജീവിതം തന്നെയാണ് ഞാൻ നയിച്ചതും. എന്നാൽ, എനിക്കൊരു തെറ്റുപറ്റി. എന്റെ നോട്ടത്തിൽ സൂര്യപ്രകാശമേറ്റുനിന്ന വൃക്ഷങ്ങളെ മാത്രമേ ഞാൻ കണ്ടുള്ളൂ. നിഴൽ വീണതും ഇരുൾ പരന്നു കിടന്നിരുന്നതുമായ മരങ്ങൾ എന്റെ ശ്രദ്ധയിൽ പെട്ടില്ല. പരാജയം, നൈരാശ്യം, ദാരിദ്ര്യം, ദുഃഖം, അപമാനം, വേദന കൊണ്ടു മുറിഞ്ഞ വാക്കുകൾ, അടർന്നുവീഴാറായ കണ്ണീർത്തുള്ളികൾ, മുൾനടത്തങ്ങൾ, മനസ്സാക്ഷിക്കുത്ത്, തലയ്ക്കുമേൽ വാരിവിതറുന്ന ദുരി തങ്ങൾ, വസ്ത്രത്തിനു പകരം ചാക്ക് പുതയ്ക്കേണ്ടിവരുന്ന കാഠിന്യ ങ്ങൾ, കുടിവെള്ളമായി പിത്തരസം ഉപയോഗിക്കേണ്ടിവരുന്ന അവസര ങ്ങൾ - ഇവയെയൊക്കെയായിരുന്നു ഞാൻ ഭയപ്പെട്ടോടിയിരുന്നത്. ഇതിൽനിന്നെല്ലാം ഒഴിഞ്ഞു നടന്ന ഞാൻ അവയോരോന്നും രുചിച്ചറി യുന്ന അവസ്ഥയിലേക്ക് എടുത്തെറിയപ്പെട്ടു.

ഞാൻ ചെയ്ത ഒരു കാര്യത്തിലും കുറ്റബോധമില്ല. ഏതു കാര്യം ചെയ്യുമ്പോഴും പൂർണ്ണമായ ആത്മസമർപ്പണത്തോടെയാവണമല്ലോ അതു ചെയ്യേണ്ടത്. ഞാൻ അനുഭവിക്കാത്തതായി ഒരു ആനന്ദവും ബാക്കി യില്ല. ഒരു കോപ്പ വീഞ്ഞിൽ ഞാനെന്റെ ആത്മാവിനെ മുക്കിയെടുത്തു. ഓടക്കുഴൽ നാദം കേൾക്കാനായി ഞാൻ വസന്താരാമത്തിലേക്ക് ഇറ

ങ്ങിപ്പോയി. തേനറകളിൽ ജീവിച്ചു. അത്തരമൊരു ജീവിതം തുടർന്നിരുന്നെങ്കിൽ അതു വലിയൊരു തെറ്റാകുമായിരുന്നു. ഒരു കാര്യവും അനന്തമായി തുടരാനാവില്ലല്ലോ. ആ ഘട്ടം കഴിഞ്ഞുപോയി. തോട്ടത്തിന്റെ മറ്റേപാതിയും എനിക്കായി ചില രഹസ്യങ്ങൾ കരുതിയിരുന്നു. അതിനെപ്പറ്റിയെല്ലാം ഞാനെന്റെ പുസ്തകങ്ങളിൽ വിശദമായി എഴുതിയിട്ടുണ്ട്. *ദ യങ് കിങ്* എന്ന പുസ്തകത്തിൽ ബിഷപ്പിനു മുന്നിൽ മുട്ടുകുത്തി നില്ക്കുന്ന ബാലനോട് അദ്ദേഹം ഇങ്ങനെ പറയുന്നുണ്ട്:

"അവനല്ലയോ, നിന്നേക്കാൾ ബുദ്ധിയോടെ ദുരിതങ്ങൾ ഉണ്ടാക്കിയത്?"

അത് എഴുതുമ്പോൾ വെറുമൊരു വാചകമായിട്ടായിരുന്നില്ല എനിക്ക് തോന്നിയത്. *ഡോറിയൻ ഗ്രേയുടെ ഛായാചിത്ര*മുൾപ്പെടെയുള്ള കൃതികളുടെ അന്തർധാരയായി അതു വർത്തിച്ചിരുന്നു. ജീവിതത്തിന്റെ ഓരോ ചെറിയ നിമിഷവും ഒരാൾ എന്തായിരുന്നു എന്നതുപോലെ തന്നെ ഒരാൾ എന്തായിത്തീരുമെന്നതിന്റെ സൂചനകൾ നിറഞ്ഞതാണ്. മനുഷ്യൻ ഒരു അടയാളമായതിനാലത്രെ കലയും ഒരടയാളമായിത്തീർന്നത്.

ഇതാണ് കലാജീവിതത്തിന്റെ ഹൃദയം. കലാജീവിതമെന്നാൽ ഒരുവന്റെ ആന്തരികവികാസമാണ്. ജീവിതത്തിലുണ്ടാകുന്ന എല്ലാ അനുഭവങ്ങളെയും അംഗീകരിക്കാനുള്ള വിശാല മനസ്സ് കലാകാരനു വേണം. ലോകം അതിന്റെ ശരീരവും ആത്മാവും സൗന്ദര്യത്തിലൂടെ വെളിപ്പെടുത്തും പോലെയത്രെ കലാകാരൻ സ്നേഹത്തിലൂടെ സ്വയം വെളിപ്പെടുത്തേണ്ടത്. തന്റെ *മാരിയസ് ദ എപ്പിക്യൂരിയൻ (Marius the Epicurean)* എന്ന നോവലിൽ *വാട്ടർ പാറ്റൻ* കലാജീവിതത്തെ അതിന്റെ പരിശുദ്ധമായ അർത്ഥത്തിൽ മത ജീവിതത്തോടാണ് തുലനം ചെയ്തത്. എന്നാൽ മാരിയസ് വെറുമൊരു കാഴ്ചക്കാരനായിരുന്നില്ല. വിസ്മയകരമായ ജീവിതത്തിന് ഉചിതമായ വികാരം നല്കുക എന്ന ചുമതലയായിരുന്നു മാരിയസിന് നല്കപ്പെട്ടിരുന്നത്. ഇതിനെയാണ് ഒരു കവിയുടെ യഥാർത്ഥ ധർമ്മമെന്ന് *വേഡ്സ് വർത്ത്* നിർവ്വചിച്ചത്. എങ്കിലും ഒരു കവി സങ്കടങ്ങളുടെ ആരാമത്തിലെ മനോഹരമായ പീഠത്തിലിരുന്ന് അതിനെ തിരിച്ചറിയുന്നവനുമാവാം.

ക്രിസ്തുവിന്റെ യഥാർത്ഥ ജീവിതവും ഒരു കലാകാരന്റെ യഥാർത്ഥ ജീവിതവും തമ്മിൽ കുറെക്കൂടി ആഴത്തിലുള്ള ബന്ധം ഞാൻ കാണുന്നു. ദുഃഖം അവളുടെ ധൃതചക്രങ്ങളിൽ എന്നെ ബന്ധിച്ചുകൊണ്ടുപോകുന്നതിനുമുമ്പുള്ള സന്തോഷത്തിന്റെ നാളുകളിൽ എന്റെ, *മനുഷ്യന്റെ ആത്മാവ് (The soul of man)* എന്ന കൃതിയിൽ ഞാനെഴുതി, ക്രിസ്തുവിന്റേതുപോലുള്ള ഒരു ജീവിതം നയിക്കുവാൻ ഒരാൾ ആദ്യം ക്രിസ്തു തന്നെയാവണമെന്ന്. എന്നെപ്പോലെ താഴ്വാരത്തിലെ ഒരിടയനോ തടവുമുറിയിലെ തടവുകാരനോ ജീവിതത്തെ ഒരു ഘോഷയാത്രയായിമാത്രം കാണുന്ന ചിത്രകാരനോ ജീവിതത്തെ ഒരു ഗാനമായി മാത്രം കാണുന്ന കവിയോ ആയാൽ പോരെന്ന്. ഒരിക്കൽ *ആന്ദ്രേഗിഥേ* (Andre Gide) യോടൊപ്പം പാരീസിലെ ഏതോ ഒരു കഫേയിൽ ഇരിക്കുമ്പോൾ ഞാനിങ്ങനെ പറഞ്ഞതായി ഓർക്കുന്നു. (അക്കാലത്ത് എനിക്ക് അതീന്ദ്രിയ

ജ്ഞാനത്തിലോ സദാചാരത്തിലോ യാതൊരു താല്പര്യവും ഉണ്ടായിരുന്നില്ല) പ്ലേറ്റോയോ ക്രിസ്തുവോ എന്തുതന്നെ പറഞ്ഞിട്ടുണ്ടെങ്കിലും അതിനൊന്നിനും കലയുടെ മണ്ഡലത്തിൽ പരിപൂർണ്ണമായൊരു സാക്ഷാൽക്കാരമുണ്ടാവാൻ പോകുന്നില്ല.

പൗരാണികതയും ജീവിതത്തിലെ കാല്പനികതയും തമ്മിലുള്ള വേർതിരിവിനെ ക്രിസ്തുവിന്റെ വ്യക്തിത്വവും പൂർണ്ണതയും തമ്മിലെ ബന്ധത്തിൽനിന്നും മനസ്സിലാക്കാം. ക്രിസ്തുവിന്റെ ജീവിതം സൂക്ഷ്മമായി പരിശോധിച്ചാൽ അത് ഒരു കലാകാരന്റെ ജീവിതം തന്നെയായിരുന്നുവെന്നു കാണാം. തീവ്രവും ആളിപ്പടരുന്നതുമായ ഭാവനപോലെയായിരുന്നു അത്.

കലയുടെ രഹസ്യം സഹജീവികളോടും പ്രകൃതിയോടുമുള്ള കാരുണ്യത്തിലധിഷ്ഠിതമായ ഭാവനയാണ്. ഇതുതന്നെയാണ് സൃഷ്ടിയുടെയും രഹസ്യമെന്ന് ക്രിസ്തു മനുഷ്യബന്ധങ്ങളിൽനിന്നും തിരിച്ചറിഞ്ഞിരുന്നു. കുഷ്ഠം ബാധിച്ചവന്റെ കുഷ്ഠത്തെയും അന്ധന്റെ ഇരുട്ടിനെയും ആനന്ദത്തിനുവേണ്ടി ജീവിച്ചവരുടെ ദുരിതങ്ങളെയും ധനികരുടെ അസാധാരണമായ ദാരിദ്ര്യത്തെയും അവർ മനസ്സിലാക്കി. പ്രതിസന്ധിയിൽ അകപ്പെട്ടൊരു ഘട്ടത്തിൽ നീയെനിക്കിങ്ങനെ എഴുതി:

"നിങ്ങൾ നിങ്ങളുടെ ഔന്നത്യത്തിലല്ലാതായിരിക്കുമ്പോൾ അരസികനാണ്."

മാത്യു ആർനോൾഡ് പറയുന്ന 'ക്രിസ്തുവിന്റെ രഹസ്യത്തിൽ' നിന്നും എത്ര അകലെയായിരുന്നു അന്ന് നീ. അവരിൽനിന്നും നീ പഠിച്ചിട്ടുണ്ടാവും മറ്റൊരാൾക്ക് സംഭവിക്കുന്നത് തനിക്കും സംഭവിക്കുമെന്ന്. രാത്രിയിലോ പകലിലോ സന്തോഷത്തിലോ സന്താപത്തിലോ വായിക്കാനായി ഒരു ചുമരെഴുത്ത് ആവശ്യമുണ്ടെങ്കിൽ സ്വന്തം ഭവനത്തിന്റെ ഭിത്തിയിൽ വലിയ ആയിരങ്ങളിൽ ഇങ്ങനെ എഴുതുക: "ഒരാൾക്ക് സംഭവിക്കുന്നത് മറ്റൊരാൾക്കും സംഭവിക്കും." സൂര്യപ്രകാശമേല്ക്കുമ്പോൾ ആ എഴുത്ത് സ്വർണ്ണവർണ്ണത്തിലും ചന്ദ്രികയേല്ക്കുമ്പോൾ വെള്ളിയിലും തെളിഞ്ഞുകാണട്ടെ.

ക്രിസ്തുവിന്റെ ഇടം കവികൾക്കിടയിലാണ്. മനുഷ്യവർഗ്ഗത്തെപ്പറ്റിയുള്ള അവന്റെ ആശയം ഭാവനയിലൂടെ വന്നതും ഭാവന കൊണ്ടു മാത്രം സാക്ഷാൽക്കരിക്കാൻ പറ്റുന്നതുമാണ്. എല്ലാത്തിലും ദൈവാംശം കാണുന്ന ഒരുവന് ദൈവം എപ്രകാരമാണോ അപ്രകാരമത്രെ ദൈവത്തിനു മനുഷ്യനും. ഭിന്നിച്ചു നിന്നിരുന്ന മനുഷ്യരെ ഒന്നാക്കിയത് അവനത്രെ! അവന്റെ വരവിന് മുമ്പ് ദൈവങ്ങളും മനുഷ്യരുമാണുണ്ടായിരുന്നത്. അനുതാപത്തിന്റെ നിഗൂഢതയിൽനിന്നാണ് അവനിൽ മനുഷ്യർ പുനരുദ്ധരിക്കപ്പെടുന്നത്. ഒരാളിന്റേയോ മറ്റൊരാളിന്റെയോ പുത്രനാണെന്നവൻ തരാതരംപോലെ പറഞ്ഞു. കാല്പനികതയെ പരിലാളിക്കുന്ന മനോഗതിയുണർത്താൻ ചരിത്രത്തിൽ മറ്റാരേക്കാൾ അവനു കഴിഞ്ഞു. ലോകത്തിന്റെ മുഴുവൻ ഭാരവും തന്റെ ചുമലിലേറ്റാമെന്ന് ഗലീലിയനായ ഒരു കർഷക യുവാവ് സങ്കല്പിച്ചത് എന്നെ എപ്പോഴും വിസ്മയിപ്പിക്കുന്നു. എത്രതന്നെ ചെയ്തോ എത്രതന്നെ സഹിച്ചോ അത്രതന്നെ

ഇനിയും ബാക്കിയാവുന്നു. നീറോയെയും സീസറെയും അലക്സാണ്ടർ ആറാമനെയുംപോലുള്ള നിരവധി രാജാക്കന്മാർ അവരുടെ ശവക്കല്ലറകൾക്കുള്ളിൽ ഉറങ്ങുന്നു. അടിച്ചമർത്തപ്പെട്ട ദേശങ്ങൾ, ഫാക്ടറികളിൽ പണിയെടുക്കുന്ന കുട്ടികൾ, കള്ളന്മാർ, തടവറയ്ക്കുള്ളിൽ കഴിയുന്നവർ, ബഹിഷ്കൃതർ, അടിച്ചമർത്തലിനാൽ നിശ്ശബ്ദരായവർ ഇവരുടെയെല്ലാം ശബ്ദം കേൾക്കാൻ ദൈവമല്ലാതെ മറ്റാരുണ്ട്. ഇക്കാര്യങ്ങൾ ഭാവനയിൽ കാണുക മാത്രമല്ല പരിഹാരം തേടുകയും വേണം. ഇന്നത്തെക്കാലത്ത് ക്രിസ്തുവിന്റെ ആശയങ്ങളുമായി ബന്ധപ്പെടുന്നവർ അവർ അൾത്താരയ്ക്കുമുന്നിൽ കുനിയാത്തവരോ പുരോഹിതനു മുന്നിൽ മുട്ടുകുത്താത്തവരോ ആകട്ടെ അവരുടെ ചർമ്മത്തിൽ പുരണ്ടിരിക്കുന്ന കറകൾ മാഞ്ഞുപോവുകയും അവരുടെ ദുഃഖങ്ങളുടെ സൗന്ദര്യം അവർക്ക് വെളിവാക്കപ്പെടുകയും ചെയ്യും.

ക്രിസ്തുവിന്റെ ഇടം കവികൾക്കിടയിലാണ്. ഷെല്ലിയും സോഫോക്ലിസുമാണ് ഒപ്പം. ഏതു കവിതയേക്കാളും മനോഹരമായിരുന്നു ആ ജീവിതം. ഒരു ഗ്രീക്ക് ദുരന്ത നാടകവും അതിനൊപ്പമെത്തില്ല. കഥാനായകന്റെ വിശുദ്ധി ക്രിസ്തുവിന്റെ ജീവിതകഥയെ കാല്പനിക കലയുടെ ഏറ്റവും ഔന്നത്യത്തിൽ പ്രതിഷ്ഠിക്കുന്നു. വേദനകൊണ്ടു പുളയുമ്പോൾ കുറ്റപ്പെടുത്താത്തവരായി ആരുമുണ്ടാകില്ലെന്ന് അരിസ്റ്റോട്ടിൽ നാടകത്തെക്കുറിച്ചുള്ള തന്റെ പ്രബന്ധത്തിൽ പറയുമ്പോൾ അത് എത്ര തെറ്റാണെന്നു വരുന്നു. ക്രിസ്തുവിന്റെ ജീവിതവുമായി തുലനം ചെയ്യുമ്പോൾ കലാകാരന്മാരിൽ മനുഷ്യനെ ഏറ്റവും കൂടുതൽ മനസ്സിലാക്കിയ കലാകാരനായിരുന്നു ഷേക്സ്പിയർ. നിറകണ്ണുകളിലൂടെ ലോകത്തിന്റെ മനോഹാരിത നമുക്കദ്ദേഹം കാട്ടിത്തന്നു. ഒരു മനുഷ്യജീവിതം ഒരു പൂവിന്റെ ജന്മത്തിനപ്പുറമൊന്നുമല്ല എന്നദ്ദേഹം പറഞ്ഞു. സാധാരണ ലോകത്തെ ദുരന്തത്തിന്റെ ഔന്നത്യത്തിലേക്കെത്തിക്കാൻ അദ്ദേഹത്തിനു കഴിഞ്ഞു. എന്നാൽ ക്രിസ്തുവിന്റെ അന്ത്യപ്രലോഭനത്തോളം വളരാൻ അദ്ദേഹത്തിന്റെ കൃതികൾക്കും കഴിഞ്ഞില്ല. ശിഷ്യന്മാർക്കൊപ്പം ഒരുക്കപ്പെട്ട ചെറിയൊരത്താഴവിരുന്ന്. അപ്പോഴേക്കും പ്രകാശിതമായ ആ തോട്ടത്തിലെമ്പാടും ദുഃഖം തങ്ങിനിന്നിരുന്നു. ഒരു ചുംബനത്താൽ വഞ്ചിക്കാൻ ഒരു സുഹൃത്ത് അടുത്തേക്കു നീങ്ങി. അവനിൽ അപ്പോഴും വിശ്വസിക്കുന്ന മറ്റൊരുവൻ, അവനിലത്രെ മനുഷ്യരാശിയുടെ രക്ഷയ്ക്കായുള്ള വിശ്വാസഗോപുരം പടുത്തുയർത്താമെന്നവൻ പ്രത്യാശിച്ചിരുന്നത്. പുലർകാലത്തെ പക്ഷികൾ ചിലയ്ക്കുന്നതിനു തൊട്ടുമുമ്പ്, അവനെ തള്ളിപ്പറഞ്ഞത്, അവന്റെ തന്നെ നിശ്ശൂന്യമായ ഏകാന്തത, അവന്റെ കീഴടങ്ങൽ, എല്ലാറ്റിന്റെയും ഏറ്റുവാങ്ങൽ. അതിനോടൊപ്പം മുഖ്യ പുരോഹിതൻ രോഷത്താൽ തന്റെ അംഗവസ്ത്രം പിച്ചിച്ചീന്തിയെറിഞ്ഞത്. ചരിത്രം നിരപരാധിയുടെ ചോരയാൽ കറ പുരണ്ട തന്റെ കൈകളെ പാപപങ്കിലമാക്കി രേഖപ്പെടുത്തിയേക്കുമെന്ന ഭയത്താൽ നീതിപാലകൻ വെള്ളം വരുത്തി തന്റെ കൈകൾ ശുദ്ധിവരുത്തിയത്. ദുഃഖത്തിന്റെ കിരീടധാരണം. ചരിത്രം രേഖപ്പെടുത്തിയിട്ടുള്ളതിൽ അതിശയകരമായ ആ സംഭവം. നിരപരാധിയായ ഒരുവനെ അവന്റെ അമ്മയുടെയും ശിഷ്യന്മാ

രുടെയും പ്രിയപ്പെട്ടവരുടെയും കൺമുന്നിൽവച്ച് കുരിശിലേറ്റിയത്. അവന്റെ അംഗവസ്ത്രത്തിനായി പടയാളികൾ ചൂതാടിയത്. ലോകത്തിന് കുരിശുമരണം എന്ന അനശ്വരമായ അടയാളം നല്കിയ ഭീതിദമായ ആ മരണം. ഒടുവിൽ ധനികന്റെ കല്ലറയിൽ അന്ത്യനിദ്ര. അവൻ ഒരു രാജ കുമാരനെന്നപോലെ അവന്റെ മേൽ പുതയ്ക്കപ്പെട്ട ഈജിപ്തിൽ നിന്നുള്ള പട്ടുവസ്ത്രങ്ങളും അവന്റെമേൽ ചൊരിയപ്പെട്ട സുഗന്ധ ലേപ നങ്ങളും. ഒരാൾ കലയുടെ മാത്രം കാഴ്ചപ്പാടിലൂടെ ഇതെല്ലാം കാണു കയാണെങ്കിൽ ഒരിറ്റു ചോരയും ചിന്താതെ ഈ നാടകം അരങ്ങേറിയ തിന് സഭയുടെ പരമോന്നത പീഠത്തോട് നന്ദി പ്രകടിപ്പിക്കാൻ മാത്രമേ കഴിയൂ. സംഭാഷണങ്ങളിലൂടെയും വസ്ത്രാലങ്കാരത്തിലൂടെയും അംഗ വിക്ഷേപങ്ങളിലൂടെയും സഭയ്ക്ക് ദൈവത്തോടുള്ള ഉല്ക്കടമായ അഭി ലാഷം മാന്ത്രികമായ അവതരണത്തിലൂടെ നിർവ്വഹിക്കപ്പെട്ടതായേ കാണാനാകൂ. കലയുടെ സാഗരത്തിലെവിടെയോ മുങ്ങിപ്പോയ ഗ്രീക്ക് കോറസ്സിന്റെ അന്തിമമായ നിലനില്പ് പുരോഹിതന്റെ വാക്കുകൾ ഏറ്റു ചൊല്ലുന്ന സഭാവിശ്വാസികളിലാണ് കാണാൻ കഴിയുന്നതെന്ന് ഞാൻ പലപ്പോഴും ആനന്ദത്തോടും ഭയഭക്തിയോടെയും ഓർത്തുപോകാറുണ്ട്.

സോളമന്റെ മന്ദിരത്തിലെ തിരശ്ശീല രണ്ടായി പിളർന്ന് അവന്റെ ജീവൻ വേർപെട്ടുപോകവേ ഭൂമുഖമാകെ ഇരുട്ടുപരക്കുകയും പാറകളു രുണ്ട് വീണ് ശവക്കല്ലറയടയുകയും ചെയ്യുന്നിടത്താണ് അവസാനിക്കു ന്നതെങ്കിലും ദുഃഖവും സൗന്ദര്യവും അവയുടെ ആൾരൂപമായി തെര ഞ്ഞെടുത്ത ക്രിസ്തുവിന്റെ ജീവിതം യഥാർത്ഥത്തിൽ ഒരു ഗ്രാമ്യ ഗീതി കപോലെ മനോഹരമായിരുന്നു.*

ചങ്ങാതിമാർക്കൊപ്പം നടന്നുപോകുന്ന ഒരു മണവാളനെയാണവൻ അനുസ്മരിപ്പിക്കുന്നത്. എവിടെയോ അവൻ സ്വയം വിവരിച്ചിട്ടുള്ളതു പോലെ ശീതളമായ പുൽമേടുകൾ തേടി ആട്ടിൻപറ്റങ്ങളെ താഴ്‌വരയി ലൂടെ തെളിയിച്ചുപോകുന്ന ഒരു ഇടയനാണവൻ. ദൈവത്തിന്റെ നഗരി യിൽനിന്നും സംഗീതം പുറത്തേക്കു കൊണ്ടുപോകുവാൻ പണിപ്പെടു ന്നവനെപ്പോലെയോ പ്രണയത്തിനു മുന്നിൽ ലോകം തന്നെ ചെറുതാ ണെന്നു കരുതുന്ന ഒരു കാമുകനെപ്പോലെയോ ആയിരുന്നു അവൻ. വസ ന്താഗമനം പോലെ മനോഹരമായാണ് അവന്റെ അത്ഭുത പ്രവൃത്തികളെ ഞാൻ കാണുന്നത്. തികച്ചും സ്വാഭാവികമായി അവന്റെ വ്യക്തിത്വത്തിൽ അന്തർല്ലീനമായ തേജസ്സ് കാണുമ്പോൾ ഒന്നും എനിക്ക് അവിശ്വസനീ യമായി തോന്നുന്നില്ല. അവന്റെ സാന്നിദ്ധ്യം കൊണ്ടുമാത്രം വേദനിക്കുന്ന

---

* (മത്തായിയുടെ സുവിശേഷം 27:51-55 ൽ ഇങ്ങനെ എഴുതിയിരിക്കുന്നു: യേശു പിന്നെയും ഉറക്കെ നിലവിളിച്ച് പ്രാണനെ വിട്ടു. അപ്പോൾ മന്ദിരത്തിന്റെ തിരശ്ശീല മേൽതൊട്ട് അടിയോളം രണ്ടായി ചീന്തിപ്പോയി. ഭൂമി കുലുങ്ങി. പാറകൾ പിളർന്നു, കല്ലറകൾ തുറന്നു. നിദ്രപ്രാപിച്ച വിശുദ്ധന്മാരുടെ ശരീരങ്ങൾ പലതും ഉയിർത്തെഴു ന്നേറ്റു അവന്റെ പുനരുത്ഥാനത്തിന് ശേഷം കല്ലറകളെ വിട്ടു. വിശുദ്ധ നഗര ത്തിൽച്ചെന്നു പലർക്കും പ്രത്യക്ഷമായി. ശതാധിപനും അവനോടുകൂടെ യേശു വിനെ കാത്തുനിന്നവരും ഭൂകമ്പം മുതലായി സംഭവിച്ചതു കണ്ടിട്ടും അവൻ ദൈവ പുത്രനായിരുന്നു സത്യം എന്നു പറഞ്ഞു ഏറ്റവും ഭയപ്പെട്ടു - വിവർത്തകൻ)

ആത്മാക്കളിൽ സമാധാനം നിറയുമെന്നോ, അവന്റെ വസ്ത്രത്തിൽ തൊടുന്നവൻ വേദന മറന്നുപോകുമെന്നോ അവൻ ജീവിത വീഥിയിലൂടെ സഞ്ചരിക്കുമ്പോൾ മനുഷ്യർ സ്വന്തം ജീവിതദുരിതങ്ങൾ വിസ്മരിച്ച് അവന്റെ കാഴ്ചയിൽ മുഴുകുമെന്നോ ബധിരരായിരുന്നവർ അവന്റെ ശബ്ദം അപ്പോളോയുടെ സംഗീതം പോലെ ശ്രവിക്കുമെന്നോ അവന്റെ സാമീപ്യത്താൽ ദുഷ്ടകാമനകൾ അകന്നുപോകുമെന്നോ അവന്റെ വിളി കേൾക്കുമ്പോൾ ഭാവനാരഹിതമായ മുഷിപ്പൻ ജീവിതം നയിക്കുന്നവർ കുഴിമാടങ്ങൾക്കുള്ളിൽനിന്നും ജീവൻ വച്ചുവരുന്നവരെപ്പോലെ ഉയിർക്കുമെന്നോ അവന്റെ പ്രബോധനം കേട്ട് ഗിരിനിരകളുടെ അടിവാരങ്ങളിലിരിക്കുന്ന പുരുഷാരം വിശപ്പോ ദാഹമോ ജീവിതകാമനകളോ വെടിഞ്ഞ് അവനിൽ ലയിക്കുമെന്നോ അത്താഴസമയത്ത് അവനെ കേട്ടിരിക്കുന്ന ശിഷ്യന്മാർക്ക് വരണ്ടുപോയ റൊട്ടി മൃദുവായി തോന്നുന്നതോ വെള്ളത്തിനു വീഞ്ഞിന്റെ രുചി തോന്നുന്നതോ ആ ഗൃഹം മുഴുവൻ കുങ്കുമപ്പൂവിന്റെ മധുരഗന്ധം നിറയുന്നതോ ഒന്നും തന്നെ അസ്വാഭാവികമായി തോന്നുകയില്ല.

ക്രിസ്തുവിന്റെ ജീവിതം എന്ന തന്റെ ഗ്രന്ഥത്തിൽ അഞ്ചാം സുവിശേഷം എന്നറിയപ്പെടുന്ന തോമസിന്റെ സുവിശേഷത്തെപ്പറ്റി പറയുന്നുണ്ട്. തന്റെ ജീവിതകാലത്തെന്നപോലെ മരണശേഷവും ക്രിസ്തു സ്നേഹിക്കപ്പെടുന്നു എന്നതത്രെ ആ ജീവിതത്തിന്റെ മഹത്വം. കവികൾക്കിടയിലാണ് അദ്ദേഹത്തിന്റെ സ്ഥാനമെങ്കിൽ തീർച്ചയായും അദ്ദേഹം എല്ലാ പ്രണയികളുടെയും നേതാവാണ്. വിവേകശാലിയായ മനുഷ്യൻ തേടുന്ന ജീവിത രഹസ്യത്തിന്റെ ആദ്യഘട്ടം സ്നേഹമാണെന്ന് ക്രിസ്തു തിരിച്ചറിഞ്ഞിരുന്നു. ഒരു കുഷ്ഠരോഗിയുടെ ഹൃദയത്തെയോ ദൈവത്തിന്റെ പാദങ്ങളെയോ സ്പർശിക്കാൻ സ്നേഹത്തിനു മാത്രമേ കഴിയൂ.

എല്ലാറ്റിനും മീതെ ക്രിസ്തു ഒന്നാംതരം വ്യക്തിവാദിയായിരുന്നു. എല്ലാ അനുഭവങ്ങളെയും സ്വാംശീകരിക്കാനുള്ള കലാകാരന്റെ സന്നദ്ധതപോലെ വിനയവും ഒരു ആവിഷ്കൃതോപാധി മാത്രമാണ്. മനുഷ്യന്റെ ആത്മാവിനെയത്രെ ക്രിസ്തു സദാ തേടിയിരുന്നത്. അതിനെ അദ്ദേഹം ദൈവത്തിന്റെ സാമ്രാജ്യം എന്നു വിളിച്ചു. അത് എല്ലാവരിലും കുടികൊള്ളുന്നുവെന്നു അദ്ദേഹം കണ്ടു. ചെറിയ ചെറിയ കാര്യങ്ങളുമായാണ് അദ്ദേഹം അതിനെ താരതമ്യം ചെയ്തത്. ചെറിയൊരു വിത്ത്, പുളിമരങ്ങൾ, മുത്ത് എന്നിങ്ങനെ ബാഹ്യമായ എല്ലാ കാമനകളെയും അത് നല്ലതോ ചീത്തയോ ആകട്ടെ ഒഴിവാക്കിക്കൊണ്ടുമാത്രമെ ഒരാൾക്ക് സ്വന്തം ആത്മാവിനെ കണ്ടെത്താനാവൂ എന്ന തിരിച്ചറിവിലാണ് ആ താരതമ്യം.

പന്ത്രണ്ട്

ഉറച്ച മനസ്സോടെ, എന്നിൽ അന്തർല്ലീനമായിരുന്ന എതിർപ്പോടെ ഒന്നൊഴികെ മറ്റെല്ലാം കൈവിട്ടുപോകുവോളവും ഞാൻ സഹിച്ചു. എനിക്കെന്റെ പേരു നഷ്ടമായി. സ്ഥാനം, സന്തോഷം സ്വാതന്ത്ര്യം, സമ്പത്ത് എല്ലാം നഷ്ടമായി. ഞാനൊരു തടവുകാരൻ മാത്രമല്ല പാപ്പരുമായിരുന്നു. അപ്പോഴും എനിക്കെന്റെ മക്കളുണ്ടായിരുന്നു. പെട്ടെന്ന് നിയമപരമായി അവരും എന്നിൽനിന്നും വേർപെടുത്തപ്പെട്ടു. ഓർക്കാപ്പുറത്തു ലഭിച്ച ഒരടിയായിരുന്നു അത്. എന്തുചെയ്യണമെന്നറിയാതെ കാൽമുട്ടുകൾക്കിടയിൽ മുഖം അമർത്തി ഞാൻ തേങ്ങി. കുഞ്ഞിന്റെ ശരീരമെന്നാൽ ദൈവത്തിന്റെ ശരീരമാണ്. രണ്ടും എന്നിൽനിന്നും എടുത്തുമാറ്റപ്പെട്ടു. ആ ഒരു നിമിഷമാണ് എന്നെ രക്ഷിച്ചത്. വന്നുചേർന്നതിനെയെല്ലാം രണ്ടുകൈകളും നീട്ടി സ്വീകരിക്കുകമാത്രമേ വഴിയുള്ളൂ. വിചിത്രമായി തോന്നിയേക്കാം. എങ്കിലും അതായിരുന്നു സത്യം. അപ്പോൾ മുതൽ ഞാൻ സന്തോഷവാനായി. എന്റെ ആത്മാവിന്റെ ശരിയായ രൂപത്തെ ഞാൻ കണ്ടെത്തുകയായിരുന്നു. പല രൂപത്തിൽ ഞാൻ എന്റെ ആത്മാവിന്റെ ശത്രുവായിക്കഴിഞ്ഞിരുന്നു. എന്നാൽ നല്ലൊരു സുഹൃത്തിനെപ്പോലെ അതെന്നെ കാത്തിരിക്കുന്നതായി ഞാനറിഞ്ഞു. ആത്മാവുമായി സന്ധിക്കുമ്പോൾ ഒരുവൻ ഒരു കുഞ്ഞിനെപ്പോലെ നിഷ്കളങ്കനായിത്തീരുമെന്നുള്ള ക്രിസ്തുവചനം ഓർത്തു.

സ്വന്തം ആത്മാവിനെയറിയാതെ എത്രയോപേർ മരണപ്പെടുന്നു. എമേഴ്സൺ പറഞ്ഞതുപോലെ സ്വന്തം ചിന്തയ്ക്കനുസരിച്ച് പ്രവർത്തിക്കുന്ന മനുഷ്യരോളം ദുർല്ലഭമായ മറ്റൊന്നും ഈ ഭൂപ്രദേശത്തുണ്ടാവില്ല. ഏറെപ്പേരും വാസ്തവത്തിൽ മറ്റൊരാളത്രെ. അവരുടെ ചിന്തകൾ വേറൊരാളുടേതും. ജീവിതം വെറും അനുകരണവും, ആഗ്രഹങ്ങൾ ഉദ്ധരണി

കളും മാത്രമാണ്. മഹാനായ ഒരു വ്യക്തിവാദി മാത്രമല്ല ക്രിസ്തു. അദ്ദേഹം ചരിത്രത്തിലെ ആദ്യത്തെ വ്യക്തിവാദിയുമാണ്.

മനുഷ്യർ അദ്ദേഹത്തെ വെറുമൊരു മനുഷ്യസ്നേഹിയാക്കാൻ ശ്രമിച്ചു. അശാസ്ത്രീയതയും അതിവൈകാരികതയും കൈമുതലായുള്ള ഒരു ത്യാഗിയാക്കി അദ്ദേഹത്തെ അടയാളപ്പെടുത്താൻ നോക്കി. ഇതൊന്നുമായിരുന്നില്ല യഥാർത്ഥ ക്രിസ്തു. അദ്ദേഹത്തിന് പാവപ്പെട്ടവരോട് അനുകമ്പയുണ്ടായിരുന്നു. താണമനുഷ്യർ, തടവുകാർ, പതിതർ, തുടങ്ങിയവരോടെല്ലാം. എന്നാൽ അതിലേറെ അനുകമ്പ ധനികരോടായിരുന്നു. വിഷയാസക്തർ വസ്തുക്കളുടെ അടിമയായി സ്വാതന്ത്ര്യം നഷ്ടപ്പെടുത്തുന്നവർ, രാജകീയ ഭവനങ്ങളിൽ വിലകൂടിയ വസ്ത്രങ്ങൾ ധരിച്ച് പാർക്കുന്നവർ തുടങ്ങിയവരോട്. ദാരിദ്ര്യത്തേക്കാളും ദുഃഖത്തേക്കാളും വലിയ ദുരന്തമായാണ് സമ്പന്നതയെയും സുഖാനുഭൂതികളെയും അദ്ദേഹം കണ്ടത്. സങ്കല്പമല്ല പ്രവൃത്തിയാണൊരുവനെ നിർണ്ണയിക്കുന്നതെന്ന് ക്രിസ്തുവിനേക്കാൾ കൂടുതൽ അറിഞ്ഞവൻ ആരുണ്ട്? ത്യാഗമില്ലാതെ ആർക്കാണ് മുൾച്ചെടികൾക്കിടയിൽനിന്നും മധുരമേറിയ ഫലങ്ങൾ രുചിക്കാനാവുക?

മുൻകൂട്ടി നിശ്ചയിച്ചപ്രകാരം ബോധപൂർവ്വമായി മറ്റുള്ളവർക്കുവേണ്ടി ജീവിക്കുന്നവരുടെ ഗണത്തിലായിരുന്നില്ല ക്രിസ്തുവിന്റെ സ്ഥാനം. നിങ്ങളുടെ ശത്രുക്കളോട് പൊറുക്കുക എന്നു ക്രിസ്തു പറയുമ്പോൾ അത് ശത്രുവിനുവേണ്ടിയല്ല അവനവനു വേണ്ടിത്തന്നെയാണ്. കാരണം സ്നേഹം വെറുപ്പിനേക്കാൾ മഹത്തരമാണ്. “നിനക്കുള്ളതെല്ലാം സാധുക്കൾക്ക് നല്കൂ” എന്ന് ക്രിസ്തു ഒരു യുവാവിനോട് അപേക്ഷിക്കുമ്പോൾ അദ്ദേഹത്തിന്റെ മനസ്സിൽ സാധുക്കളല്ല യുവാവുതന്നെയാണുള്ളത്. അയാളുടെ ആത്മാവുതന്നെയാണ്. സമ്പന്നത നശിപ്പിച്ചുകൊണ്ടിരിക്കുന്ന ആത്മാവ്. ക്രിസ്തുവിന്റെ ജീവിത വീക്ഷണം പൂർണ്ണത തേടുന്ന കലാകാരനൊപ്പമാണ്. ഒരു കവി കവിതകൾ ആലപിക്കണം. ഒരു ശില്പി ശില്പങ്ങളെപ്പറ്റിയാവണം ചിന്തിക്കേണ്ടത്. ഒരു ചിത്രകാരനോ ഈ ലോകത്തെ അവന്റെ ഭാവനയ്ക്കിണങ്ങുംവിധം പ്രതിഫലിപ്പിക്കണം. കാട്ടുറോസകൾ പൂവിടുന്നതുപോലെയും കൊയ്ത്തു സമയമാകുമ്പോൾ ചോളത്തിന് സ്വർണ്ണവർണ്ണമാവുന്നതുപോലെയും ചന്ദ്രൻ വൃദ്ധിക്ഷയത്താൽ പരിചാകൃതിയിൽനിന്നും അരിവാൾരൂപം പ്രാപിക്കുന്നപോലെയും അനിവാര്യമായും സ്വാഭാവികമായും സംഭവിക്കുന്ന ഒന്ന്.

മറ്റുള്ളവർക്കായി ജീവിക്കൂ എന്നു ക്രിസ്തു പറഞ്ഞില്ല. കാരണം ഒരുവന്റെ ജീവിതം മറ്റൊരുവനിൽനിന്നും വേറിട്ടുള്ള ഒന്നല്ല. ഇത് മനുഷ്യന്റെ വ്യക്തിത്വത്തിന് കൂടുതൽ കരുത്തു നല്കും. ക്രിസ്തുവിന്റെ വരവോടെ ഓരോ മനുഷ്യന്റെയും ചരിത്രം ലോകത്തിന്റെ ചരിത്രമായി പരിവർത്തനപ്പെട്ടു. സംസ്കാരം മനുഷ്യന്റെ വ്യക്തിത്വത്തെ പുഷ്ടിപ്പെടുത്തി. കല മനുഷ്യഹൃദയങ്ങളെയും വിപുലപ്പെടുത്തി. കലാഹൃദയമുള്ളവർക്ക് ദാന്തേയ്ക്കൊപ്പം ഒളിവിൽ പോകാം. എന്നിട്ട് ഒരുവന്റെ ഉപ്പ്

എങ്ങനെയാണ് മറ്റൊരുവന്റെ അപ്പമാകുന്നത് എന്നു പഠിക്കാം. അവരുടെ പടവുകൾ എത്ര ആഴമേറിയതെന്നും മനസ്സിലാക്കാം. ഗോഥേയിൽനിന്നും ഒരു നിമിഷാർദ്ധം കടം കൊള്ളാം. അത് എത്രമാത്രം സൗന്ദര്യമേറിയതാണെന്നും ശാന്തിയേറിയതാണെന്നും അനുഭവിച്ചറിയാം. ബോദ്‌ലേയർ ദൈവത്തോട് പ്രാർത്ഥിച്ചതെന്തെന്ന് വ്യക്തതയോടെ മനസ്സിലാക്കാം.

"എന്റെ ശരീരത്തെയും ആത്മാവിനെയും
വെറുപ്പുകൂടാതെ നോക്കാൻ
ദൈവമേ എനിക്കാവശ്യമായ ശക്തിയും
ധൈര്യവും പകർന്നു നല്കേണമേ..."

ഷേക്സ്പിയറിന്റെ ഗീതകളിൽനിന്നും എടുക്കപ്പെട്ടതാകാം. എന്നാൽ അതിലുള്ള സ്നേഹസ്പർശം അതിനെ അതുല്യമാക്കി. ആധുനിക ജീവിതത്തെ അവർ സമീപിച്ചത് പുതിയ ശിക്ഷണത്തോടെയാണ്. കാരണം അവർ ചോപ്പിന്റെ നിശാസംഗീതത്തിന് ചെവികൊടുക്കുകയോ ഗ്രീക്കുപുരാണങ്ങളിൽ മുങ്ങിക്കയറുകയോ ചെയ്തിരിക്കാം. അല്ലെങ്കിലവർ മരണപ്പെട്ട ഒരുവന് സ്വർണ്ണവർണ്ണത്തിലുള്ള തലമുടിയും മാതളം പോലുള്ള ചുണ്ടുകളുമുള്ള മരണപ്പെട്ട ഒരുവളോട് തോന്നിയ പ്രണയത്തിന്റെ കഥ വായിച്ചിട്ടുണ്ടാവാം. എങ്കിലും കലാകാരന്റെ മനസ്സ് പ്രകടമാവുന്നത് അതിന്റെ ആവിഷ്കാരത്തിലാണ്. വാക്കുകളിലാകട്ടെ, നിറങ്ങളിലാകട്ടെ സംഗീതത്തിലാകട്ടെ, വെണ്ണക്കല്ലുകളിലാകട്ടെ ഈസ്കിലസ്സിന്റെ ദുരന്തനാടകങ്ങളിലെ ചിത്രാങ്കിതമായ മുഖാവരണങ്ങളിലാകട്ടെ അല്ലെങ്കിൽ സിസിലിയക്കാരനായ ഇടയന്റെ കൈകളിലെ തുളകളുള്ള മുളന്തണ്ടിലാകട്ടെ, കലയിൽ മനുഷ്യനും അവന്റെ സന്ദേശവും വ്യക്തമാക്കപ്പെട്ടിരിക്കണം.

ഒരു കലാകാരന് ആവിഷ്കാരം തന്നെയാണ് ജീവിതം. നിശ്ശബ്ദത അവനു മരണമാണ്. അത്ഭുതകരമായ ഭാവനാ ശേഷിയിൽ അവൻ നിരാലംബരായവരുടെ ലോകത്തേക്കു കടന്നുചെന്നു. വേദനയുടെ നിശ്ശബ്ദലോകത്ത് അവൻ തന്റെ സാമ്രാജ്യം പണിതു. അതിന്റെ വക്താവായി. താൻ സംസാരിച്ച നിശ്ശബ്ദരാക്കപ്പെട്ടവരൊക്കെയും തന്റെ ശബ്ദം കേൾക്കാൻ ദൈവത്തിനു മാത്രമേ കഴിയൂ എന്നുറച്ചു വിശ്വസിച്ചു. അവരൊക്കെയും അവന്റെ കൂടപ്പിറപ്പുകളായി. അന്ധന്റെ കണ്ണായും ബധിരന്റെ കാതായും നാവുകൾ ബന്ധിക്കപ്പെട്ടവന്റെ വിലാപമായും മാറാൻ അവൻ ശ്രമിച്ചു. ശബ്ദം നിലച്ചുപോയ അനേകരെ സ്വർഗ്ഗത്തിലേക്കുള്ള കാഹളദ്ധ്വനി കേൾപ്പിക്കാനാണവൻ ആഗ്രഹിച്ചത്. വികാരവും വേദനയും സങ്കടവും കലാകാരന്റെ ആവിഷ്കാരത്തിനുള്ള ഉപാധികളായിരിക്കാം. ഇതൊക്കെയും യാഥാർത്ഥ്യമാകുന്നതുവരെയും യഥാർത്ഥ ജീവിതത്തിൽ വിലയില്ലാത്തവയാണ്. എന്നാൽ അവനാകട്ടെ വേദനയുടെ ആൾരൂപമായി അടയാളപ്പെട്ടു. അതിനെ മറികടക്കാൻ ഒരു കലയ്ക്കും ഒരു ഗ്രീക്ക് ദേവതാ സങ്കല്പത്തിനും കഴിഞ്ഞിട്ടില്ല. ഗ്രീക്ക് ദേവതകൾ കാഴ്ചയിൽ

സാധാരണമെന്നു തോന്നുമെങ്കിലും യഥാർത്ഥത്തിൽ അങ്ങനെയല്ല. അപ്പോളോ ദേവന്റെ വളഞ്ഞ പുരികം കുന്നിൽനിന്നും ഉദിച്ചു പൊന്തുന്ന സൂര്യഗോളംപോലെയാണ്. പ്രഭാതത്തിന്റെ ചിറകുകൾപോലെയാണ് ആ പാദങ്ങൾ. എന്നിട്ടും അദ്ദേഹം മാർസ്യസിനോട് ക്രൂരതകാട്ടി. നോബിയെ വന്ധ്യയാക്കി. അഥീനയുടെ ലോഹംപോലെ ഉറച്ച നേത്രങ്ങളിൽ അരാഹ്നിയോട് ലേശവും അനുതാപമുണ്ടായിരുന്നില്ല. പൊങ്ങച്ചം മാത്രമായിരുന്നു ഈരയുടെ കുലീനത്വം. ദൈവങ്ങളുടെ പിതാവിനുപോലും മനുഷ്യപുത്രിമാരോട് വലിയ പ്രിയമായിരുന്നു. ഗ്രീക്കുപുരാണത്തിലെ പ്രധാനികളായ രണ്ടു കഥാപാത്രങ്ങൾ മതപരമായിരുന്നു. ഭൂമിയിലെ ദേവതയായിരുന്ന ദെമീത്ര്യറിന് പന്ത്രണ്ട് ഗ്രീക്ക് ദേവതകൾ ഉൾപ്പെട്ട ഒളിമ്പ്യൻ ക്ഷേത്രത്തിൽ ഇടമുണ്ടായിരുന്നില്ല. ഡയോനിസസ് പിറന്നത് നശ്വരയായ സ്ത്രീയുടെ പുത്രനായാണ്. പിറന്ന നിമിഷംതന്നെ അമ്മ മരിക്കുകയും ചെയ്തു. ഇവരായിരുന്നു കലയ്ക്കു പ്രധാനപ്പെട്ടവർ.

ജീവിതം അതിന്റെ താഴ്നിലങ്ങളിൽനിന്നും പ്രൊസർഫിനയെയോ സെമേലിയുടെ പുത്രനെക്കാളുമോ അത്ഭുതകരമായ ജന്മങ്ങളെ ഉയർത്തിയെടുക്കുന്നതായി കാണാം. നസ്രേത്തിലെ ആ ആശാരിയുടെ കടതന്നെ ഏതൊരു ഇതിഹാസമോ പുരാണമോ സൃഷ്ടിച്ചെടുത്തതിനേക്കാൾ വ്യക്തിത്വമാർന്നതാണ്. വീഞ്ഞിന്റെ നാനാർത്ഥങ്ങൾ പഠിപ്പിക്കാനും മറ്റൊരിടത്തും സിത്തറൊണിലോ എന്നയിലോ പോലും കാണാത്തതരത്തിലുള്ള ലില്ലിപ്പൂക്കളെ വെളിപ്പെടുത്താനും തെരഞ്ഞെടുക്കപ്പെട്ടതും മറ്റൊരിടമായിരുന്നില്ല.

"അവൻ മനുഷ്യരാൽ നിന്ദിക്കപ്പെട്ടും ത്യജിക്കപ്പെട്ടും വ്യസനപാത്രമായും രോഗം ശീലിച്ചവനായും ഇരുന്നു; അവനെ കാണുന്നവർ മുഖം മറച്ചുകളയത്തക്കവണ്ണം അവൻ നിന്ദിതനായിരുന്നു." യെശയ്യാവു പ്രവാചകന്റെ ഈ വാക്കുകൾ അവനെ മുൻകൂട്ടി പ്രവചിച്ചപോലെയും അവനിൽ ഈ പ്രവചനം നിവർത്തിക്കപ്പെട്ട പോലെയുമിരുന്നു. അത്തരമൊരു വചനത്തെ നാം ഭയപ്പെടേണ്ടതില്ല. മനോഹരമായ ഏതൊരു കലാസൃഷ്ടിയും ഒരു പ്രവചനത്തിന്റെ പൂർത്തീകരണമാണ്. ഏതൊരു കലാസൃഷ്ടിയും ഒരു ആശയത്തിന്റെ പ്രതിരൂപമാണ്. ഓരോ മനുഷ്യജീവിയും ഒരു പ്രവചനത്തിന്റെ പൂർത്തീകരണമത്രേ. ഓരോ മനുഷ്യനും ചില ആശയങ്ങളുടെ സഫലീകരണമാണ്. ഒന്നുകിൽ ദൈവത്തിന്റെ അല്ലെങ്കിൽ മനുഷ്യന്റെ. ക്രിസ്തുരൂപം കണ്ടെത്തുകയും അതുറപ്പിക്കുകയും ചെയ്തു. ജറുസലേമിലോ ബാബിലോണിലോ വച്ച് ഒരു വിർജിലിയൻ കവി കണ്ട സ്വപ്നം അവനിൽ പുനർജ്ജനിച്ചു. അവനെയായിരുന്നു ലോകം കാത്തിരുന്നത്. "അവന്റെ രൂപം കണ്ടാൽ ആളല്ല എന്നും അവന്റെ ആകൃതി കണ്ടാൽ മനുഷ്യനല്ല എന്നും തോന്നുമാറ് വിരൂപമായിരിക്കകൊണ്ട് പലരും നിന്നെ കണ്ടു സ്തംഭിച്ചുപോയതുപോലെ അവൻ പല ജാതികളേയും കുതിച്ചുചാടുമാറാക്കും" എന്ന് യേശയ്യാവു എഴുതുമ്പോൾ അത് പുതിയൊരു ആശയത്തെ തിരിച്ചറിയലായിരുന്നു.

അത് അർത്ഥമാക്കുന്നതെന്താണെന്ന് കലയ്ക്കു മനസ്സിലായപ്പോൾ മുമ്പൊന്നും കാണാത്ത വിധത്തിൽ സത്യം വെളിപ്പെട്ടു. കല കേവലമായൊരു സത്യമല്ല. ഞാൻ മുമ്പൊരിക്കൽ പറഞ്ഞതുപോലെ കലയുടെ പുറം അകത്തുള്ളതിന്റെ സാക്ഷാൽക്കാരമാണ്. അവിടെ ആത്മാവ് ശരീരമായും ജന്മവാസനകൾ ചേതനയായും വെളിപ്പെടുത്തപ്പെടും.

എന്നെ സംബന്ധിച്ചിടത്തോളം ചരിത്രത്തിലെ ഖേദകരമായ കാര്യം ക്രിസ്തുവിന്റെ സ്വന്തം പുനരുദ്ധാരണമാണ്. അതാണ് ചാർട്ട്റെസ്സിലെ കത്തീഡ്രലും അർരാറിന്റെ ഇതിഹാസങ്ങളും വിശുദ്ധ ഫ്രാൻസിസിന്റെ ജീവിതവും ജിയോറ്റയുടെ ചിത്രങ്ങളും ദാന്തേയുടെ *ഡിവൈൻ കോമഡി*യും സൃഷ്ടിച്ചത്. എന്നാൽ അതൊന്നുംതന്നെ അതിന്റേതായ രീതിയിൽ വികസിച്ചുവരികയായിരുന്നില്ല. നവോത്ഥാനത്തിന്റെ വരണ്ട വ്യാഖ്യാനങ്ങളാൽ അവയൊക്കെ നശിപ്പിക്കപ്പെട്ടു. അങ്ങനെയാണ് പെട്രാക്കും, റാഫേലിന്റെ ചുമർചിത്രങ്ങളും പല്ലാടിയൻ തച്ചുശാസ്ത്രവും ഫ്രഞ്ച് ട്രാജഡികളും വിശുദ്ധ പോളിന്റെ ദേവാലയവും പോപ്പിന്റെ കവിതകളും ഉണ്ടായത്? ഇവയെല്ലാം തന്നെ ജീവനില്ലാത്ത നിയമങ്ങളുടെ സൃഷ്ടിയാണ്. കലയുടെ തന്നെ ആത്മാവിൽനിന്നും സൃഷ്ടിക്കപ്പെട്ടതല്ല. എന്നാൽ എവിടെയെല്ലാം കാല്പനികത ഉരുവംകൊണ്ടോ അവിടെയെല്ലാം ക്രിസ്തുവിന്റെ സാന്നിദ്ധ്യമുണ്ട്. അവന്റെ സാന്നിദ്ധ്യം നമുക്ക് *റോമിയോ ആന്റ് ജൂലിയറ്റിൽ* കാണാം, *വിൻഫേഴ്സ് ടെയിലിൽ* കാണാം. പ്രൊവെൻചാൽ കവിതകളിലും *ഏൻഷ്യന്റ് മറൈനറിലും* കീറ്റ്സിന്റെ *ബ്യൂട്ടിഫുൾ ലേഡി വിത്തൗട്ട് മെഴ്സിയിലും* ചാർട്ടെർട്ടന്റെ *ബല്ലാഡ് ഓഫ് ചാരിറ്റി*യിലും കാണാനാകും. വൈവിദ്ധ്യമാർന്ന കാര്യങ്ങൾക്കും മനുഷ്യർക്കും നാം അവനോട് കടപ്പെട്ടിരിക്കുന്നു. ഹ്യൂഗോയുടെ *പാവങ്ങളും* ബ്രോദ്‌ലെയറുടെ *തിന്മയുടെ പൂക്കളും* റഷ്യൻ നോവലുകളും വെർലെയ്‌ന്റെ കവിതകളും മൈക്കൽ ആഞ്ജലോയുടെ ചിത്രങ്ങളും അവന് അവകാശപ്പെട്ടതാണ്. കുട്ടികളോടും പൂവുകളോടുമുള്ള അവന്റെ സ്നേഹത്തിന് ക്ലാസിക്കൽ കലകളിൽ വേണ്ടത്ര ഇടം ലഭിച്ചില്ല. എന്നാൽ പന്ത്രണ്ടാം നൂറ്റാണ്ട് മുതലിങ്ങോട്ടുള്ള നമ്മുടെ കലകളിൽ അവ ധാരാളമായി പ്രത്യക്ഷപ്പെടുന്നു. പല രൂപങ്ങളിൽ, താളങ്ങളിൽ കുട്ടികളും പൂവുകളും വന്നു നിറയുന്നു. വസന്തത്തിൽ ഒരാൾക്കു തോന്നുന്നത് ഈ പൂവുകൾ ഇത്രകാലവും ഒളിച്ചിരിക്കുകയായിരുന്നോ എന്നാണ്. മുതിർന്ന മനുഷ്യർ തങ്ങളെ കാത്തിരുന്നു ക്ഷീണിച്ചിട്ടുണ്ടാവുമെന്നും അവർ കാത്തിരുപ്പ് അവസാനിപ്പിച്ചേക്കും എന്നും ഭയപ്പെട്ടതുകൊണ്ടുമാത്രമാണവ സൂര്യപ്രകാശത്തിലേക്ക് കടന്നുവരുന്നത്. നാർസിസ്സിനായി മഴയും സൂര്യപ്രകാശവും ഒരുക്കപ്പെട്ട ഏപ്രിൽ മാസത്തിലെ ഒരു ദിവസംമാത്രമാണ് ഒരു കുട്ടിയുടെ ജീവിതം.

ക്രിസ്തുവിന്റെ സ്വഭാവത്തിൽ അന്തർല്ലീനമായ ഭാവനാത്മകത തന്നെയാണ് അവനെ സ്പന്ദിക്കുന്ന പ്രണയകേന്ദ്രമാക്കിയത്. നാടകഗീതികളിലോ വീരഗാഥകളിലോ കാണുന്ന കഥാപാത്രങ്ങൾ മറ്റുള്ളവ

രുടെ ഭാവനയിൽ പിറന്നവയാണ്. എന്നാൽ നസ്രേത്തിലെ യേശുക്രിസ്തു സ്വന്തം ഭാവനയിൽ നിന്നാണവനെ സൃഷ്ടിച്ചത്. ചന്ദ്രോദയത്തിനു മുന്നോടിയായുള്ള പാതിരാകുയിലിന്റെ പാട്ടിനപ്പുറമായൊന്നും അവന്റെ വരവിനെക്കുറിച്ചുള്ള യെശയ്യാവു പ്രവാചകന്റെ വിലാപങ്ങൾക്കില്ല. അതിൽ കൂടുതലായോ ഒരു പക്ഷേ, അതിൽ കുറഞ്ഞോ ഒന്നുമല്ല. പ്രവാചകത്വത്തിന്റെ വിളംബരവും നിഷേധവുമാണവൻ. അവനാൽ പൂർത്തീകരിക്കപ്പെട്ട ഓരോ പ്രതീക്ഷകൾക്കുമൊപ്പം അവനാൽ തകർക്കപ്പെട്ട പ്രതീക്ഷകളും നിലകൊള്ളുന്നു. എല്ലാ സൗന്ദര്യങ്ങൾക്കുമൊപ്പം അനുതാപരാഹിത്യത്തിന്റെ ഒരംശവും കുടികൊള്ളുമെന്ന് ബേക്കൺ പറഞ്ഞിട്ടുണ്ട്.

"കാറ്റ് ഇഷ്ടമുള്ളേടത്ത് ഊതുന്നു; അതിന്റെ ശബ്ദം നീ കേൾക്കുന്നു. എങ്കിലും അതെവിടെ നിന്നു വരുന്നു എന്നും എവിടേക്കു പോകുന്നു എന്നും അറിയുന്നില്ല. ആത്മാവിൽ ജനിച്ചവൻ അതുപോലെ യാകുന്നു" എന്നാണ് ക്രിസ്തു പറഞ്ഞത്. ഇക്കാരണത്താലാണ് അവൻ കലാകാരന്മാരെ മോഹിപ്പിക്കുന്നത്. ജീവിതത്തിന്റെ വർണ്ണരാജികളിലെല്ലാം അവനുണ്ട്. നിഗൂഢത, അപരിചിതത്വം, ആർദ്രത, സൂചന, നിർവൃതി, പ്രണയം എല്ലാം. അവൻ അത്ഭുതമാണ്. അതിലൂടെ മാത്രമേ അവനെ മനസ്സിലാക്കാനുമാവൂ.

അവൻ ഭ്രാന്തന്റെയും കവിയുടെയും കാമുകന്റെയും ഗണത്തിലാണെങ്കിൽ ലോകവും അങ്ങനെയാണെന്നു കാണാനാണ് എനിക്കിഷ്ടം. മനുഷ്യമസ്തിഷ്കമാണ് എല്ലാ തിന്മകളുടെയും ഉറവിടമെന്ന് ഞാൻ *ഡോറിയൻ ഗ്രേയിൽ* എഴുതി. എന്നാൽ ലോകത്തിലെ എല്ലാം സംഭവിക്കുന്നതും മസ്തിഷ്കത്തിൽ തന്നെയാണ്. ഇപ്പോൾ നമുക്കറിയാം നാം കാണുന്നത് കണ്ണുകൊണ്ടല്ലെന്നും കേൾക്കുന്നത് കാതുകൊണ്ടല്ലെന്നും. അത് സംവേദനത്തിന്റെ ചംക്രമണ മാർഗ്ഗങ്ങൾ മാത്രമാണ്. അവീൻ ചുവന്നിരിക്കുന്നതും ആപ്പിൾ മണമുള്ളതാകുന്നതും വാനമ്പാടി പാടുന്നതുമെല്ലാം മസ്തിഷ്കത്തിലാണ്.

അടുത്തകാലത്തുമാത്രമാണ് ഞാൻ ക്രിസ്തുവിനെക്കുറിച്ചുള്ള നാലു ഗദ്യകവിതകൾ ജാഗ്രതയോടെ പഠിച്ചത്. ക്രിസ്തുമസിനു എനിക്ക് ഗ്രീക്കുഭാഷയിലുള്ള *ബൈബിൾ* പുതിയനിയമം കിട്ടുവാനിടയായി. എന്റെ ജയിൽ മുറിയും പാത്രങ്ങളും വൃത്തിയാക്കിയശേഷം ഞാനല്പം സുവിശേഷ ഭാഗങ്ങൾ വായിക്കും. പന്ത്രണ്ടോളം കാവ്യഭാഗങ്ങൾ യാദൃച്ഛികമായി എന്റെ ശ്രദ്ധയിൽപ്പെട്ടു. ഒരു ദിവസം തുടങ്ങാനുള്ള ശരിയായൊരു രീതിയായിരിക്കുമത്. അടുക്കും ചിട്ടയുമില്ലാതെ ജീവിക്കുന്ന ഒരാൾക്കുപോലും അങ്ങനെ ചെയ്യാവുന്നതാണ്. അവസാനമില്ലാത്ത ആവർത്തനങ്ങൾ സുവിശേഷത്തിന്റെ കാല്പനിക സൗന്ദര്യത്തെ കെടുത്തിക്കളഞ്ഞിട്ടുണ്ടാവും. അത് വായിക്കുന്നത് പലവട്ടം മടുപ്പോടെ കേട്ടിട്ടുണ്ട്. എല്ലാ ആവർത്തനങ്ങളും ആത്മീയവിരുദ്ധമാണ്. എന്നാൽ ഗ്രീക്കിലേക്കു മടങ്ങുകയാണെങ്കിൽ ഇരുട്ടു നിറഞ്ഞ വീട്ടിൽ നിന്നും ലില്ലിപ്പൂവുകൾ നിറഞ്ഞ തോട്ടത്തിലേക്കിറങ്ങുന്നതുപോലെയാണ്.

ക്രിസ്തു ഉപയോഗിച്ചിരിക്കാനിടയുള്ള അതേവാക്കുകൾ വായിക്കുമ്പോൾ എന്റെ ആനന്ദം ഇരട്ടിച്ചു. അരമെയ്ക് ഭാഷയിലാണ് ക്രിസ്തു സംസാരിച്ചത് എന്നാണ് കരുതപ്പെടുന്നത്. റെനാൻ പോലും അങ്ങനെയാണ് കരുതിയിരുന്നത്. എന്നാൽ ഇപ്പോൾ നമുക്കറിയാം ഗലീലിയക്കാരായ കർഷകർ നമ്മുടെ ഐറിഷ് കർഷകരെപ്പോലെ രണ്ടുഭാഷകൾ സംസാരിച്ചിരുന്നുവെന്ന്. പലസ്തീനികളുടെ വ്യവഹാരഭാഷ മറ്റ് കിഴക്കൻ ദേശക്കാരെപ്പോലെ ഗ്രീക്കായിരുന്നു. പരിഭാഷയുടെ പരിഭാഷയിലൂടെ ക്രിസ്തുവിന്റെ വാക്കുകൾ അറിയുന്നത് ഞാനിഷ്ടപ്പെട്ടിരുന്നില്ല. "ഞാൻ നല്ല ഇടയനാകുന്നു" എന്ന് അവന്റെ സ്വന്തം ഭാഷയിൽ പറയുമ്പോൾ കാർമൈഡസ് പോലും ചെവിയോർക്കുമെന്നും സോക്രട്ടീസ് അതിൽ യുക്തി കാണുമെന്നും പ്ലേറ്റോ വ്യക്തമായി മനസ്സിലാക്കുമെന്നും കരുതുവാൻ സന്തോഷമുണ്ട്. വയലിലെ ലില്ലിച്ചെടികളെ നോക്കുക. അവ എങ്ങനെ വളരുന്നു. അവ അദ്ധ്വാനിക്കുന്നില്ല. നൂൽ നൂല്ക്കുന്നുമില്ല. എങ്കിലും ഞാൻ നിങ്ങളോടു പറയുന്നു. സർവ്വപ്രതാപങ്ങളും തികഞ്ഞ സോളമൻപോലും ഇവയിൽ ഒന്നിനെപ്പോലെ വിഭൂഷിതനായിരുന്നില്ല. എന്ന് അവൻ പറയുമ്പോഴും അവന്റെ വായോടടുപ്പിച്ച വിനാഗിരിമുക്കിയ നീർപ്പഞ്ഞി നുണഞ്ഞശേഷം "എല്ലാം പൂർത്തിയായി" എന്നവർ അവന്റെ സ്വന്തം ഭാഷയിൽ പറയുമ്പോഴും ആ വാക്കുകൾക്കെന്ത് തിളക്കമുണ്ടായിരുന്നിരിക്കണം!

സുവിശേഷങ്ങൾ വായിക്കുമ്പോൾ, പ്രത്യേകിച്ച് യോഹന്നാൻ എഴുതിയ സുവിശേഷം, ആത്മീയവും ഭൗതികവുമായ ജീവിതത്തിന്റെ അടിത്തറ ഭാവനയാണെന്ന ധാരണ എന്നിൽ ഉറയ്ക്കുകയായിരുന്നു. ക്രിസ്തുവിനെ സംബന്ധിച്ച് ഭാവനയെന്നാൽ സ്നേഹത്തിന്റെ പ്രതിരൂപം തന്നെയായിരുന്നുവെന്നും സ്നേഹമെന്ന പദത്തിന്റെ പൂർണ്ണമായ അർത്ഥം ദൈവം എന്നു തന്നെയാണെന്നും ഞാൻ മനസ്സിലാക്കി. ആറാഴ്ചകൾക്കു മുമ്പ് വെളുത്ത റൊട്ടി തിന്നാൻ ഡോക്ടർ എനിക്ക് അനുവാദം നല്കി. അതുവരെ ജയിലിൽ സാധാരണ നല്കാറുള്ള തവിട്ടുനിറത്തിലുള്ള പരുക്കൻ റൊട്ടിയാണ് ലഭിച്ചിരുന്നത്. വെളുത്ത റൊട്ടിക്ക് നല്ല സ്വാദായിരുന്നു. റൊട്ടിക്ക് നല്ല സ്വാദായിരുന്നെന്ന് ആരും പറയുമെന്നു തോന്നുന്നില്ല. എന്നാൽ എനിക്കത് അപ്രകാരമായിരുന്നു. ഓരോ ഭക്ഷണത്തിനുശേഷവും പാത്രത്തിൽ ശേഷിച്ച പൊട്ടുപൊടികളും പാത്രത്തിനടിയിൽ വിരിച്ച തുണിയിൽ വീണ ചെറിയ കഷണങ്ങളും ശ്രദ്ധയോടെ ഭക്ഷിക്കുമായിരുന്നു. വിശപ്പുകൊണ്ടല്ല ഞാനത് ചെയ്തിരുന്നത്. ആവശ്യത്തിനുള്ള റൊട്ടി എനിക്ക് ലഭിച്ചിരുന്നു. എനിക്കു ലഭിക്കുന്നതൊന്നും നഷ്ടപ്പെടുത്താൻ പാടില്ല എന്ന തോന്നലിൽനിന്നാണങ്ങനെ ചെയ്തത്. സ്നേഹത്തെയും ഒരുവൻ അങ്ങനെയാവണം കാണേണ്ടത്.

മറ്റെല്ലാ മഹദ് വ്യക്തികളെയുംപോലെ ക്രിസ്തുവും മനോഹരമായ കാവ്യങ്ങൾ സ്വയം പറയുക മാത്രമല്ല, മറ്റുള്ളവരെക്കൊണ്ടു പറയിപ്പിക്കുകയും ചെയ്തിരുന്നു. മാർക്കോസ് നമുക്കു പറഞ്ഞുതന്ന ഗ്രീക്കു

വനിതയുടെ കഥ എനിക്കു വലിയ ഇഷ്ടമാണ്. അവളുടെ വിശ്വാസം പരീക്ഷിക്കാനായി ക്രിസ്തു അവളോടു പറഞ്ഞു ഇസ്രായേലിലെ കുഞ്ഞുങ്ങൾക്കായുള്ള അപ്പം അവൾക്കു നല്കാനാവില്ലെന്ന്. അതിനു മറുപടിയായി അവൾ പറഞ്ഞു. കുട്ടികൾ ഭക്ഷിക്കുമ്പോൾ താഴെ വീഴുന്നത് നായ്ക്കുട്ടികൾ കഴിക്കുന്നുണ്ടല്ലോയെന്ന്. സ്നേഹത്തിനും പരിഗണനയ്ക്കും വേണ്ടിയാണ് മിക്കവരും ജീവിക്കുന്നത്. എന്നാൽ സ്നേഹം കൊണ്ടും പരിഗണനകൊണ്ടും മാത്രമത്രെ ഒരുവൻ ജീവിക്കേണ്ടത്. എന്തെങ്കിലും സ്നേഹം നമുക്കുമേൽ ചൊരിയപ്പെടുന്നുണ്ടെങ്കിൽ നാം ഓർക്കുക നാം അതിന് അർഹരല്ല എന്ന്. സ്നേഹിക്കപ്പെടാനുള്ള അർഹത ആർക്കുമില്ല. ദൈവം മനുഷ്യരെ സ്നേഹിക്കുന്നുവെന്നതിലൂടെ നാം മനസ്സിലാക്കേണ്ടത് വിശുദ്ധ നിയമങ്ങൾ പ്രകാരം അനശ്വരമായ സ്നേഹം ചൊരിയപ്പെടേണ്ടത് അനശ്വരതയ്ക്ക് അർഹതയില്ലാത്തവർക്കു നേരെയത്രെ. ആ വാചകം താങ്ങാനുള്ള ശേഷി നമുക്കില്ലെങ്കിൽ നമുക്കിതിനെ ഇപ്രകാരം മാറ്റിപ്പറയാം. താൻ സ്നേഹത്തിന് അർഹരാണെന്നു സ്വയം കരുതുന്നവരൊഴികെ മറ്റെല്ലാരും സ്നേഹത്തിന് അർഹരാണെന്ന്. മുട്ടുകുത്തിനിന്നു സ്വീകരിക്കേണ്ട കുർബ്ബാനയാണ് സ്നേഹം. ദൈവമേ ഞാനിതിന് അർഹനല്ലല്ലോ എന്ന ബോധത്തോടെയാവണം അതു സ്വീകരിക്കേണ്ടത്. അതു നമ്മുടെ ചുണ്ടുകൾ സദാ ഉരുവിടുകയും വേണം.

പതിമൂന്ന്

ഞാൻ വീണ്ടും എഴുതുകയാണെങ്കിൽ അതായത് ഒരു കലാസൃഷ്ടി നടത്തുകയാണെങ്കിൽ രണ്ടു കാര്യങ്ങൾ ചെയ്യണമെന്നുണ്ട്. ഒന്ന് ജീവിതത്തിലെ "കാല്പനിക പ്രസ്ഥാനത്തിന്റെ ഉപജ്ഞാതാവെന്ന നിലയിൽ ക്രിസ്തു" രണ്ട്: "കലാജീവിതവും ജീവിതലക്ഷ്യവും തമ്മിലുള്ള ബന്ധം." ഇതിൽ ആദ്യത്തേത് അത്യന്തം മോഹമുണർത്തുന്നതാണ്. കാല്പനികതയുടെ ഏറ്റവും ഉയർന്ന രൂപം മാത്രമല്ല ക്രിസ്തുവിന്റെ ജീവിതത്തിൽ ദർശിക്കാനാകുന്നത്. സകല അപകടങ്ങളുടെയും താന്തോന്നിത്തരത്തിന്റെയും പ്രണയ ഭാവനയുടെയും തലങ്ങൾ ആ ജീവിതത്തിൽ ദർശിക്കാം. മനുഷ്യരുടെ ജീവിതം പൂക്കളെപ്പോലെയാവണമെന്ന് ആദ്യം പറഞ്ഞത് ക്രിസ്തുവാണ്. മുതിർന്നവർ കുട്ടികളെ മാതൃകയാക്കണമെന്ന് പറഞ്ഞതും മറ്റൊരാളല്ല. കുട്ടികളെകൊണ്ടുള്ള പരമപ്രധാനമായ ഉപയോഗവും വേറൊന്നായി ഞാൻ കാണുന്നില്ല. ദൈവത്തിന്റെ കരങ്ങളിൽ നിന്നാണ് മനുഷ്യന്റെ ആത്മാവ് ലഭിക്കുന്നതെന്ന് ദാന്തേ പറഞ്ഞു. ഓരോരുത്തരുടെയും ആത്മാവ് കുട്ടികളെപ്പോലെ പൊട്ടിക്കരയുകയും പൊട്ടിച്ചിരിക്കുകയും വേണമെന്ന് ക്രിസ്തുവും. ജീവിതം നിരന്തരം മാറിക്കൊണ്ടിരിക്കുന്നതും ദ്രവരൂപമാർന്നതും സജീവത നിറഞ്ഞതുമാണെന്നും ക്രിസ്തു കണ്ടു. അത്തരത്തിലുള്ള ജീവിതത്തെ വാർപ്പുമാതൃകകൾ പോലെയാക്കിയാൽ അതു മരണമാണെന്നും ക്രിസ്തു പറഞ്ഞു. ഭൗതിക നേട്ടത്തിനായുള്ള പരക്കംപാച്ചിൽ നിരർത്ഥകമാണെന്നും പ്രായോഗികമല്ലെങ്കിലും പൊതുതാല്പര്യമാണ് മഹത്തരമെന്നും ക്രിസ്തുവിനറിയാമായിരുന്നു.

കാര്യങ്ങളെപ്പറ്റിയോർത്ത് മനുഷ്യർ ഏറെ വ്യാകുലപ്പെടേണ്ടതില്ല. പറവകൾ അങ്ങനെ ചെയ്യുന്നില്ല. പിന്നെന്തിനാണ് മനുഷ്യൻ? നാളെ

യെപ്പറ്റി ഏറെ ചിന്തിക്കരുത്. ശരീരത്തേക്കാൾ പ്രധാനമാണല്ലോ ആത്മാവ്, വസ്ത്രത്തേക്കാൾ പ്രധാനപ്പെട്ടതാണല്ലോ ശരീരം എന്നൊക്കെ ക്രിസ്തു പറയുമ്പോൾ അതിനെന്തു ചന്തമാണ്! ഒരു ഗ്രീക്കുകാരനുമാത്രമേ അപ്രകാരം പറയുവാനാകൂ. അതു തീർച്ചയായും ഒരു ഗ്രീക്ക് വികാരമാണ്. എന്നിൽ ക്രിസ്തുവിനു മാത്രമാണ് ഇതു രണ്ടും പറയുവാനാകുന്നത്. ജീവിതരഹസ്യത്തെ ഇങ്ങനെ ചിമിഴിലടച്ചുതരുവാൻ മറ്റാർക്കാണു കഴിയുക?

അവന്റെ സദാചാരം അനുകമ്പയായിരുന്നു. സദാചാരം എന്തായിരിക്കണമോ അതുതന്നെയായിരുന്നു അവന്റേത്. "അവളുടെ പാപങ്ങൾ അവളോടു പൊറുത്തു. കാരണം അവളതിനെ അത്രമാത്രം സ്നേഹിച്ചിരുന്നു" എന്നുമാത്രമായിരുന്നു അവൻ പറഞ്ഞിരുന്നതെങ്കിൽ അതിന്റെ പേരിലുള്ള മരണംപോലും മൂല്യവത്താകുമായിരുന്നു. അവന്റെ നീതി കാവ്യനീതിയായിരുന്നു. നീതി അങ്ങനെതന്നെ ആയിരിക്കണം. തന്റെ ജീവിതത്തിലുടനീളം അസന്തുഷ്ടനാകയാലാണ് ഭിക്ഷക്കാരന് സ്വർഗ്ഗരാജ്യം ലഭിച്ചത്. അവനെ അവിടെ എത്തിച്ചതിൽ മറ്റൊരു ന്യായീകരണവും ഞാൻ കാണുന്നില്ല. തണുപ്പേറിയൊരു സായാഹ്നത്തിൽ മുന്തിരിത്തോട്ടത്തിൽ ഒരു മണിക്കൂർ നേരം പണിയെടുത്തവനും ഒരു പകൽ മുഴുവൻ കൊടും വെയിലത്തു പണിയെടുത്തവനും ഒരേ കൂലിയാണു കിട്ടുന്നത്. എന്തുകൊണ്ട് അവർക്കതു കൊടുത്തുകൂടാ? ഒരു പക്ഷേ, ആരും ഒന്നിനും അർഹരായിരിക്കണമെന്നില്ല. ചിലപ്പോഴവർ വ്യത്യസ്ത വംശങ്ങളിൽപ്പെട്ട മനുഷ്യരായിരിക്കും. മനുഷ്യരെ ജഡവസ്തുക്കളെപ്പോലെ കാണുന്ന യാന്ത്രിക സമീപനത്തോട് ക്രിസ്തു ക്ഷമിച്ചില്ല. അവന്റെ മുന്നിൽ കടുത്ത നിയമങ്ങളില്ല. അവിടെ നിർല്ലോഭമായ ഇളവുകളാണുള്ളത്. ഈ ലോകത്തിലെ ആർക്കും എന്തിനും ഏതിനും.

അവനെ സംബന്ധിച്ചിടത്തോളം കാല്പനികതയുടെ അടിസ്ഥാനം തന്നെയാണ് സ്വാഭാവിക ജീവിതത്തിന്റെയും അടിസ്ഥാനം. പാപം ചെയ്യവേ പിടികൂടപ്പെട്ട ഒരുവളെ അവനു മുന്നിൽ എത്തിച്ച പുരുഷാരം നിയമവ്യവസ്ഥയിൽ അവൾക്കുള്ള ശിക്ഷ എന്താണെന്നു കാട്ടിക്കൊടുത്ത് എന്താണിനി ചെയ്യേണ്ടത് എന്നു ചോദിച്ചപ്പോൾ അവരെ കേൾക്കുന്നില്ല എന്ന ഭാവത്തിൽ മണ്ണിൽ കൈകൊണ്ടെഴുതുകയായിരുന്നു അവൻ. അവനാൽ നിർബ്ബന്ധിക്കപ്പെട്ട വേളയിൽ തല ഉയർത്തി അവൻ പറഞ്ഞത് ഇപ്രകാരമായിരുന്നു: "നിങ്ങളിൽ ഒരിക്കലും പാപം ചെയ്യാത്തവർ ഇവളെ ആദ്യം കല്ലെറിയട്ടെ." ഇതു പറയാൻ വേണ്ടി മാത്രമായാൽ പോലും ആ ജീവിതം സാർത്ഥകമാണ്.

ഉള്ളിൽ കവിതയുള്ള ഏതൊരാളെയുംപോലെ ക്രിസ്തു അറിവില്ലാത്ത മനുഷ്യരെ ഇഷ്ടപ്പെട്ടിരുന്നു. അറിവില്ലാത്തവന്റെ അന്തരാത്മാവിൽ മഹത്തായൊരു ആശയത്തിന് ഇടമുണ്ടാകുമെന്ന് അവനറിയാമായിരുന്നു. വിഡ്ഢികളായ മനുഷ്യരെ അവന് സഹിക്കാനാകുമായിരുന്നില്ല. പ്രത്യേകിച്ച് വിദ്യാഭ്യാസംകൊണ്ട് വിഡ്ഢിയാക്കപ്പെട്ടവരെ. നിറയെ അഭിപ്രാ

യമുള്ളവർക്ക് ആ അഭിപ്രായങ്ങളിൽ ഒന്നിനെപ്പറ്റിപ്പോലും അറിവുണ്ടായിരിക്കില്ല. വിജ്ഞാനത്തിന്റെ താക്കോൽ കൈവശമുള്ളവർ എന്നാണവരെ ക്രിസ്തു വിശേഷിപ്പിച്ചത്. അവർക്കാ താക്കോൽ ഉപയോഗിക്കാൻ അറിയുകയുമില്ല. അതു സ്വർഗ്ഗകവാടത്തിന്റെ താക്കോലാണെങ്കിൽപോലും മറ്റുള്ളവരെയൊട്ടു തുറക്കാൻ അനുവദിക്കുകയുമില്ല. ഫെലിസ്ത്യർക്കെതിരായിരുന്നു ക്രിസ്തുവിന്റെ പ്രധാനയുദ്ധം. അവൻ ജീവിച്ചകാലത്തെ സമൂഹത്തെപ്പറ്റിയുള്ള കുറിപ്പുകളായി വേണം ഫെലിസ്ത്യസത്തെ കാണാൻ. പുതിയ ആശയങ്ങളോടുള്ള കടുത്ത എതിർപ്പിൽ, കപട മാന്യതയിൽ, കടുത്ത യാഥാസ്ഥിതികതയിൽ ഏതുവിധേയനും വിജയം കരസ്ഥമാക്കണമെന്ന വിചാരത്തിൽ, ഭൗതികസുഖഭോഗങ്ങളോടുള്ള വ്യഗ്രതയിൽ, വിഡ്ഢിത്തത്തോടുള്ള സ്വയം പുകഴ്ത്തലിൽ, ക്രിസ്തുവിന്റെ കാലത്തെ ജൂതന്മാർ ഇന്നത്തെ ബ്രിട്ടീഷ് ഫെലിസ്ത്യർക്ക് തുല്യരായിരുന്നു. അവരെയാണ് വെള്ള പൂശിയ കുഴിമാടങ്ങൾ എന്നുവിളിച്ച് ക്രിസ്തു ശാശ്വതവല്ക്കരിച്ചത്. ലൗകിക വിജയങ്ങളെ ക്രിസ്തു അങ്ങേയറ്റം വെറുത്തു. അതിൽ സവിശേഷമായൊന്നും അവൻ കണ്ടില്ല. മനുഷ്യനെ സംബന്ധിച്ചിടത്തോളം സമ്പത്ത് കടുത്തൊരു ബാദ്ധ്യത ആയാണവൻ കണ്ടത്. ഏതെങ്കിലും ചിന്താ പദ്ധതിക്കോ ധാർമ്മിക മൂല്യങ്ങൾക്കോ വേണ്ടി ജീവിതം ബലികഴിക്കുന്നതിനെ അവൻ പരിഗണിച്ചില്ല. ആചാരങ്ങളെല്ലാം മനുഷ്യർക്കുവേണ്ടിയാണെന്നും എന്നാൽ മനുഷ്യൻ ആചാരങ്ങൾക്കുവേണ്ടിയല്ലെന്നും അവൻ പറഞ്ഞു. ശാബത്ത് നിഷ്ഠയായൊരു പ്രയോജനവുമില്ലാത്തതാണെന്നവൻ കണ്ടു. ഇടത്തരം മനസ്സുകൾക്ക് പ്രിയപ്പെട്ട നിർവ്വികാരമായ പരോപകാരതല്പരതയും ദീനാനുകമ്പയും ആഡംബരപൂരിതമായ മഹാമനസ്കതാ പ്രകടനങ്ങളും ഔപചാരികതകളും അവൻ പരിഹസിച്ചു തള്ളി. നമ്മെ സംബന്ധിച്ച് യാഥാസ്ഥിതികതയെന്നാൽ ഉപരിപ്ലവവും ബുദ്ധിശൂന്യവുമായ ഒന്നാണെങ്കിൽ ഇടത്തരം മനസ്സുകൾക്കത് ഭയാനകവും നിർജ്ജീവവും നിഷ്ഠുരശാസനവുമാണ്. എന്നാൽ ക്രിസ്തു ആത്മാവിനെ മാത്രമേ മൂല്യവത്തായി കണ്ടുള്ളൂ. അവർ പ്രവാചകന്മാരെയും നിയമസംഹിതകളെയും വായിക്കുമെങ്കിലും അവയെന്താണെന്നവർക്കു യാതൊരു രൂപവുമില്ലെന്നു ക്രിസ്തു പരിഹസിച്ചു. ശാബത്ത് നിഷ്ടക്കാർ ഓരോ ദിവസവും പ്രത്യേക പ്രവൃത്തിക്കായി മാറ്റിവയ്ക്കുന്നതിനെ അദ്ദേഹം എതിർത്തു. ഓരോ നിമിഷത്തിലും പൂർണ്ണതയോടെ ജീവിക്കാനത്രെ അവൻ പറഞ്ഞത്.

ജീവിതത്തിന്റെ സുന്ദര നിമിഷങ്ങളുടെ പേരിലത്രെ ക്രിസ്തു പലരെയും പാപങ്ങളിൽനിന്നും മോചിപ്പിച്ചത്. അവനെ കണ്ടമാത്രയിൽ തന്റെ ഏഴുകാമുകന്മാരിലൊരുവൻ സമ്മാനമായി നല്കിയ വെണ്ണക്കൽ പാത്രം ഉടച്ചതിനും അവന്റെ കാലുകൾ കഴുകി സുഗന്ധതൈലങ്ങൾ ലേപനം ചെയ്തുമാണവൻ മഗ്ദലന മറിയത്തിന്റെ പാപങ്ങൾ പോക്കിയതെങ്കിൽ അതേയൊരു നിമിഷത്തിന്റെ പേരിലാണ് റൂത്തിനും ബിയാട്രിസിനുമൊപ്പം സ്വർഗ്ഗത്തിലെ മഞ്ഞുപോലെ മൃദുലമായ റോസാപ്പൂക്കൾക്കിട

യിലിരുന്നത്. ചെറിയൊരു മുന്നറിയിപ്പെന്നപോലെ നമ്മോടു പറയുന്ന തിത്രമാത്രം. മണവാളനെ കാത്തിരിക്കുന്ന മണവാട്ടിയെപ്പോലെ ഓരോ നിമിഷത്തിന്റെ മനോഹാരിതയെയും നാം എതിരേല്ക്കണം. പ്രണയിയുടെ വാക്കുകൾക്കായി കാതോർക്കണം. ഭൗതിക സുഖഭോഗങ്ങളിൽ മുഴുകുന്നവരോ ഭാവന കൊണ്ടു ജ്വലിപ്പിക്കാത്ത വശം മാത്രമേ കാണുകയുള്ളൂ. ജീവിതത്തിന്റെ സ്നേഹസ്വാധീനങ്ങളെ പ്രകാശഗോപുരങ്ങളായാണവൻ കാണുന്നത്. ഭാവനതന്നെ ലോകത്തിന്റെ വെളിച്ചമത്രെ. പ്രകാശത്തിലാണ് ലോകത്തെ സൃഷ്ടിച്ചിരിക്കുന്നതെങ്കിലും ലോകത്തിനതു മനസ്സിലാവില്ല. കാരണം ഭാവന പ്രണയത്തിന്റെ വെളിപ്പെടുത്തലാണ്. പ്രണയവും അതു തിരിച്ചറിയാനുള്ള സവിശേഷതയുമാണ് ഒരു മനുഷ്യനെയും മറ്റൊരു മനുഷ്യനെയും വേറിട്ടു നിർത്തുന്നത്.

പാപികളായ മനുഷ്യരെ അഭിമുഖീകരിക്കുമ്പോഴാണ് ക്രിസ്തുവിലെ ഏറ്റവും വലിയ കാല്പനികനെ നാം കാണുന്നത്. ദൈവം എന്ന സങ്കല്പത്തോട് ഏറ്റവും അടുത്തു നില്ക്കുന്നവൻ എന്ന നിലയിലാണല്ലോ നാം സന്ന്യാസിമാരെ കണക്കാക്കുക. ദിവ്യമായ തേജസ്സ് ഒപ്പമുണ്ടായിരിക്കുമ്പോഴും പൂർണ്ണ മനുഷ്യനോട് അടുത്തു നില്ക്കുന്നവരായാണ് ക്രിസ്തു പാപികളെ എപ്പോഴും കണ്ടതും അവരെ സ്നേഹിച്ചതും. യാതനകളിൽനിന്നും മനുഷ്യനെ മോചിപ്പിക്കുകയായിരുന്നു, അവരെ പരിഷ്കരിക്കുകയായിരുന്നില്ല ക്രിസ്തുവിന്റെ മുഖ്യലക്ഷ്യം. ഒരു കള്ളനെ സത്യസന്ധനായ മനുഷ്യനായി പരിവർത്തിപ്പിക്കുന്നത് അവന്റെ ലക്ഷ്യമായിരുന്നില്ല. തടവുകാരെ സഹായിക്കാനായുള്ള സംഘടനയെപ്പോലുള്ള ആധുനിക സംവിധാനങ്ങളെപ്പറ്റിയൊന്നും അവൻ ചിന്തിച്ചിരിക്കുകയില്ല. കള്ളവാറ്റുകാരനെ കപട ഭക്തനാക്കി പരിവർത്തിപ്പിക്കുന്നതിൽ വലിയ നേട്ടമൊന്നും അവൻ കണ്ടില്ല. പാപത്തെയും യാതനയെയും പരിപൂർണ്ണതയിലേക്കുള്ള പ്രയാണത്തിനിടയിലെ വിശുദ്ധ കാര്യമായാണ് അവൻ കണക്കാക്കിയിരുന്നതെന്ന കാര്യം ഇനിയും വേണ്ടത്ര മനസ്സിലാക്കപ്പെട്ടിട്ടില്ല. ഇത് അപകടകാരിയായൊരു ആശയമായി തോന്നുന്നില്ലേ? അതെ. അതൊരു അപകടം പിടിച്ച ആശയം തന്നെയാണ്. എന്നാലറിയൂ. എല്ലാ മഹത്തായ ആശയങ്ങളും അപകടകരങ്ങളാണ്. ക്രിസ്തുവിന്റെ യഥാർത്ഥ പിന്തുടർച്ചക്കാരിൽ അതിലൊരു സംശയവും ഉണ്ടാവില്ല. ഞാൻ അത്തരമൊരു പിന്തുടർച്ചക്കാരനാണെന്നതിൽ നിനക്കൊരു സംശയവുമില്ല. പാപി പശ്ചാത്തപിക്കണമെന്നതിൽ തർക്കമില്ല. എന്തുകൊണ്ടാണങ്ങനെ? അവൻ ചെയ്തതെന്താണെന്നവൻ അറിയണം. പശ്ചാത്താപം പുതിയ തുടക്കമാണ്. എല്ലാത്തിനുമുപരി തന്റെ ഭൂതകാലത്തെ തിരുത്തലാണത്. അത് അസാദ്ധ്യമാണെന്നാണ് ഗ്രീക്കുകാർ കരുതിയത്. ഭൂതകാലത്തെ തിരുത്താൻ ദൈവത്തിനുപോലും കഴിയില്ലായെന്നവർ വിശ്വസിച്ചു. ഏതൊരു സാധാരണ പാപിക്കും അതു ചെയ്യാനാകുമെന്ന്, അവനു ചെയ്യാനാകുന്ന ഏക കാര്യം അതാണെന്ന്, ക്രിസ്തു കാട്ടിക്കൊടുത്തു. ക്രിസ്തുവിനോടിക്കാര്യം ചോദിച്ചിരുന്നുവെങ്കിൽ എനിക്കുറപ്പുണ്ട്

അവൻ ഇപ്രകാരം പറയുമായിരുന്നു. തനിക്കുണ്ടായിരുന്നതെല്ലാം വേശ്യകൾക്കു നല്കി ധൂർത്തടിച്ചെന്ന്. മുടിയനായ നിങ്ങളുടെ പുത്രൻ നിങ്ങളുടെ മുന്നിൽ മുട്ടുകുത്തിനിന്നു തേങ്ങുമ്പോൾ ആ നിമിഷമാണ് ഏറ്റവും മനോഹരവും ദിവ്യവുമെന്ന് നിങ്ങളറിയണം. ആ ആശയം ഉൾക്കൊള്ളാൻ മിക്കവർക്കും പ്രയാസകരമാണ്. അതു മനസ്സിലാക്കണമെങ്കിൽ നിങ്ങൾ ജയിലിനുള്ളിലാകണമെന്നു ഞാൻ പറയും. അങ്ങനെയെങ്കിൽ വല്ലപ്പോഴും ജയിലിനുള്ളിലാകുന്നത് നല്ലതാണ്.

ക്രിസ്തുവിൽ മാത്രം കാണാനാകുന്ന ചില സവിശേഷതകളുണ്ട്. യഥാർത്ഥ പ്രഭാതത്തിനു മുന്നേ പ്രഭാത പ്രതീതി ഉണ്ടാകുന്നതുപോലെയും, കടുത്ത മഞ്ഞുകാലത്തിനിടയിൽ പൊടുന്നനെ പൂർണ്ണസൂര്യൻ പ്രത്യക്ഷമാകുമ്പോൾ വസന്തകാലമായി എന്നോർത്ത് പീതപുഷ്പങ്ങൾ മിഴിതുറക്കുന്നതുപോലെയും. അതു കണ്ട് ചില വിഡ്ഢിപ്പരിഷകൾ അതിന്റെ ഇണയെ ഒഴിഞ്ഞ മരച്ചില്ലയിലേക്കു കൂട്ടുകൂടാൻ ക്ഷണിക്കുന്നപോലെയും, ക്രിസ്തുവിനു മുന്നേയും ക്രിസ്തുമസ് ഉണ്ടായിട്ടുണ്ട്. അതെച്ചൊല്ലി നാം നന്ദിയുള്ളവരായിരിക്കേണം. എന്നാൽ ദൗർഭാഗ്യമെന്നു പറയട്ടെ അങ്ങനെയൊരാൾ പിറന്നില്ല. എന്നാൽ ഇക്കാര്യത്തിൽ ഒരു അപവാദമുണ്ട്. അസീസ്സിയിലെ വിശുദ്ധനായ ഫ്രാൻസിസ്. ദൈവം അവനൊരു കവിയുടെ ആത്മാവും ഭിക്ഷക്കാരന്റെ ശരീരവും നല്കി. നന്നേ കുട്ടിയായിരിക്കുമ്പോൾതന്നെ ദൈവം അവനു പട്ടിണിയെന്ന മണവാട്ടിയേയും കല്പിച്ചു നല്കിയിരുന്നു. അവന് ക്രിസ്തുവിനെ മനസ്സിലായി. ആകയാൽ അവൻ ക്രിസ്തുവിനെപ്പോലെയായി. അതു മനസ്സിലാക്കാനും നാം മഹാകാവ്യങ്ങൾ വായിക്കേണ്ടതില്ല. അവനൊരു കലാശില്പം പോലെയാണ്. അവന്റെ സാന്നിദ്ധ്യത്തിൽ ഒരുവൻ വേറൊന്നായിത്തീരും. അവന്റെ സാന്നിദ്ധ്യത്തിലെത്താൻ ഓരോരുത്തരും വിധിക്കപ്പെട്ടിരിക്കുന്നു. ജീവിതത്തിൽ ഒരിക്കലെങ്കിലും ഒരുവൻ ക്രിസ്തുവിനൊപ്പം നടക്കും. ഉയിർത്തെഴുന്നേറ്റവനെ പാറമേൽ കാണും.

പതിനാല്

മറ്റു വിഷയങ്ങളിലേക്കു വരാം. കലാജീവിതത്തിനും ജീവിതത്തിനുമിടയിൽനിന്നും ഞാൻ ജീവിതത്തെ തെരഞ്ഞെടുക്കുമെന്ന കാര്യത്തിൽ നിനക്ക് സംശയമുണ്ടാകില്ലല്ലോ. ജയിൽ വാസത്തെ ചൂണ്ടിക്കാട്ടി ആളുകൾ പറയും: "കലാത്മകജീവിതം ഒരുവനെ അവിടെയാണെത്തിക്കുക." ശരിയാണ് കലാജീവിതം അതിലും മോശമായ സ്ഥലങ്ങളിലേക്കു നിങ്ങളെ നയിച്ചേക്കും. ജീവിതത്തെ യാന്ത്രികമായി സമീപിക്കുന്ന മനുഷ്യർക്ക് അത് കൗശലപൂർവ്വമായ ഒരു ഊഹമായിരിക്കും വരവുചെലവുകളെപ്പറ്റി വ്യക്തമായ കണക്കുകൂട്ടലുകളുണ്ടാവും അവർക്ക്. എങ്ങോട്ടാണ് പോകേണ്ടതെന്ന് കൃത്യമായ ധാരണയുണ്ടാകും അവർക്ക്. അവർ അവിടെ എത്തിച്ചേരുകയും ചെയ്യും. ഇടവകപ്പള്ളിയിലെ കപ്യാരാവുന്നതാണ് അവരുടെ ജീവിതലക്ഷ്യമെങ്കിൽ അവരെ മറ്റേതു ജീവിതമേഖലയിൽ പ്രതിഷ്ഠിച്ചാലും അവിടെ ഒരു കപ്യാരാകാൻ മാത്രമേ അയാൾക്കു കഴിയൂ. ഒരുവനിൽനിന്നും വേറിട്ട് നില്ക്കുന്ന ഏതെങ്കിലും ഒന്നാകാനാണ് അയാളുടെ ആഗ്രഹമെങ്കിൽ ഉദാഹരണത്തിന് ഒരു പാർലമെന്റ് അംഗം, ഒരു പച്ചക്കറി കടക്കാരൻ, ഒരു വക്കീൽ, അല്ലെങ്കിൽ ഒരു ജഡ്ജിയോ അതുപോലുള്ള പ്രയാസകരമായ മറ്റേതെങ്കിലുമോ അയാൾ അവിടെ വിജയിക്കും. ഇതാണ് അയാൾക്കുള്ള ശിക്ഷ. മുഖംമൂടി ആഗ്രഹിക്കുന്നവൻ അതു ധരിക്കാനും വിധിക്കപ്പെട്ടിരിക്കുന്നു.

എന്നാൽ ജീവിതത്തിൽ ആന്തരികമായ ഊർജ്ജ പ്രവാഹമുള്ളവർക്ക് അതിനും കഴിയുകയില്ല. ആത്മസാക്ഷാൽക്കാരമാണ് ഒരാൾ ആഗ്രഹിക്കുന്നതെങ്കിൽ താനെങ്ങോട്ടാണു പോകുന്നതെന്നയാൾക്ക് അറിയാനാകില്ല. വേറൊരർത്ഥത്തിൽ ഒരാൾ അയാളെത്തന്നെ അറിഞ്ഞിരിക്കുക എന്നത് അത്യാവശ്യമാണ്. അറിവുകൊണ്ടുള്ള പ്രധാന നേട്ടങ്ങളിലൊ

ന്നതാണ്. എന്നാൽ മനുഷ്യന്റെ ആത്മാവ് അജ്ഞേയമാണെന്നുള്ള തിരിച്ചറിവിനെയാണ് പരമമായ അറിവ് എന്നുപറയുന്നത്. അവനവൻതന്നെയാണ് അന്തിമമായ നിഗൂഢതയും. സൂര്യനെ ത്രാസിൽ തൂക്കി ഭാരം നിശ്ചയിക്കുന്നവനും ചന്ദ്രന്റെ അളവ് അളന്നു തിട്ടപ്പെടുത്തിയവനും നക്ഷത്രങ്ങളിൽനിന്നും നക്ഷത്രങ്ങളിലേക്ക് എണ്ണി ഏഴു സ്വർഗ്ഗങ്ങളും അടയാളപ്പെടുത്തിയവനും അവനായിത്തന്നെ തുടരും. എന്നാൽ ഒരുവന്റെ ആത്മാവിന്റെ ചക്രവാളത്തെ എങ്ങനെ അവൻ അളന്നു തിട്ടപ്പെടുത്തും? പിതാവിന്റെ സ്വത്തുതേടി പോകുന്ന ഒരുവൻ ദൈവം അവന്റെ കിരീടധാരണത്തിനുള്ള മീറയുമായി കാത്തിരിക്കുകയാണെന്നും അവന്റെ ആത്മാവ് അപ്പോൾത്തന്നെ ഒരു രാജാവിന്റെ ആത്മാവായി കഴിഞ്ഞിരിക്കുന്നുവെന്നും മനസ്സിലാക്കുന്നില്ല.

സുദീർഘകാലം ജീവിച്ചിരിക്കണമെന്നും ആ ജീവിതത്തിനൊടുവിൽ അത്തരത്തിലുള്ളൊരു കഥാപാത്രത്തെ സൃഷ്ടിക്കണമെന്നും ഞാൻ ആഗ്രഹിക്കുന്നു. അതിനുശേഷം ഞാനിങ്ങനെ പറയും: “അതെ ഇവിടേക്കാണ് കലാത്മകമായ ജീവിതം ഒരുവനെ കൊണ്ടുചെന്നെത്തിക്കുന്നത്.” എന്റെ ജീവിതാന്വേഷണത്തിനിടയിൽ ഞാൻ കണ്ടുമുട്ടിയ പരിപൂർണ്ണ ജീവിതത്തിനുടമകളായ രണ്ടുപേർ വെർലെയിനും ക്രോപ്പോട്കിനുമാണ്. ഇരുവരും വർഷങ്ങളോളം ജയിൽവാസം അനുഷ്ഠിച്ചിട്ടുള്ളവർ. ആദ്യത്തെയാൾ ദാന്തെയ്ക്കുശേഷമുള്ള ആദ്യത്തെ ക്രിസ്ത്യൻ കവി. മറ്റേയാൾ റഷ്യയിൽനിന്നും പുറത്തേക്കുവന്ന വെളുത്തക്രിസ്തു. എന്റെ ജയിൽവാസത്തിന്റെ ആദ്യത്തെ ഏഴെട്ടുമാസക്കാലം ജയിലിനു പുറത്തുനിന്നും എന്നെ തേടിയെത്തിക്കൊണ്ടിരുന്ന പ്രതിബന്ധങ്ങൾക്കും തിരിച്ചടികൾക്കുമപ്പുറം ഞാൻ പുതിയൊരു ബന്ധുവിനെ കണ്ടെത്തുകയായിരുന്നു. മനുഷ്യരിലൂടെയും വസ്തുക്കളിലൂടെയും അതെന്നെത്തേടിയെത്തി. അതിനെപ്പറ്റി പറയുവാൻ വാക്കുകൾ പോര. കാരണം തടവിന്റെ ആദ്യത്തെ ഒരുവർഷക്കാലം ഞാൻ അക്ഷരാർത്ഥത്തിൽ ഒന്നും ചെയ്യാതെ കഴിച്ചുകൂട്ടി. കടുത്ത നൈരാശ്യം എന്നെ പിടികൂടിയിരുന്നു. എന്തൊരു പതനമെന്ന് എന്റെ മനസ്സുരുവിട്ടുകൊണ്ടിരുന്നു. എന്നാലിപ്പോൾ എനിക്കു പറയുവാനാകും. എന്തൊരു മഹത്തായ തുടക്കം! തീർച്ചയായും അതങ്ങനെ തന്നെയാണ്. എനിക്കു പുതിയതായി കൈവന്ന ഈ വ്യക്തിത്വത്തിന് ഞാൻ ഈ സ്ഥലത്തോടു കടപ്പെട്ടിരിക്കുന്നു. ഏതൊരു മനുഷ്യനെയും പുതിയൊരു മനുഷ്യനാക്കാൻ ഈ സ്ഥലത്തിനു കഴിയും.

ഞാൻ പരിശ്രമിച്ചതുപോലെ കഴിഞ്ഞ മെയ്മാസത്തിൽ എന്നെ മോചിപ്പിച്ചിരുന്നെങ്കിൽ ജയിലിനുള്ളിലുള്ള സകലതിനോടുമുള്ള വെറുപ്പുമായിട്ടായിരിക്കും പുറത്തിറങ്ങിയിരിക്കുകയെന്നു നീയറിയണം. അതെന്റെ ജീവിതത്തെത്തന്നെ വിഷലിപ്തമാകുകയും ചെയ്തേനെ. ഒരു വർഷം നീണ്ട തടവാണെനിക്കു ലഭിച്ചതെങ്കിൽ മനുഷ്യത്വമാകട്ടെ നമുക്കൊപ്പം എത്രയോ കൊല്ലങ്ങളായി തടവിലാണ്. ഇനി ഞാൻ ജയിൽ മോചിതനാവുമ്പോൾ ജയിലിനുള്ളിലെ ഓരോരുത്തരിൽനിന്നും ലഭിച്ച

ദയാവായ്പുകൾ എക്കാലവും ഓർക്കും. അവർക്കു നന്ദി പറയും. എന്നെ ഓർക്കണമെന്ന് അപേക്ഷിക്കും.

ജയിൽ സംവിധാനമാകെ തെറ്റായ രീതിയിലാണു പ്രവർത്തിക്കുന്നത്. പുറത്തിറങ്ങിയ ശേഷം അതിന്റെ മാറ്റത്തിനായി ഞാൻ പ്രവർത്തിക്കും. ജയിൽപോലെ അത്രയും തെറ്റായ ഒന്നുംതന്നെ ഈ ഭൂമുഖത്തില്ല. എന്നാൽ മനുഷ്യത്വത്തിന്റെ ആത്മാവ് സ്നേഹത്തിലത്രെ കുടികൊള്ളുന്നത്. ആ സ്നേഹമാണ് പള്ളികൾക്കു പുറത്തുള്ള ക്രിസ്തുവിന്റെ ആത്മാവ്. ഹൃദയലാഘവത്തോടെ പുനർജ്ജനിക്കാൻ അതു നിങ്ങളെ സഹായിക്കും.

പുറത്ത് എന്നെ കാത്തിരിക്കുന്നതെല്ലാം ഹൃദയഹാരിയായ അനുഭവങ്ങളായിരിക്കുമെന്ന് എനിക്കറിയാം. അസീസിയിലെ വിശുദ്ധ ഫ്രാൻസിസ് പറഞ്ഞതുപോലെ എന്റെ സഹോദരനായ കാറ്റും സഹോദരിയായ മഴയും അക്കൂട്ടത്തിലുണ്ട്. മഹാനഗരത്തെരുവിലെ വഴിവാണിഭങ്ങളും സൂര്യാസ്തമയങ്ങളും അക്കൂട്ടത്തിലുണ്ട്. അതിന്റെയെല്ലാം പട്ടിക തയ്യാറാക്കുകയാണെങ്കിൽ അതെവിടെ അവസാനിപ്പിക്കണം എന്നെനിക്ക് അറിയാതെയാവും. എനിക്കെന്നപോലെത്തന്നെയാണ് ദൈവം ഈ ഭൂമിയെ എല്ലാവർക്കുമായും സൃഷ്ടിച്ചിട്ടുള്ളത്. മുമ്പൊരിക്കലും എനിക്ക് കരഗതമാകാത്തവളായിട്ടായിരിക്കും ഞാൻ പുറത്തിറങ്ങുന്നത്. കേവലമായ നിഷ്ഠകളിലുള്ള പരിഷ്കരണങ്ങൾകൊണ്ട് യാതൊരർത്ഥവുമില്ലെന്ന് ഞാൻ നിന്നോട് പറയാൻ ആഗ്രഹിക്കുന്നു. പ്രത്യയശാസ്ത്രത്തിന്മേലുള്ള പരിഷ്കരണങ്ങളും അപ്രകാരം തന്നെ. നല്ലൊരു മനുഷ്യനാകാമെന്നുമുള്ള പല്ലവികൾകൊണ്ടും പ്രയോജനമില്ല. ആഴമുള്ള മനുഷ്യനാകാൻ യാതനകൾ അനുഭവിച്ചിട്ടുള്ളവർക്കേ കഴിയൂ. അതാണ് ഞാൻ ആഗ്രഹിക്കുന്നത്.

ഞാൻ വിമോചിതനാക്കപ്പെട്ടശേഷം എന്റെ ചങ്ങാതിമാരിലൊരുവൻ ഒരു വിരുന്നൊരുക്കുകയും എന്നെ അതിലേക്ക് ക്ഷണിക്കാതിരിക്കുകയും ചെയ്താൽ എനിക്ക് തെല്ലും വിഷമമുണ്ടാവുകയില്ല. സ്വാതന്ത്ര്യം, പൂക്കൾ, പുസ്തകങ്ങൾ, ചന്ദ്രിക എന്നിവയുള്ളപ്പോൾ ആർക്കാണ് സന്തുഷ്ടരായിരിക്കാനാവാത്തത്. അതിനെല്ലാം പുറമെ സൽക്കാരങ്ങൾ ഇനിയെന്നെ ഒട്ടും സന്തോഷിപ്പിക്കുകയില്ല. ഇക്കാര്യങ്ങൾക്കെല്ലാം ഒരിക്കൽ ഞാൻ അമിത പ്രാധാന്യം നല്കിയിരുന്നു. ആ ഘട്ടം ഭാഗ്യവശാൽ കഴിഞ്ഞുപോയിരിക്കുന്നു. എന്നാൽ ദുഃഖിതനായ എന്റെ ഒരു ചങ്ങാതി അവന്റെ ദുഃഖം എന്നോടുപങ്കുവയ്ക്കാൻ സന്നദ്ധനാകാതെ എനിക്കു നേരെ വാതിൽ കൊട്ടിയടയ്ക്കുകിൽ ഞാൻ സങ്കടപ്പെടും. പേർത്തും പേർത്തും അവനെത്തേടി ചെല്ലും. അവനോടൊപ്പം കരയാൻ എന്നെ അനുവദിക്കാത്തതിന്റെ പേരിൽ ഞാൻ നിന്ദിക്കപ്പെട്ടതായി തോന്നും. ഒരുവന്റെ ദുഃഖം പങ്കുവയ്ക്കൽ എന്റെയവകാശമാണ്. ആർക്കാണത് നിഷേധിക്കാൻ കഴിയുക. ദുഃഖത്തിൽ പങ്കുപറ്റുന്നത് പരിശുദ്ധാത്മാവുമായി സന്ധിക്കാൻ വഴിയൊരുക്കും. ദൈവത്തിനടുത്തേക്കുള്ള ദൂരം അത്രകണ്ട്

കുറയും.

ഇത് എന്റെ കലാജീവിതത്തിലേക്കും കടന്നുവന്നേക്കാം. കൂടുതൽ ആഴത്തിലും, തീവ്രതയിലും വൈകാരികതയോടെയും. പരപ്പിലല്ല ആഴത്തിലാവണം ആധുനിക കല നിലനില്ക്കേണ്ടത്. ഇത്തരം കല നമുക്കത്ര പരിചിതമല്ല. എന്റെ യാതനകളെ അതിന്റെ വഴിക്കുവിടാനാവില്ല. അനുകരണം അവസാനിക്കുന്നിടത്തുനിന്നാണ് കല തുടങ്ങുന്നത്. കൂടുതൽ താളാത്മകമായും കൂടുതൽ ആകാംക്ഷഭരിതമായും സൗന്ദര്യാത്മകമായും എനിക്കെന്റെ ഓർമ്മകളെ വാക്കുകളിലേക്ക് ആവാഹിക്കണം.

മാർസ്യസിന്റെ ചർമ്മം വേർപെടുത്തപ്പെടുമ്പോൾ ഗ്രീക്കുകാർ പറഞ്ഞു അവന്റെ സംഗീതം നിലച്ചിരിക്കുന്നുവെന്ന്. സംഗീത മത്സരത്തിൽ അപ്പോളോ വിജയിയായി. വീണക്കമ്പികൾ പുല്ലാങ്കുഴലിനെ പരാജയപ്പെടുത്തി. ചിലപ്പോൾ ഗ്രീക്കുകാർക്കു തെറ്റിയിരിക്കും. ആധുനിക കലയിൽ ഞാനെപ്പോഴും കേൾക്കുന്നത് മാർസ്യസിന്റെ രോദനങ്ങളാണ്. ബോദ്‌ലെയറിൽ അതു തീവ്രമാണെങ്കിൽ ലാമർടൈനിൽ അതു ശോകാർദ്രമാണ്. വെർണെയ്‌ലിനാകട്ടെ അത് നിഗൂഢതയാണ്. ചോപിന്റെ സംഗീതത്തിൽ അത് നേർത്ത അപസ്വരത്തിൽനിന്നും പൂർണ്ണതയിലേക്കുള്ള വളർച്ചയാണ്. എന്നെ സംബന്ധിച്ചിടത്തോളം ആവിഷ്കാരമെന്നാൽ ജയിൽഭിത്തിക്കുമുകളിലൂടെ അവിരാമം കാറ്റിലാടുന്ന മരത്തലപ്പിലെ പൂക്കളും ഇലകളുമെന്നപോലെ സ്വാഭാവികമാണ്. ഇപ്പോൾ എന്റെ കലയ്ക്കും ലോകത്തിനുമിടയിൽ വലിയൊരു വിടവുണ്ട്. എന്നാൽ കലയും ഞാനും തമ്മിൽ അങ്ങനെയൊരു വിടവില്ല. അല്ലെങ്കിൽ അങ്ങനെ ഞാൻ പ്രത്യാശിക്കുന്നു.

വിധി നമുക്കു രണ്ടുപേർക്കും വ്യത്യസ്ത ശിക്ഷയാണു കാത്തുവച്ചിരുന്നത്. എനിക്ക് ലഭിച്ചത് അപമാനവും ജയിൽവാസവും ദുരിതവും നാശവും മാനഹാനിയുമായിരുന്നു. അതിനു ഞാൻ അർഹനായിരുന്നില്ല എന്ന ഉറപ്പ് എനിക്കുണ്ട്. യഥാർത്ഥ ദുരന്തം അതിന്റെ ചുവന്ന ശവക്കച്ചയും കുലീന ദുഃഖത്തിന്റെ മുഖംമൂടിയുമായിട്ടാണ് എത്തുന്നതെങ്കിൽ അതെനിക്ക് സ്വീകാര്യമായിരിക്കുമെന്ന് ഞാൻ പലപ്പോഴും പറയുമായിരുന്നു. എന്നാൽ ആധുനിക ലോകത്തിന്റെ സവിശേഷത ദുരന്തം കോമാളിയുടെ മുഖംമൂടി ധരിച്ചാവും എത്തുകയെന്നുള്ളതാണ്. അപ്പോൾ മഹാദുരന്തങ്ങൾ പോലും നിത്യസംഭവങ്ങൾപോലെ അനുഭവപ്പെടും. അല്ലെങ്കിൽ അതു വിചിത്രവും പ്രത്യേകതകളൊന്നുംതന്നെ ഇല്ലാത്തതാണെന്നും തോന്നും. ഇത് ആധുനികതയുടെ സവിശേഷതയാണ്. ജീവിതത്തെ സംബന്ധിച്ച് അത് എക്കാലത്തും ശരിയുമാണ്. അതുകൊണ്ടാണ് വലിയ രക്തസാക്ഷിത്വങ്ങൾപോലും കാഴ്ചക്കാർക്ക് നിസ്സാരമായി തോന്നുന്നത്. ഈ പൊതുതത്ത്വത്തിൽനിന്നും പത്തൊമ്പതാം നൂറ്റാണ്ടും ഒഴിഞ്ഞു നില്ക്കുന്നില്ല.

എനിക്കു വന്നുചേർന്ന ദുരന്തം അറപ്പുളവാക്കുന്നതും പുച്ഛവുമാ

യിരുന്നു. നാം ദുഃഖത്തിലും ഹൃദയംതകർന്ന വിദൂഷകരെപ്പോലെ കാണപ്പെട്ടു. ആ അവസ്ഥയിലും നമുക്ക് ഹാസ്യവേഷം കെട്ടണമായിരുന്നു. 1895 നവംബർ മാസം 13-ാം തീയതി ലണ്ടനിൽനിന്നും എന്നെ ഇവിടേക്കു കൊണ്ടുവന്നു. രണ്ടുമണി മുതൽ രണ്ടുമുപ്പതുവരെ തടവുപുള്ളിയുടെ വേഷത്തിൽ കൈയാമവുമായി ഞാൻ ക്ലാപ്ഹാം ജങ്ഷനിലെ സെൻട്രൽ പ്ലാറ്റ്ഫോമിൽ നിന്നു. ആളുകൾ എന്നെ നോക്കി ചിരിച്ചു. അപ്പോഴവർക്ക് ഞാനാരാണെന്ന് അറിയുമായിരുന്നില്ല. അറിഞ്ഞവർ കൂടുതൽ നേരം ചിരിച്ചു. ഒരു മുന്നറിയിപ്പും നല്കാതെയാണവർ ആശുപത്രിയിൽ നിന്നുമെന്നെ പുറത്തേക്കു കൊണ്ടുപോയത്. മങ്ങിയ നവംബർ മാസത്തിലെ നിർത്താതെ പെയ്യുന്ന മഴയും നോക്കി അരമണിക്കൂറോളം ഞാനവിടെ നിന്നു. ചുറ്റും എന്നെ നോക്കി പരിഹസിക്കുന്ന പുരുഷാരവും.

അവരെന്നോടു കാട്ടിയതോർത്ത് പിന്നീടുള്ള എല്ലാ ദിവസങ്ങളിലും അതേ നേരത്ത് ഞാൻ തേങ്ങിക്കരഞ്ഞു. നീ കരുതുംപോലെ ജയിലിനുള്ളിൽ അതത്ര ദുരന്തക്കാഴ്ചയൊന്നുമല്ല. ജയിലിനുള്ളിലാകുമ്പോൾ കണ്ണീർ ഒരു ദൈനംദിന അനുഭവം മാത്രം. സന്തോഷം തോന്നുമ്പോഴല്ല ഒരാൾ ജയിലിൽ കരയാതിരിക്കുന്നത്, ഹൃദയം കല്ലുപോലെയാകുമ്പോഴാണ്.

എന്നാൽ ഇപ്പോഴെനിക്ക് ദുഃഖം എന്നെയോർത്തല്ല, എന്നെ നോക്കി ചിരിക്കുന്നവരെയോർത്താണ്. അവരെന്നെ കാണുമ്പോൾ ഞാൻ വിജയപീഠത്തിലായിരുന്നില്ല, ദണ്ഡനാ പീഠത്തിലായിരുന്നല്ലോ. വിജയപീഠത്തിൽ നില്ക്കുമ്പോൾ മാത്രമേ ശ്രദ്ധിക്കപ്പെടുകയുള്ളൂ എന്നത് തികച്ചും ഭാവനാശൂന്യമായ അവസ്ഥയാണ്. വിജയപീഠം ഒരു അയാഥാർത്ഥതയാവാം. എന്നാൽ ദണ്ഡനാ പീഠം ഭീകരമായ ഒരു യാഥാർത്ഥ്യമെന്നവർ കൂടുതൽ പഠിക്കേണ്ടിയിരിക്കുന്നു. ദുഃഖത്തിനു പിന്നിൽ എപ്പോഴും ദുഃഖം മാത്രമായിരിക്കുമെന്ന് ആളുകൾ പറയുന്നത് ഞാൻ കേട്ടിട്ടുണ്ട്. എല്ലാ ദുഃഖങ്ങൾക്കു പിന്നിലും ഒരാത്മാവുണ്ടായിരിക്കും എന്നു പറയുന്നതായിരിക്കും കൂടുതൽ ശരി. വേദനിക്കുന്ന ഒരുവനെ നോക്കി പരിഹസിക്കുന്നത് ഭയാനകമാണ്. ആളുകൾ നല്കുന്നതുമാത്രമേ അവർക്കു തിരികെ ലഭിക്കൂ എന്നത് ആ സാമാന്യസാമ്പത്തിക തത്ത്വം മാത്രം. വസ്തുതകളുടെ പുറംതോടു തുളച്ച് അകത്തേക്കുപ്രവേശിക്കാൻ ശക്തഭാവനയില്ലാത്തവന്റെ സഹതാപം പരിഹാസമായി മാറാതിരിക്കാൻ നാമെന്താണു ചെയ്യേണ്ടത്?

ഇതെല്ലാം ഞാൻ കുറിച്ചിടുന്നത് ജയിൽ ജീവിതം എത്ര നൈരാശ്യവും വേദനയും നിറഞ്ഞതാണെന്നു വ്യക്തമാക്കാനും അതിനെ ഞാനെങ്ങനെ അതിജീവിച്ചു എന്നു സൂചിപ്പിക്കാനുമാണ്. പലപ്പോഴും ജയിൽ സാഹചര്യങ്ങളുമായി പൊരുത്തപ്പെട്ടും കീഴടങ്ങിയും കഴിയേണ്ടി വന്നിട്ടുണ്ട്. ഒരു വസന്തം മുഴുവനായും ഒരു മുകുളത്തിൽ ഒളിച്ചിരിക്കുന്നുണ്ടാവാം. വരാൻ പോകുന്ന ചുവന്ന പ്രഭാതങ്ങളെ വിളംബരം ചെയ്യുമാറ് വാനമ്പാടി തന്റെ സന്തോഷം ഉള്ളിലൊതുക്കി ഇരിക്കുകയാവാം.

അതുപോലെ ചിലപ്പോൾ അപമാനത്തിന്റെയും മാനഹാനിയുടെയും കീഴടങ്ങലിന്റെയും നിമിഷങ്ങളിലാവാം ജീവിത സൗന്ദര്യത്തിന്റെ ഒരംശമെങ്കിലും എന്നിൽ അവശേഷിക്കുന്നുവെങ്കിൽ അത് എന്നിൽ പ്രസരിക്കപ്പെടുന്നത്. എന്റെ പരിവർത്തനത്തിന്റെ വഴികൾ കുറിച്ചിടുകമാത്രമാണിവിടെ. സംഭവിച്ചതെല്ലാം ഞാൻ ഏറ്റെടുക്കുന്നു.

ഞാൻ കടുത്ത വ്യക്തിസ്വാതന്ത്ര്യവാദിയാണെന്ന് പലരും എന്നെപ്പറ്റി പറയുന്നത് ഞാൻ കേട്ടിട്ടുണ്ട്. അതെ, ഞാൻ അതും അതിനപ്പുറവുമായിരുന്നു. അതുകൊണ്ടുതന്നെ എനിക്ക് എന്നിൽനിന്നും ഏറെ വേറിടേണ്ടിയിരുന്നു. അത്രയ്ക്ക് തുച്ഛമായേ ലോകത്തോട് എനിക്ക് ചോദിക്കാൻ അർഹതയുണ്ടായിരുന്നുള്ളൂ. യഥാർത്ഥത്തിൽ എന്റെ നാശം തുടങ്ങുന്നത് യുക്തിവാദത്തിന്റെ കൂടുതൽകൊണ്ടല്ല കുറവുകൊണ്ടാണ്. എന്റെ സംരക്ഷയ്ക്കായി സമൂഹത്തോട് യാചിച്ചതാണ് ഞാൻ ചെയ്ത മാപ്പർഹിക്കാത്ത കുറ്റം. വ്യക്തിവാദത്തിൽ ഊന്നിനിന്നു സമൂഹത്തോട് സഹായം നേടിയത് തെറ്റായിപ്പോയി. അത്തരമൊരു തെറ്റിന് എന്ത് ന്യായീകരണമാണ് പറയാൻ കഴിയുക. സാമൂഹ്യശക്തികളെ ഞാൻ ചലിപ്പിച്ചപ്പോൾ അതെന്റെ നേരെ തിരിഞ്ഞു. ഇക്കാലമത്രയും നീ സമൂഹത്തിന്റെ നിയമങ്ങളത്രയും ലംഘിച്ച് ജീവിക്കുകയായിരുന്നില്ലേ? ഇപ്പോൾ അതേ നിയമത്തിന്റെ സംരക്ഷണം തേടുന്നോ? ആദ്യം നിയമങ്ങളെ അനുസരിക്കുക. പിന്നെ അതിന്റെ സംരക്ഷണം തേടണം. അതിന്റെ ഫലമോ? ഞാൻ ജയിലിലെത്തി. ലോകത്തൊരു മനുഷ്യനും ഇത്രത്തോളം നാണം കെട്ടിട്ടുണ്ടാവില്ല. "ഒരുവന്റെ ശത്രുവിനെ തെരഞ്ഞെടുക്കുന്നതിൽ അത്ര സൂക്ഷ്മത കാട്ടാൻ ഒരാൾക്ക് കഴിയുകയില്ല." ഞാനെന്റെ *ഡോറിയൻ ഗ്രേയിൽ* ഇപ്രകാരം പറഞ്ഞിട്ടുണ്ട്. അധമനായൊരുവനാൽ ഞാൻ അധമനാക്കപ്പെടുമെന്നു ഞാൻ ചിന്തിച്ചിരുന്നതേയില്ല.

ജീവനകല മനസ്സിലാക്കാത്തതിനാലല്ല സുഖലോലുപത സംഭവിക്കുന്നത്. മീൻപിടിത്തക്കാരെയും ആട്ടിടയന്മാരെയും മണ്ണിൽ പണിയെടുക്കുന്നവരെയും നോക്കൂ, അവർക്ക് കലയെപ്പറ്റി ഒന്നും അറിയില്ല. എന്നിട്ടും അവർ ഭൂമിയുടെ ഉപ്പാണ്. സുഖലോലുപരാണ് സമൂഹത്തിലെ യാന്ത്രികശക്തികളെ ഉയർത്തിപ്പിടിക്കുന്നത്. സമൂഹത്തിന്റെ ചാലകശക്തികൾ അവരെ മുട്ടിവിളിച്ചാൽ പോലും അതവർ അറിയുകയില്ല.

വിരുന്നുകളിൽ പങ്കെടുത്തതും പങ്കെടുപ്പിച്ചതും ജീവിതത്തിലെ പെരുംതെറ്റുകളായി ആളുകൾ കാണുന്നു. ഒരു കലാകാരനെന്ന നിലയിൽ ജീവിതത്തിന് ഊർജ്ജം പകരാൻ അതെന്നെ സഹായിച്ചിട്ടുണ്ട്. അത് യഥാർത്ഥത്തിൽ പുള്ളിപ്പുലിയോടൊത്ത് സദ്യ കഴിക്കുംപോലെയാണ്. ആനന്ദത്തിന്റെ പാതി അപകടമായിരിക്കും. ഒരു പാമ്പാട്ടി മൂർഖൻ പാമ്പിനെ കൂട്ടിൽനിന്നും പുറത്തെടുത്ത് തന്റെ ഊത്തിനനുസരിച്ച് പത്തി വിടർത്തിയാടിക്കുമ്പോഴുള്ള അവസ്ഥയായിരുന്നു എനിക്ക്. അവ എന്നെ സംബന്ധിച്ചിടത്തോളം കടുംചായത്തിലുള്ള പാമ്പുകളായിരുന്നു. അതിന്റെ വിഷമായിരുന്നു അതിനുള്ള പരിപൂർണ്ണത. മറ്റാരുടെയോ

ഊത്തിനനുസരിച്ച് ആടുമ്പോഴാകും അതെന്നെ ആക്രമിക്കുകയെന്നു ഞാൻ കരുതിയതേയില്ല. അത്തരക്കാരെ അറിയാമെന്നത് ഒരു നാണക്കേടായി ഞാൻ കരുതുന്നില്ല. അവർ രസികന്മാരായിരുന്നു. അതെന്നെ വലിച്ചിഴച്ചെത്തി. സുഖലോലുപതയുടെ അന്തരീക്ഷത്തെയോർത്ത് ഞാനിന്ന് ലജ്ജിക്കുന്നു. നീണ്ട വക്കീൽ നോട്ടീസുകൾ അയക്കാനും, ഞാനൊരിക്കൽ ശക്തിയായി എതിർത്തിരുന്നവരോടൊക്കെ മാപ്പപേക്ഷിക്കാനും ഞാൻ നിർബ്ബന്ധിതനായി. ജീവിതത്തിനെതിരായി നയിച്ച കുപ്രസിദ്ധമായ യുദ്ധത്തിൽ ക്ലിബോണും അറ്റ്കിൻസും നമ്മെ അത്ഭുതപ്പെടുത്തി. അവരെ ആസ്വദിക്കുന്നതുതന്നെ സാഹസികതയാണ്. ഭൂമ, സെല്ലിനി, ഗോയ, എഡ്ഗർ അലൻ പോ അല്ലെങ്കിൽ ബോദ്‌ലെയർ എന്നിവർ ഇതുതന്നെ ചെയ്യുമായിരുന്നു. വക്കീലിനെ കാണാനായി നടത്തിയ ദീർഘമായ കാത്തിരിപ്പുകളെയോർത്ത് ഞാൻ ലജ്ജിക്കുന്നു. അയാളുടെ മതിയായ വെളിച്ചമില്ലാത്ത മുറിയിൽ ഒരു കഷണ്ടിക്കാരനായ മനുഷ്യനോട് നുണകൾ എഴുന്നള്ളിച്ചു കൊണ്ടിരിക്കുമ്പോൾ ഞാൻ അയാൾക്കൊപ്പം ഇരിക്കുകയായിരുന്നു. ഒടുവിൽ ഞാൻ മുഷിഞ്ഞ് കോട്ടുവായിട്ടു. സകലതിൽനിന്നും അകന്ന് ഫിലിസ്ത്യന്മാർക്കിടയിൽ അവർക്കു മദ്ധ്യത്തിലായി ഇരിക്കുന്നതായി എനിക്കപ്പോൾ തോന്നി. പ്രവൃത്തികളിലെ മാന്യതയും ജീവിതത്തിലെ പരിശുദ്ധിയും കലയിലെ ധാർമ്മികതയും അവിടേക്കത്രെ എന്നെ നയിച്ചത്.

പതിനഞ്ച്

നിന്റെ പിതാവിന്റെ സ്വഭാവ സവിശേഷതകൾ അനുകരിച്ചതിനാലാവാം നീ എന്നോടിങ്ങനെയെല്ലാം പെരുമാറിയത്. രണ്ടു വ്യക്തികൾ തമ്മിൽ വെറുപ്പുടലെടുക്കുമ്പോൾ അവർ തമ്മിൽ സവിശേഷമായ സാഹോദര്യം രൂപപ്പെടും എന്ന കാര്യത്തിലൊഴികെ, ഒരു താക്കീത് എന്ന നിലയ്ക്കെടുക്കുന്നതിനുപകരം, നീ നിന്റെ പിതാവിനെ മാതൃകയാക്കിയത് എന്തുകൊണ്ടാണെന്ന് എനിക്കു മനസ്സിലാകുന്നില്ല. സമാന സ്വഭാവമുള്ളവ തമ്മിൽ വികർഷിക്കുമെന്ന നിയമമനുസരിച്ച് നിങ്ങൾ പരസ്പരം വെറുത്തു. ഒരുപാടു കാര്യങ്ങളിൽ നീ വ്യത്യസ്തനായിരുന്നതു കൊണ്ടല്ല മറിച്ച് ഒരുപോലെ ആയിരുന്നതുകൊണ്ടായിരുന്നു അത്. 1893 ജൂൺ മാസം നിനക്ക് ഓർമ്മയുണ്ടായിരിക്കുമല്ലോ. ഡിഗ്രിയെടുക്കാതെ ഓക്സ്ഫോർഡിൽനിന്നും മടങ്ങിയ കാലം. നീ വലിയൊരു കടവും വരുത്തിവച്ചിരുന്നു. നിന്റെ പിതാവിനെപ്പോലൊരാൾക്ക് അതു വലിയൊരു തുകയൊന്നും ആയിരുന്നില്ല. എന്നിട്ടും അദ്ദേഹം വളരെ മോശമായ ഭാഷയിൽ നിനക്ക് കത്തെഴുതി. അതിലും മോശമായി നീ തിരിച്ചെഴുതി, അതിൽ അഭിമാനം കൊണ്ടു. അദ്ദേഹത്തിന്റെ അതേ ഭാഷയിൽ മറുപടി നല്കിയെന്നു നീയെന്നോടു പറഞ്ഞു. എന്തൊരു അപാരമായ മത്സരം. നിനക്കാ കത്തെഴുതാനായി മാത്രം, നിന്റെയൊരു കസിന്റെ വീട്ടിൽ താമസിച്ചിരുന്ന അദ്ദേഹം ഹോട്ടലിൽ മുറിയെടുത്തതിനെ പരിഹസിച്ച് നീ ചിരിച്ചതു ഞാൻ മറന്നിട്ടില്ല. ഒടുവിൽ അതേ കാര്യം നീയെന്നോടു ചെയ്തു. നീ സാധാരണ എന്നോടൊപ്പം ഹോട്ടലിൽനിന്നായിരുന്നല്ലോ ഭക്ഷണം കഴിച്ചിരുന്നത്. ചിലപ്പോൾ നീ മുങ്ങിക്കളയും. അല്ലെങ്കിൽ ഏതെങ്കിലും പ്രശ്നമുണ്ടാക്കി പിണങ്ങിപ്പോകും. എന്നിട്ട് വൈറ്റ്സ് ക്ലബ്ബിലിരുന്ന് വൃത്തികെട്ട ഭാഷയിൽ എനിക്കെഴുതും. നിനക്കും നിന്റെ പിതാ

വിനും ഒരു കാര്യത്തിൽ കാര്യമായ വ്യത്യാസമുണ്ട്. പ്രത്യേക ദൂതൻവഴി കത്ത് നല്കിയശേഷം ഏതാനും മണിക്കൂർ കഴിഞ്ഞ് നീയെത്തും. മാപ്പു പറയാനല്ല സാവോയ് ഹോട്ടലിൽനിന്നും രാത്രി ഭക്ഷണം വരുത്തിയിട്ടുണ്ടോ എന്നറിയാൻ. ഇല്ലെങ്കിൽ ആകാമല്ലോ. ചിലപ്പോൾ നിന്റെ വൃത്തികെട്ട കത്ത് വായിക്കുന്നതിനുമുമ്പേ നീ എഴുന്നള്ളും. ഒരിക്കൽ നിന്റെ രണ്ടു ചങ്ങാതിമാരെ കഫേ റോയലിൽ ഉച്ചഭക്ഷണത്തിനായി ക്ഷണിക്കണമെന്ന് നീ ആവശ്യപ്പെട്ടു. അതിലൊരുവനെ ഞാൻ മുമ്പൊരിക്കലും കണ്ടിട്ടേ ഇല്ല. നീ പറഞ്ഞതനുസരിച്ച് ഞാൻ പ്രത്യേക വിഭവങ്ങൾക്ക് ഓർഡർ നല്കി. മുന്തിയതരം വീഞ്ഞും ഒരുക്കി. നീയാ വിരുന്നിന് എത്തിയില്ലെന്നു മാത്രമല്ല, അരമണിക്കൂറത്തെ കാത്തിരിപ്പിനൊടുവിൽ നിന്റെ ശകാരക്കത്ത് ലഭിക്കുകയും ചെയ്തു. ഞാനാ കത്തിന്റെ ആദ്യ രണ്ടു വരികൾ മാത്രം വായിച്ചശേഷം മടക്കി പോക്കറ്റിലിട്ടു. നിനക്ക് പെട്ടെന്ന് അസുഖമായി അതിനാൽ എത്തുന്നില്ല എന്നു ഞാൻ അവരോട് നുണ പറഞ്ഞു. വൈകുന്നേരം ടൈറ്റ് സ്ട്രീറ്റ് ഹോട്ടലിലേക്ക് അത്താഴത്തിനായി തയ്യാറെടുക്കുംവരെ സത്യത്തിൽ ഞാൻ കത്ത് തുറന്നുനോക്കിയതേയില്ല. അതു വായിച്ചതിന്റെ കാലുഷ്യം മാറും മുമ്പേ എന്റെ പരിചാരകൻ നിന്റെ ആഗമനം അറിയിച്ചു. നിന്നോടു കയറിവരാൻ ഞാൻ പറഞ്ഞു. വിളറിവെളുത്ത് നീയെത്തി. ലുംലെയിൽനിന്നുള്ള ഒരു വക്കീൽ നിന്നെ അന്വേഷിച്ചെത്തിയെന്നും ഓക്സ്ഫോർഡിൽനിന്നുള്ള കുഴപ്പങ്ങളെന്തെങ്കിലും പിന്തുടർന്നെത്തിയോ അതോ പുതിയ എന്തെങ്കിലും തലപൊക്കിയോ എന്നോർത്ത് പരിഭ്രമിച്ചായിരുന്നു നിന്റെ നില. ഏതെങ്കിലും വ്യാപാര ബില്ലായിരിക്കും പേടിക്കേണ്ടതില്ല എന്നു ഞാൻ ആശ്വസിപ്പിച്ചു. അന്നത്തെ അത്താഴത്തിനായി കൂടാൻ ഞാൻ നിന്നെ ക്ഷണിക്കുകയും ചെയ്തു. നിന്റെ ജുഗുപ്സാവഹമായ കത്തിനെപ്പറ്റി നീയൊന്നും മിണ്ടിയില്ല. അസംതൃപ്തമായ മാനസികാവസ്ഥയുടെ അസംതൃപ്തമായ ലക്ഷണമായേ ഞാനതിനെ കണ്ടുള്ളൂ. 2.30 ന് എനിക്ക് തെറിക്കത്തെഴുതുക. 7.15 ആകുമ്പോൾ എന്റെ സഹതാപത്തിനും സഹായത്തിനുമായി കേഴുക. ഇതായിരുന്നല്ലോ നീ. അക്കാര്യത്തിൽ നിന്റെ പിതാവിനേക്കാൾ കേമൻ തന്നെ നീ. അദ്ദേഹത്തിന്റെ കലാപകലുഷിതമായ കത്തുകൾ കോടതിയിൽ വായിച്ചപ്പോൾ അദ്ദേഹം കരച്ചിൽ അഭിനയിക്കുകയെങ്കിലും ചെയ്തു. നിന്റെ കത്തുകൾ നിന്റെ തന്നെ വക്കീൽ കോടതിയിൽ വായിച്ചിരുന്നെങ്കിൽ ഏവരും ഞെട്ടിപ്പോകുമായിരുന്നു. ശൈലിയിലും തന്ത്രത്തിലും നീ അദ്ദേഹത്തെ വെല്ലും. എന്നാൽ ആക്രമണരീതിയിൽ നീ തികച്ചും ഭിന്നൻ തന്നെ. നീ തുറന്ന ടെലഗ്രാമോ പോസ്റ്റുകാർഡോ ആണു പയോഗിക്കുന്നത്. ആൽഫ്രഡ് വുഡിനെപ്പോലുള്ള തട്ടിപ്പുകാർക്ക് നീ ആ തന്ത്രങ്ങൾ കൈമാറണം. അവർക്കത് വരുമാനമാർഗ്ഗമാവും. അയാൾക്കും അയാളുടെ തരക്കാർക്കും തൊഴിലാകുന്ന കാര്യം നിനക്കും നിന്നെപ്പോലുള്ള ദുഷ്ടന്മാർക്കും ആനന്ദകരമാകും. ഇത്രയെല്ലാം സംഭവിച്ചിട്ടും നീ നിന്റെ വൃത്തികെട്ട കത്തുകളെഴുത്തുരീതി മതിയാക്കിയോ?

എന്റെ എല്ലാ ദുരന്തങ്ങൾക്കും കാരണം അതായിരുന്നല്ലോ! അതു നിന്റെ പ്രധാനപ്പെട്ട നേട്ടമായിട്ടാണല്ലോ നീ കരുതുന്നത്. ജയിലിൽ എന്നോട് കരുണയോടെ പെരുമാറിയ റോപർട്ട് ഷെറാർഡറെപ്പോലെയുള്ളവരോടും നീ അതുതന്നെ ചെയ്തു. അതു തികച്ചും അന്തസ്സില്ലാത്ത പണിയായിപ്പോയി. എന്റെ കത്തുകൾ ഉൾപ്പെടുത്തിയോ ഉൾപ്പെടുത്താതെയോ എന്നെപ്പറ്റിയുള്ള ഒരു ലേഖനവും മെർക്കുറെഡി ഫ്രാൻസിൽ നീ എഴുതുന്നത് ഞാൻ ഇഷ്ടപ്പെടുന്നില്ല എന്ന് റോബർട്ട് ഷെറാർഡർ മനസ്സിലാക്കിയപ്പോൾ ആ വിവരമറിയിച്ചതിന് നീ അദ്ദേഹത്തിനോടു നന്ദിയുള്ളവനാകേണ്ടിയിരുന്നു. അറിഞ്ഞോ അറിയാതെയോ നീ ഏല്പിച്ചതിൽ കൂടുതൽ മുറിവുകൾ ഏല്പിക്കുന്നതിൽനിന്നും നിനക്കൊഴിഞ്ഞു നില്ക്കാമായിരുന്നു. വീണുപോയ ഒരുവനിൽനിന്നുള്ള നീതിസാര ഉദ്ഘോഷണങ്ങൾ ഇംഗ്ലീഷ് പത്രങ്ങൾക്ക് ആവശ്യമുള്ളത് നല്കുമെന്ന് നിനക്ക് അറിയാത്തതല്ലല്ലോ. കലാകാരന്മാരെപ്പറ്റിയുള്ള പാരമ്പര്യനിരീക്ഷണങ്ങൾ ഇംഗ്ലീഷ് പത്രങ്ങൾ ഇനിയും കൈയൊഴിഞ്ഞിട്ടില്ല. എന്നാൽ ഫ്രഞ്ചു പത്രങ്ങൾ അങ്ങനെയല്ല. അവർ എന്നെ പരിഹസിക്കാനും പുച്ഛിക്കാനും അത് ഉപയോഗപ്പെടുത്തുമായിരുന്നു. അതിന്റെ ലക്ഷ്യവും സമീപനവും എന്തെന്നറിയാതെ എനിക്ക് ഒരു ലേഖനത്തിന് അനുമതി നല്കുവാൻ ആകുമായിരുന്നില്ല. കലയിൽ ഉദ്ദേശ്യശുദ്ധിക്ക് വലിയ സ്ഥാനമൊന്നുമില്ല. എല്ലാ മോശപ്പെട്ട കലയും സോദ്ദേശ്യത്തിന്റെ സൃഷ്ടിയാണ്.

റോബർട്ട് ഷെറാർഡറിനുമാത്രമല്ല നീ പരുഷമായ കത്തുകൾ എഴുതിയത്. എന്നെ സംബന്ധിക്കുന്ന എന്തെങ്കിലും പ്രസിദ്ധീകരിക്കുന്നതിനു മുമ്പ് എന്റെ അഭിപ്രായം തേടണമെന്ന് അവർക്കെല്ലാം തോന്നി. നിന്റെ കവിതകൾ എനിക്കു സമർപ്പിച്ചപ്പോഴും എന്റെ സമ്മാനങ്ങളും കത്തുകളും തിരിച്ചേല്പിച്ചപ്പോഴും അവർക്ക് അതേ വികാരമായിരുന്നു. നീ അലോസരപ്പെടുകയും മറ്റുള്ളവരെ അലോസരപ്പെടുത്തുകയും ചെയ്തുകൊണ്ടേയിരുന്നു. എന്റെ തടവുകാലം എത്ര വേദനാജനകമായിരുന്നുവെന്ന് നീ എപ്പോഴെങ്കിലും ചിന്തിച്ചിട്ടുണ്ടോ? ഒരു ചങ്ങാതിയെന്ന നിലയിൽ നിന്നെയായിരുന്നല്ലോ ഞാൻ ഏറെ ആശ്രയിച്ചിരുന്നത്. എന്നോട് അളവറ്റ കാരുണ്യം കാട്ടിയവരോട്, ആരാധന ചൊരിഞ്ഞവരോട്, സന്തോഷവും ആഹ്ലാദവും പകർന്നവരോട്, കത്തുകളെഴുതുകയും സന്ദർശിച്ചും എന്റെ ദുഃഖഭാരം കുറച്ചവരോട് നിനക്കെപ്പോഴെങ്കിലും നന്ദിപ്രകാശിപ്പിക്കണമെന്നു തോന്നിയിട്ടുണ്ടോ? ഞാൻ എല്ലാത്തിനും അവരോട് കടപ്പെട്ടിരിക്കുന്നു. ജയിൽ മുറിയിൽ വച്ചു വായിച്ച പുസ്തകങ്ങളൊക്കെയും എനിക്ക് സമ്മാനിച്ചത് റോബിയായിരുന്നു. അതും അവന്റെ തുച്ഛമായ പോക്കറ്റ് മണിയിൽ നിന്നും മിച്ചം പിടിച്ചിട്ട്. ഞാൻ മോചിതനായപ്പോൾ ധരിച്ചിരുന്ന വസ്ത്രങ്ങളും അവന്റെ സമ്മാനമാണ്. സന്തോഷത്തോടെ ഒരാൾ തരുന്നത് സ്വീകരിക്കുന്നതിൽ നാണിക്കേണ്ട എന്താണുള്ളത്? മോർ ആഡി, റോബി, റോബർട്ട് ഷെറാൻ, ഫ്രാങ്ക് ഹാരിസ്, ആർതർ ക്ലിഫ്റ്റൻ തുടങ്ങിയ ചങ്ങാതിമാരെ ഞാൻ പ്രത്യേകം ഓർക്കുന്നു. അവർ

എനിക്കു സ്നേഹം പകർന്നും സഹതപിച്ചും ഒപ്പം നിന്നു. ജയിലിനുള്ളിൽ എന്നോടു ദയ കാണിച്ച ഓരോരുത്തരോടും ഞാൻ ജീവിതകാലം മുഴുവൻ കടപ്പെട്ടിരിക്കുന്നു. എനിക്കു സുപ്രഭാതവും ശുഭരാത്രിയും നേർന്ന വാർഡൻ. (അതയാളുടെ ചുമതലയിൽപ്പെട്ടതല്ലല്ലോ!) ജയിലിൽനിന്നും പാപ്പർ കോടതിയിലേക്കും തിരിച്ചും എന്നെ അനുഗമിച്ച പൊലീസുകാരൻ. തന്റെ പരുക്കൻ ശബ്ദത്തിൽ തന്നെ സമാശ്വസിപ്പിച്ച പൊലീസുകാരൻ. ജയിൽവളപ്പിലെ നടത്തത്തിനിടയിൽ എന്നെ തിരിച്ചറിഞ്ഞ് നിങ്ങൾക്ക് ഇതെത്രമാത്രം കഠിനമേറിയതായിരിക്കുമെന്ന് എനിക്കറിയാം, ഞാൻ നിങ്ങളോട് സഹതപിക്കുന്നു എന്നു പറഞ്ഞ സഹതടവുകാരനായ ഒരു പാവം കള്ളൻ. ഇവരൊന്നും എന്റെ മനസ്സിൽനിന്നും മാഞ്ഞുപോവുകയില്ല. നീ ഓർക്കുക, ഇവരിലൊരാളുടെയും ചെരുപ്പു തുടയ്ക്കാൻ പോലും നീ അർഹനല്ലെന്ന്.

നിന്റെ കുടുംബവുമായുള്ള സന്ധിക്കൽ എന്തൊരു ദുരന്തമാണെനിക്കു നല്കിയതെന്ന് നീ ചിന്തിച്ചിട്ടുണ്ടോ, എപ്പോഴെങ്കിലും? വലിയൊരു പേരും പദവിയും ഉണ്ടായിരുന്ന ഏതൊരാൾക്കാണ് അതൊരു ദുരന്തമായി തോന്നാത്തത്. എന്റെ നാശത്തിനു വഴിയൊരുക്കാത്ത ഏതെങ്കിലുമൊരു മുതിർന്നയാൾ നിന്റെ വീട്ടിലുണ്ടോ? ഒരുപക്ഷേ, പേഴ്സി ഒഴികെ? അയാൾ ഒരു നല്ല മനുഷ്യനാണ്.

നിന്റെ അമ്മയെപ്പറ്റി കാലുഷ്യത്തോടെ ഞാൻ ചിലതെല്ലാം പറഞ്ഞു. ഈ കത്ത് നീ നിന്റെ അമ്മയെ കാണിക്കണമെന്ന് ഉപദേശിക്കുന്നു. പ്രധാനമായും നിനക്കുവേണ്ടി. അവരുടെ പുത്രന്മാരിലൊരുവനെപ്പറ്റി ഇങ്ങനെയെല്ലാം എഴുതിക്കാണുന്നത് അവർക്ക് ഒരുപക്ഷേ, സഹിക്കാനാവില്ല. നീയപ്പോൾ അവരോട് എന്റെ അമ്മയെപ്പറ്റി പറയണം. ബൗദ്ധികമായി എലിസബത്ത് ബാരറ്റ് ബ്രൗണിങ്ങുമായും ചരിത്രപരമായി മാഡം റോളണ്ടുമായും കിടപിടിക്കുന്ന ആ മഹതി ഉയരങ്ങൾ കീഴടക്കി. അഭിമാനഭാജനമായ അവരുടെ പുത്രന്റെ ജയിൽവാസമറിഞ്ഞ് ഹൃദയം പൊട്ടി മരിച്ചകാര്യം നീയപ്പോൾ ഓർമ്മിപ്പിക്കണം. എന്റെ നാശത്തിന് നിന്റെ അമ്മ എങ്ങനെ കാരണക്കാരിയാകുമെന്ന് നീ ചോദിച്ചേക്കും. ഞാൻ പറയും നിന്റെ എല്ലാ ധാർമ്മിക ഉത്തരവാദിത്വങ്ങളും നീയെന്റെ ചുമലിലേക്കു ചാർത്തിത്തന്നപോലെ നിന്റെയമ്മ നിനക്കുമേലുള്ള അവരുടെ എല്ലാ ധാർമ്മിക ഉത്തരവാദിത്വങ്ങളും എന്റെ മേലിട്ടു. എല്ലാ അമ്മമാരും ചെയ്യുന്നതുപോലെ നിന്റെ ജീവിതത്തെപ്പറ്റി നിന്നോട് നേരിട്ട് സംസാരിക്കുന്നതിനുപകരം അവർ എനിക്കെഴുതുകയാണു ചെയ്തത്. അവർ വല്ലാതെ ഭയപ്പെട്ടിരുന്നു. നിനക്കും നിന്റെ അമ്മയ്ക്കും ഇടയിൽപ്പെട്ട് ഞാനെത്ര വിഷമിച്ചിട്ടുണ്ടെന്ന് നിനക്കറിയാമോ? അവർ എനിക്കെഴുതുന്ന കാര്യം നീയറിയരുതെന്ന് അവർക്ക് നിർബ്ബന്ധമുണ്ടായിരുന്നു. നിനക്കും നിന്റെ പിതാവിനും ഇടയിൽപ്പെട്ട് ഞാനനുഭവിച്ച അതേ അനുഭവങ്ങൾ തന്നെയാണ് എനിക്ക് ഇക്കാര്യത്തിലും ഉണ്ടായത്. 1892 ആഗസ്ത് മാസത്തിലും നവംബർ മാസം 8-ാം തീയതിയും ഞാൻ നിന്റെ അമ്മയുമായി

നിന്നെപ്പറ്റി ദീർഘസംഭാഷണത്തിൽ ഏർപ്പെട്ടിരുന്നു. ആ രണ്ടവസരങ്ങളിലും എന്തുകൊണ്ടവർ നിന്നോടിക്കാര്യങ്ങൾ നേരിട്ടു പറയുന്നില്ല എന്നു ചോദിച്ചിരുന്നു. "അവനോട് പറയാൻ എനിക്കു പേടിയാണ്. സംസാരിക്കുമ്പോൾ അവൻ വല്ലാതെ ക്ഷോഭിക്കും" എന്നായിരുന്നു മറുപടി. അവർ പറയുന്നത് എനിക്ക് ആദ്യം മനസ്സിലായില്ല. നിന്നെ അത്രയ്ക്കല്ലേ ഞാനന്ന് അറിഞ്ഞിരുന്നുമുള്ളൂ. രണ്ടാംവട്ടം ഞാൻ നിന്നെ ശരിക്കറിഞ്ഞിരുന്നതിനാൽ അവർ പറയുന്നതെന്താണെന്ന് എനിക്കു മനസ്സിലായി. ഈ രണ്ടു കൂടിക്കാഴ്ചകൾക്കിടയിലുള്ള കാലയളവിലാണല്ലോ നിനക്ക് മഞ്ഞപ്പിത്തം പിടിച്ചതും, ഡോക്ടർ പറഞ്ഞതനുസരിച്ച് ഞാൻ നിന്നോടൊപ്പം ബൗൺമനത്തിലേക്കു പുറപ്പെട്ടതും. മകനോട് സംസാരിക്കാൻ ഭയപ്പെടാതിരിക്കുകയാണ് ഒരമ്മ ചെയ്യേണ്ടത്. 1892 ജൂലൈ മാസത്തിൽ നീ ചെന്നുപെട്ട കുഴപ്പങ്ങളെപ്പറ്റി നിന്റെ അമ്മ നിന്നോട് ഗൗരവത്തിൽ സംസാരിക്കുകയും നീയത് അനുസരിക്കുകയും ചെയ്തിരുന്നെങ്കിൽ എന്തെങ്കിലും കുഴപ്പങ്ങളിൽനിന്നും നിനക്ക് മാറി നില്ക്കാമായിരുന്നു. അത് നിങ്ങൾ രണ്ടുപേർക്കും എത്ര നന്നാകുമായിരുന്നു. അവർ ഞാനുമായി നടത്തിയ രഹസ്യകത്തിടപാടുകൾ തെറ്റായിരുന്നു. വ്യക്തിപരം എന്ന ലേബലെഴുതിയ കത്തുകൾ നിന്റെ അമ്മ എന്തിനാണിങ്ങനെ നിരന്തരം എഴുതിയത്? നിന്നെ അത്താഴത്തിനു കൂട്ടരുതെന്നും നിനക്കു കാശു തരരുതെന്നും അവർ ആവർത്തിച്ചു. ഒരു കാരണവശാലും ആൽബർട്ട് ഇതറിയാൻ ഇടയാക്കരുതെന്ന് ഒരു പിൻകുറിപ്പും അവരെഴുതിച്ചേർത്തിരിക്കുന്നു. ആ കത്തിന് എന്തെങ്കിലും പ്രയോജനമുണ്ടായിരുന്നോ? ഞാൻ വിളിച്ചിട്ടാണോ നീ അത്താഴത്തിനെത്തിയിരുന്നത്? നീ നിന്റെ എല്ലാ അത്താഴവും സ്വാഭാവികമെന്നോണം എനിക്കൊപ്പം കഴിക്കുകയായിരുന്നല്ലോ. ഞാൻ എതിർപ്പ് പ്രകടിപ്പിച്ചാലുടൻ "നിങ്ങൾക്കൊപ്പം അത്താഴം കഴിച്ചില്ലെങ്കിൽ ഞാൻ പിന്നെ എവിടുന്നു കഴിക്കും? വീട്ടിൽ നിന്നോ?" എന്നായിരിക്കും നീ ചോദിക്കുക. അതിനെനിക്ക് ഉത്തരമുണ്ടാവില്ല. എന്നോടൊപ്പം അത്താഴം കഴിക്കാൻ നിന്നെ അനുവദിച്ചില്ലെങ്കിൽ നീയെന്തെങ്കിലും കുഴപ്പം കാണിക്കും. എനിക്കു ഇത്തരം അനുഭവം ഉണ്ടായിട്ടുമുണ്ട്.

തന്റെ ഉത്തരവാദിത്വം എന്റെ ചുമലിൽ വച്ചുതരുകയല്ലാതെ അത്തരം വിഡ്ഢിത്തം നിറഞ്ഞ കത്തുകൾ കൊണ്ടെന്താണു പ്രയോജനം? നിന്റെ അമ്മയുടെ ദൗർബല്യങ്ങളും ധൈര്യമില്ലായ്മയും അവർക്കു മാത്രമല്ല എനിക്കും നിനക്കും വിനാശകരമായി. ഞാൻ കൂടുതലായൊന്നും പറയുന്നില്ല. എന്നാൽ ഒന്നു പറയുന്നു. നിന്റെ പിതാവ് കോപാക്രാന്തനായി എന്റെ വീട്ടിലേക്കു വരുന്നുണ്ടെന്നറിഞ്ഞപ്പോൾ എനിക്കെതിരെ അപവാദങ്ങളും അനാവശ്യങ്ങളും പ്രചരിപ്പിക്കാൻ പോകുന്നു എന്നവർ മനസ്സിലാക്കിയപ്പോഴെങ്കിലും അതിനെതിരെ ചെറുവിരലനക്കാൻ അവർക്കു കഴിഞ്ഞോ? അവരാകെ ചെയ്തത് ഒരു ഇടനിലക്കാരനെ അയക്കുകയായിരുന്നു. എന്താണ് അവർക്കുണ്ടായിരുന്ന

നിർദ്ദേശം? ക്രമേണ നിന്നെ കൈയൊഴിയുക എന്നതായിരുന്നു. ഞാൻ നമ്മുടെ സൗഹൃദം അവസാനിപ്പിക്കാൻ പല വഴികൾ നോക്കി. അതിലൊന്ന് ഇംഗ്ലണ്ടിനു പുറത്തുപോയി വ്യാജമായ ഒരു മേൽവിലാസം നിനക്കു നല്കി നീയുമായുള്ള കത്തിടപാടുകൾ ഇല്ലാതാക്കുകയായിരുന്നു ലക്ഷ്യം. എന്നാൽ അതെന്റെ നാശത്തിലേക്കാണ് എത്തിച്ചേർന്നത്. നിന്നെ പടിപടിയായി ഒഴിവാക്കാമായിരുന്നു എന്നു നീ കരുതുന്നുണ്ടോ? അതു നിന്റെ പിതാവിനെ തൃപ്തനാക്കുമായിരുന്നു എന്നും നിനക്കു വിശ്വാസമുണ്ടോ? ഇല്ലെന്നു നിനക്കറിയാം. നീയുമായുള്ള ബന്ധം അവസാനിപ്പിക്കലല്ല പരസ്യമായ ഒരു അപവാദപ്രചാരണമാണ് അദ്ദേഹം ആഗ്രഹിച്ചത്. അദ്ദേഹത്തിന്റെ പേര് പത്രത്തിൽ വന്നിട്ട് വർഷങ്ങളായി. പ്രിയങ്കരനായ പിതാവിന്റെ വേഷത്തിൽ ബ്രിട്ടീഷുകാർക്കു മുമ്പിൽ പ്രത്യക്ഷപ്പെടുകയായിരുന്നു ലക്ഷ്യം. അദ്ദേഹത്തിന്റെ മനോനില തകർന്നു. നമ്മൾ തമ്മിലെ ബന്ധം അവസാനിപ്പിച്ചിരുന്നുവെങ്കിൽ അദ്ദേഹം തകർന്നുപോയേനെ! രണ്ടാമത്തെ വിവാഹമോചനക്കേസിന്റെ പേരിൽ വന്നുചേർന്ന കുപ്രസിദ്ധിയിൽനിന്നും രക്ഷപ്പെടാനുള്ള അവസരം തെല്ലൊരു ആശ്വാസമായെന്നും വരാം. എന്നാൽ അദ്ദേഹത്തിന് വേണ്ടത് വലിയ പ്രസിദ്ധിയാണ്. സദാചാരത്തിന്റെ കാവല്ക്കാരൻ എന്ന ബഹുമതിയാണ്. അതാണല്ലോ ഇപ്പോൾ ബ്രിട്ടീഷുകാർക്കിടയിൽ നായകനാകാനുള്ള എളുപ്പവഴി!

നിന്റെ അമ്മയ്ക്കു ചെയ്യാമായിരുന്ന ഏറ്റവും നല്ല കാര്യം എന്നെയും നിന്നെയും വിളിച്ചുവരുത്തി നിന്റെ സഹോദരന്റെ സാന്നിദ്ധ്യത്തിൽ സംസാരിക്കുകയായിരുന്നു. നമ്മുടെ ബന്ധം അവസാനിപ്പിക്കാൻ ആവശ്യപ്പെടാമായിരുന്നു. ഞങ്ങളുടെ സാന്നിദ്ധ്യത്തിൽ അവർക്ക് നിന്നോട് ധൈര്യത്തോടെ സംസാരിക്കാമായിരുന്നു. എന്നാൽ അവരങ്ങനെ ചെയ്തില്ല. പകരം ഉത്തരവാദിത്വം എന്റെ ചുമലിലിട്ട് തടിയൂരാൻ നോക്കി. എന്നാൽ അവർ എഴുതിയ ഒരു കാര്യം ശരിയായിരുന്നു. വക്കീൽ നോട്ടീസ് അയച്ച് നിന്റെ പിതാവിനെ പ്രകോപിപ്പിക്കരുത്. അതൊരു ഗുണവും ചെയ്യില്ല. അവർ പറഞ്ഞത് ശരിയായിരുന്നു. ഇക്കാര്യം പരിഹരിക്കാൻ വക്കീലന്മാരുടെ സഹായം തേടിയത് തെറ്റായിപ്പോയി. കത്തിനോടൊപ്പം ചേർന്നിരുന്ന പിൻകുറിപ്പു വായിച്ചതോടെ അവരുടെ കത്ത് എന്നിൽ ഉണ്ടാക്കിയേക്കാവുന്ന ഫലം ഇല്ലാതാക്കി. "ഒരു കാരണവശാലും ഈ വിവരം ആൽഫ്രഡ് അറിയാനിടയാകരുത്." നിന്റെ പേരിലും നിന്റെ പിതാവിന്റെ പേരിലും വക്കീൽ നോട്ടീസ് അയക്കുന്ന കാര്യം നിന്നെ ഹർഷോന്മാദത്തിൽ എത്തിച്ചിരുന്നു. അതു നിന്റെ നിർദ്ദേശമായിരുന്നല്ലോ. നിന്റെ അമ്മ അക്കാര്യത്തിൽ ഉറച്ചുനിന്നിരുന്നോ എന്നെനിക്ക് സംശയമുണ്ട്. കാരണം നീയതറിയരുത് എന്നതുമാത്രമായിരുന്നു അവർ പ്രധാനമായും ആഗ്രഹിച്ചത്. ഞാൻ ഒരു വിഡ്ഢിയെപ്പോലെ അതനുസരിച്ചു. നിന്നോട് നേരിട്ട് സംസാരിക്കാതിരുന്നത് അവരുടെ ഭാഗത്തുനിന്നുള്ള വീഴ്ചയാണെന്ന് നിനക്കു തോന്നുന്നില്ലേ? ആർക്കും അവരുടെ ഉത്തരവാദിത്വങ്ങൾ

മറ്റൊരാൾക്കു മാറ്റി നല്കാനാവില്ല. അത് ഒടുവിൽ യഥാർത്ഥ ഉടമയെ തേടിയെത്തുകതന്നെ ചെയ്യും. നിന്റെ ചെയ്തികൾക്കെല്ലാം മറ്റൊരാൾ ഉത്തരം പറയണമെന്നതായിരുന്നല്ലോ നിന്റെ തത്ത്വശാസ്ത്രം. സാമ്പത്തികമായ കാര്യങ്ങളെപ്പറ്റി മാത്രമല്ല ഞാൻ ഉദ്ദേശിച്ചത്. കൈമാറ്റപ്പെടുന്ന ഉത്തരവാദിത്വങ്ങളുടെ സമഗ്രമായ അർത്ഥത്തിൽത്തന്നെ അതെല്ലാം ഒരു പരിധിവരെ വിജയിച്ചു. നിന്റെ പിതാവ് നിന്നെ ആക്രമിക്കുകയില്ലെന്ന് നിനക്ക് ഉറച്ച വിശ്വാസമുണ്ടായിരുന്നു. എതിർപ്പ് എനിക്കു നേരെ തിരിയും. ഞാനതിന്റെ പൂർണ്ണ ഉത്തരവാദിത്വം ഏറ്റെടുക്കണം. ഇതായിരുന്നു നിന്റെ ആഗ്രഹം. നീ ഉദ്ദേശിച്ചതു പോലെതന്നെ നിന്റെ പിതാവും ഞാനും പെരുമാറുകയും ചെയ്തു. വ്യത്യസ്ത കാരണങ്ങളുടെ പേരിൽ, എന്തൊക്കെയായാലും നിനക്ക് ഇതിൽനിന്നൊക്കെ രക്ഷപ്പെടാൻ ആയതുമില്ല. ലണ്ടനിലായാലും ഓക്സ്ഫോർഡിലായാലും ആളുകൾക്ക് നിന്റെ യഥാർത്ഥ മുഖത്തെപ്പറ്റി അറിവുണ്ടായിരുന്നു. ആ നഗരങ്ങൾക്കു പുറത്തുള്ളവർ നിന്നെക്കണ്ടത് ഒരു കലാകാരനാൽ വഴിതെറ്റിക്കപ്പെട്ട ഒരു നല്ല മനുഷ്യനായിട്ടാണ്. തക്കസമയത്ത് ദയാനിധിയായ സ്വന്തം പിതാവ് ഇടപെട്ട് നിന്നെ രക്ഷിച്ചതായും അവർ കണ്ടു. എല്ലാം ശരിതന്നെ. പക്ഷേ, നിനക്ക് രക്ഷപ്പെടാനായിട്ടില്ല. ജൂറികളിലൊരാളുടെ ഭാഗത്തു നിന്നുണ്ടായ നിസ്സാര ചോദ്യത്തെപ്പറ്റിയല്ല ഞാൻ പറയുന്നത്. അത് ആരുമത്ര കാര്യമായി എടുത്തിട്ടുമില്ല. ഞാൻ നിന്നെപ്പറ്റിത്തന്നെയാണ് മുഖ്യമായും പറയുന്നത്. നിന്റെതന്നെ മനഃസാക്ഷിയെ മുൻനിർത്തി നീ ആലോചിക്കണം. നിന്റെ ചെയ്തികൾ എത്രമാത്രം ശരിയായിരുന്നു. അതിന്റെ അനന്തര ഫലങ്ങൾ എത്ര വലുതായിരുന്നു. രഹസ്യമായി നിന്റെ പ്രവൃത്തികളെയോർത്ത് നീ ലജ്ജിക്കുന്നുണ്ടാവാം. ലജ്ജ തോന്നാത്ത മുഖം പുറംലോകത്തെ നേരിടാൻ പറ്റിയ മൂലധനമാകാം. എന്നാൽ പലപ്പോഴും നീ ഒറ്റയ്ക്കായിരിക്കുമല്ലോ. അവിടെ നിന്റെ മുമ്പിൽ കാഴ്ചക്കാരില്ല. ശ്വാസം വിടാൻ വേണ്ടിയെങ്കിലും നിനക്ക് മുഖംമൂടി മാറ്റിവയ്ക്കേണ്ടിവരും. അല്ലെങ്കിൽ ശ്വാസം മുട്ടി മരിക്കും.

നിന്റെ അമ്മയും ഇതുപോലെ പശ്ചാത്തപിക്കുന്നുണ്ടാവും. അവരുടെ ഉത്തരവാദിത്വങ്ങൾ, അപ്പോൾത്തന്നെ കൂടുതൽ ഭാരം ചുമക്കുകയായിരുന്ന എന്റെ ചുമലിലേക്കു തള്ളിയതിന്. അവർ നിനക്ക് പിതാവും മാതാവുമായിരുന്നു. രണ്ടു ചുതമലകളും അവർ ശരിക്കു നിറവേറ്റിയോ? നിന്റെ ക്ഷിപ്രകോപം എനിക്കു സഹിക്കാൻ കഴിയുമെങ്കിൽ നിന്റെ അമ്മയ്ക്കും കഴിയുമായിരുന്നിരിക്കണം. ഇന്നേക്കു പതിനാലു മാസങ്ങൾക്കു മുമ്പ് ഞാനെന്റെ ഭാര്യയെ കണ്ടപ്പോൾ ഞാനവളോടു പറഞ്ഞു. നീ സിറിളിന് അമ്മയും അച്ഛനുമാകണമെന്ന്. നിന്റെ അമ്മയും നീയും തമ്മിലുള്ള ബന്ധം ഞാനവളോട് വിശദമായി പറഞ്ഞു. അനന്തമായ അവരുടെ രഹസ്യകത്തുകളെപ്പറ്റിയും ഞാനവളോടു പറഞ്ഞു. അതുകേട്ട് അവൾ ചിരിച്ചു. വല്ല സാമൂഹ്യ നോവലുകളിലേയും കഥാപാത്രങ്ങളാണോ നിങ്ങൾ, എന്നാണവൾ പ്രതികരിച്ചത്. നിന്റെ അമ്മയും

നീയും തമ്മിലുള്ള ബന്ധംപോലെയാവരുത് അവളും സിറിളും തമ്മിലുണ്ടാകേണ്ടത് എന്നു ഞാൻ പറഞ്ഞു. നിരപരാധിയുടെ രക്തം പുരണ്ട കൈകളുമായി അവൻ നിന്നരികിലെത്തിയാൽ അവന്റെ കൈകളാദ്യം കഴുകണം. എന്നിട്ട് ആത്മാവിൽ പുരണ്ട കറ കഴുകി മാറ്റണം. നിന്റെ മകന്റെ കാര്യത്തിലാണെങ്കിൽപ്പോലും മറ്റൊരാളുടെ ഉത്തരവാദിത്വങ്ങൾ ഏറ്റെടുക്കാൻ ഭയമാണെങ്കിൽ ഒരു രക്ഷിതാവിന്റെ സഹായം നീ തേടണമെന്ന് ഞാൻ പറഞ്ഞു. അവൾ അവളുടെ ബന്ധുവും സുഹൃത്തുമായ ആഡ്രിയൻ ഹോപ്പിന്റെ സഹായം തേടിയെന്നുപറയാൻ എനിക്കു സന്തോഷമുണ്ട്. അയാളെ നിനക്കറിയാം. നമ്മളൊരിക്കൽ റ്റൈറ്റ് സ്ട്രീറ്റിൽവച്ച് പരിചയപ്പെട്ടിട്ടുണ്ട്. അയാൾക്കൊപ്പം വിവിയനും സിറിളിനും ഭാസുരമായ ഒരു ഭാവിയുണ്ടാകുമെന്നു ഞാൻ കരുതുന്നു. നിന്റെ അമ്മയ്ക്കും നിന്നോട് സംസാരിക്കാൻ ഭയമായിരുന്നുവെങ്കിൽ നീ കൂടി ബഹുമാനിക്കുന്ന ബന്ധുക്കളുടെ ആരുടെയെങ്കിലും സഹായം തേടാമായിരുന്നു. അവർ അങ്ങനെ ഭയപ്പെടേണ്ടിയിരുന്നില്ല. കാര്യങ്ങൾ സധൈര്യം നേരിടണമായിരുന്നു. അതെന്തുതന്നെയായാലും ഫലമെന്തെന്നു നോക്കൂ. അവർക്ക് അതിൽ പൂർണ്ണതൃപ്തിയുണ്ടോ?

പതിനാറ്

എന്റെ മേലായിരിക്കും നിന്റെ അമ്മ കുറ്റം ചാർത്തുകയെന്ന് എനിക്കറിയാം. ഞാനിത് കേട്ടത് നിന്നെ അറിയാവുന്നവരിൽ നിന്നല്ല. നിന്നെ അറിയാത്തവരിൽ നിന്നോ, നിന്നെ അറിയണമെന്ന് ഒരിക്കൽപ്പോലും ആഗ്രഹിക്കാത്തവരിൽ നിന്നോ ആണ്. ഞാനത് പലപ്പോഴും കേട്ടു. ഒരു യുവാവിന്മേൽ മുതിർന്ന ഒരുവനുള്ള സ്വാധീനം എന്നൊക്കെയാണവർ പറയുന്നത്. ഇത് എളുപ്പത്തിൽ പറയുന്ന ഒരു കാര്യം തന്നെ. അത്തരം വർത്തമാനത്തിൽ വലിയ പിന്തുണ കിട്ടുമല്ലോ. നിന്നിൽ എന്തു സ്വാധീനമാണ് ഞാൻ ചെലുത്തിയതെന്ന് നീ പറയണം. അങ്ങനെയൊരു സ്വാധീനവും ഞാൻ ചെലുത്തിയിട്ടില്ലെന്ന് നിനക്കറിയാം. എനിക്ക് നിന്റെ മേൽ ഒരു സ്വാധീനവുമുണ്ടാക്കാനാവില്ലെന്ന് നീ സദാ വീമ്പടിക്കാറുണ്ടല്ലോ. എന്നാൽ ഉള്ള ഒരു സ്വാധീനത്തിന് നല്ല അടിത്തറയുമുണ്ട്. എനിക്കു സ്വാധീനിക്കാൻ യഥാർത്ഥത്തിൽ നിന്നിലെന്താണുള്ളത്? നിന്റെ ബുദ്ധിശക്തി? അത് അവികസിതമാണല്ലോ; പിന്നെ ഭാവന? അത് എന്നേ മരിച്ചുകഴിഞ്ഞിരുന്നല്ലോ. നിന്റെ ഹൃദയം? അതിനിയും പിറവിയെടുത്തിട്ടേയില്ല. എന്റെ ജീവിതത്തിലൂടെ എപ്പോഴെങ്കിലും കടന്നുപോയിട്ടുള്ള മനുഷ്യരിൽ വച്ച് എനിക്ക് ഒട്ടും സ്വാധീനിക്കാനാവാത്ത വ്യക്തി നീയാണ്. ഞാൻ നിസ്സഹായനായി പനിക്കിടക്കയിലായിരുന്നപ്പോൾ എന്റെ കാശു കൊണ്ട് എനിക്ക് ഒരു കപ്പ് പാൽ വാങ്ങിത്തരുന്നതിനോ ഒരു ബുക്സ്റ്റാളിൽ പോയി ഒരു പുസത്കം വാങ്ങിത്തരാനോ നീ തയ്യാറായിട്ടില്ല. അന്ന് നിന്നെയാണ് ഞാൻ ഒരു ചങ്ങാതിയെന്ന നിലയിൽ പരിപൂർണ്ണമായി ആശ്രയിച്ചിരുന്നത്.

ഞാൻ എഴുത്തിൽ മുഴുകിയിരുന്ന നാളുകളിൽ നീയെനിക്ക് ഏകാന്തത തന്നില്ല. എന്റെ എഴുത്തുമുറിയെ നീ കണ്ടത് നിനക്ക് വിശ്രമി

ക്കാനും പുകവലിക്കാനും മദ്യപിക്കാനുമുള്ള ഇടമായിട്ടാണ്. യുവാവിന്മേൽ മുതിർന്ന ഒരാൾക്കുള്ള സ്വാധീനം പോലും! ഭയങ്കരം തന്നെ! ഇത് കേൾക്കുമ്പോൾ നീ ചിരിച്ചു മരിക്കും. പണത്തെപ്പറ്റിയുള്ള അവരുടെ വർത്തമാനങ്ങളും ഞാൻ കേട്ടു. നിനക്കു പണം തരരുതെന്നു പലവട്ടം പറഞ്ഞത്രെ! ശരിയാണ് നിന്റെ പ്രഭാത ഷേവിങ് മുതൽ പാതിരാ സവാരി വരെയുള്ള ചെലവുകളെല്ലാം വഹിച്ചത് അപാര സന്തോഷംതന്നെയാണെനിക്കു നല്കിയത്. അതെന്തൊരു ഭയങ്കര മുഷിപ്പൻ പരിപാടിയായിരുന്നു! ഞാനതേപ്പറ്റി എത്രയോ പ്രാവശ്യം പരാതിപ്പെട്ടിട്ടുണ്ട്. എന്നെ ഒരു പ്രയോജനകരമായ സ്രോതസ്സായി കാണുന്ന രീതി തെറ്റാണെന്ന് ഞാൻ നിന്നോട് പലവുരു പറഞ്ഞു. ഒരു കാര്യം ശരി തന്നെ. കല പോലെത്തന്നെ കലാകാരനും ഒരു ഉപയോഗശൂന്യമായ വസ്തുവാണ്. അതെല്ലാം കേൾക്കുമ്പോൾ നിനക്കു കലി പിടിച്ചിരുന്നു. സത്യം എല്ലായ്പ്പോഴും നിന്നെ കലിപിടിപ്പിക്കുമായിരുന്നല്ലോ? സത്യം കേൾക്കുന്നതും പറയുന്നതും എപ്പോഴും വേദനാജനകം തന്നെ. പക്ഷേ, ഇതൊന്നും തന്നെ നിന്നിൽ ഏശിയില്ല. നീയൊട്ട് നിന്റെ വീക്ഷണമോ ജീവിതമോ തെല്ലും മാറ്റിയതുമില്ല. ഒരു ദിവസം മുഴുവൻ നീ ചെയ്തുകൂട്ടുന്നതിനൊക്കെ ഞാൻ വീട്ടിത്തീർക്കണം! ഒരു വങ്കനായ നല്ല മനുഷ്യനോ പരമ മണ്ടനോ മാത്രമേ അങ്ങനെ ചെയ്യാൻ കഴിയൂ. ദൗർഭാഗ്യവശാൽ ഇതു രണ്ടും കൂടിച്ചേർന്നതായിപ്പോയി ഞാൻ. എന്തുകൊണ്ട് നിന്റെ അമ്മയിൽനിന്നും ആവശ്യത്തിനു പണം വാങ്ങുന്നില്ല എന്നു ചോദിച്ചതിന് രസകരമായ മറുപടിയുണ്ടായിരുന്നു നിനക്ക്. നിന്റെ പിതാവ് പ്രതിവർഷം അവർക്കനുവദിക്കുന്ന തുക വെറും 1500 പൗണ്ടാണ്. അവരെപ്പോലൊരു മഹതിക്ക് ആ തുകകൊണ്ടു ജീവിക്കാനാകില്ല. അതിനാൽ കൂടുതൽ പണത്തിനായി അവരെ സമീപിക്കാനാവില്ല. അക്കാര്യത്തിൽ നീ പറഞ്ഞതു ശരിയാണ്. പക്ഷേ, അതിന്റെപേരിൽ അസംബന്ധ ജീവിതത്തിനായി നീ എന്നെ ഉപയോഗപ്പെടുത്തിയതു ശരിയല്ല. ജീവിതത്തിൽ ചില സാമ്പത്തിക നിയന്ത്രണമൊക്കെ വേണ്ടതുണ്ട്. നീ യഥാർത്ഥത്തിൽ അന്നും ഇന്നും ഒരു വികാരജീവിയാണ്. ഒരു വൈകാരിക ഭാവത്തെ പ്രതിഫലം നല്കാതെ ആവോളം നുണയുകയാണല്ലോ ഒരു വികാരജീവി ചെയ്യുക. നിന്റെ അമ്മയുടെ പണപ്പെട്ടിയിൽ തൊടാതിരുന്നത് മഹോപകാരം തന്നെ; എന്റെ പണപ്പെട്ടി കുത്തിച്ചോർത്തിയത് വൃത്തികേടും.

നീ നിന്റെ അമ്മയുടെ വരുമാനത്തോട് എടുത്ത സമീപനവും എന്റെ വരുമാനത്തോട് എടുത്ത സമീപനവും തട്ടിച്ചു നോക്കുക. അതിൽ നിനക്ക് അഭിമാനിക്കത്തക്ക എന്തെങ്കിലും ഉണ്ടോയെന്നും പരിശോധിക്കുക. ഈ കത്ത് അവരെ കാണിക്കുന്നില്ലെങ്കിൽ എന്നോടൊപ്പം എന്റെ ചെലവിൽ ജീവിക്കുമ്പോൾ ഒരിക്കലും നീയെന്റെ ഇഷ്ടം പരിഗണിച്ചിരുന്നില്ല എന്ന് അവർക്കൊന്നു പറഞ്ഞുകൊടുക്കണം. എന്നോടുള്ള നിന്റെ ആരാധന എനിക്കെത്ര വലിയ ദുരിതങ്ങളാണ് വരുത്തിവച്ചത്? ഒരു കൊച്ചുകുട്ടിയുടെ മുഖഭാവവുമായി എന്നോടൊട്ടിനിന്ന് വലുതും ചെറുതുമായ നിന്റെ

എല്ലാ ചെലവുകളും എന്നെക്കൊണ്ട് നിർവ്വഹിക്കുമ്പോൾ യഥാർത്ഥത്തിൽ നീ അനശ്വരയുവത്വത്തിന്റെ രഹസ്യം മനസ്സിലാക്കുകയായിരുന്നു. നിന്റെ അമ്മയുടെ വാക്കുകൾ കേൾക്കുമ്പോൾ നീ പോലും എന്നോട് തൽക്ഷണം യോജിക്കുമെന്ന് എനിക്കറിയാം. നിന്റെ കുടുംബക്കാർ എന്റെ ജീവിതത്തിലേക്കു ചൊരിഞ്ഞ കൊടിയ നാശങ്ങളുടെ പേരിൽ അവർക്ക് ഒട്ടും സഹതാപം തോന്നുന്നില്ലെങ്കിൽ അവർ നിശ്ശബ്ദരായി ഇരിക്കട്ടെ. എന്റെ മാനസികാവസ്ഥയെപ്പറ്റി ഈ കത്തിന്റെ ഏതെങ്കിലും ഒരു ഭാഗം വായിക്കുമ്പോൾ അവർക്കെന്തെങ്കിലും തോന്നുമെന്നും ഞാൻ കരുതുന്നില്ല. അവർക്ക് അതിൽ ഒരു താല്പര്യവും കാണുകയില്ല. എന്നാൽ നിന്റെ സ്ഥാനത്തു ഞാനായിരുന്നെങ്കിൽ നിന്റെ മാത്രം ജീവിതവുമായി ബന്ധപ്പെട്ട കാര്യങ്ങൾ ഞാനവർക്ക് കാണിച്ചുകൊടുക്കുമായിരുന്നു.

നിന്റെ സ്ഥാനത്തു ഞാനായിരുന്നുവെങ്കിൽ നാട്യത്തോടുള്ള സ്നേഹത്തെ പരിഗണിക്കുമായിരുന്നില്ല. ഒരാൾ തന്റെ ജീവിതം ലോകത്തിനു മുന്നിൽ തുറന്നു വയ്ക്കുന്നതിന് ഒരു നീതീകരണവുമില്ല. ലോകത്തിന് കാര്യങ്ങൾ ഒരിക്കലും മനസ്സിലാവുകയില്ല. എന്നാൽ ഒരാൾ മറ്റുള്ളവരുടെ സ്നേഹം ആഗ്രഹിക്കുന്നത് വേറൊരു കാര്യമാണ്.

പത്തു വർഷത്തിലേറെ സൗഹൃദമുള്ള എന്റെയൊരു ചങ്ങാതി കുറച്ചുമുമ്പ് എന്നെ കാണാൻ വന്നിരുന്നു. എനിക്കെതിരെ പറയുന്ന കാര്യങ്ങൾ ഒന്നുപോലും ഞാൻ വിശ്വസിക്കുന്നില്ലെന്നും എല്ലാം കെട്ടിച്ചമച്ചതും എനിക്കെതിരെ നടത്തിയ ഗൂഢാലോചനയുടെ ഭാഗമായി ഉണ്ടായിട്ടുള്ളതാണെന്നും അദ്ദേഹം പറഞ്ഞു. അതുകേട്ട് ഞാൻ പൊട്ടിക്കരഞ്ഞു. എനിക്കെതിരെ തയ്യാറാക്കപ്പെട്ട കുറ്റപത്രത്തിൽ പറഞ്ഞിട്ടുള്ളതിലേറെയും അസത്യവും പ്രതികാരബുദ്ധ്യാ എനിക്കുമേൽ അടിച്ചേല്പിച്ചതുമാണ്. എന്നാൽ വൈകൃതം നിറഞ്ഞ സുഖാനുഭൂതികൾക്കു പിന്നാലെയുള്ള എന്റെ പ്രയാണം തെറ്റായിരുന്നുവെന്നു ആ തെറ്റു കൂടി ഒരു വസ്തുതയെന്ന നിലയിൽ അംഗീകരിക്കുന്നവർക്കു മാത്രമേ എന്റെ യഥാർത്ഥ സുഹൃത്തുക്കളായി തുടരാനാകൂ എന്നു ഞാൻ അദ്ദേഹത്തോടു പറഞ്ഞു. ആ പ്രസ്താവന അദ്ദേഹത്തെ ഞെട്ടിച്ചു. എന്നിട്ടും ഞങ്ങൾ സുഹൃത്തുക്കളായി തുടർന്നു. ഞങ്ങളുടെ സൗഹൃദത്തിനിടയിൽ നാട്യങ്ങൾക്ക് ഇടമുണ്ടായിക്കൂടാ. ഞാൻ മുമ്പു പറഞ്ഞപോലെ സത്യം വെട്ടിത്തുറന്നു പറയുന്നത് പ്രയാസകരമാണ്. നുണകൾ പറയാൻ നിർബ്ബന്ധിതനാകുന്നത് അതിലും പ്രയാസകരമാണ്.

കോടതിയിലെ വിചാരണ വേളയിലൊരിക്കൽ എനിക്കെതിരായ ആരോപണങ്ങൾ അക്കമിട്ടു നിരത്തി ഒരു അഭിഭാഷകൻ സംസാരിക്കുകയായിരുന്നു. തികച്ചും നാടകീയമായാണത് അവതരിപ്പിക്കപ്പെട്ടത്. എത്ര കഠിനഹൃദയനും തകർന്നു പോകുന്ന അവസ്ഥ. എന്നാൽ പെട്ടെന്ന് എന്നിൽ ഒരു ചിന്തയുണർന്നു. ഇക്കാര്യങ്ങളെല്ലാം ഞാൻ എന്നെപ്പറ്റി പറയുന്നതായിരുന്നുവെങ്കിൽ എത്ര നന്നായിരുന്നുവെന്ന്. ഒരാളെപ്പറ്റി പറയുന്നതിലൊന്നും ഒരു കാര്യവുമില്ല. കാര്യമാക്കേണ്ടത് ആരാണു പറ

യുന്നത് എന്നതിൽ മാത്രമാണ്. തറയിൽ മുട്ടുകൾ കുത്തി വണങ്ങി സ്വന്തം പാപങ്ങൾ ഏറ്റു പറയുന്നതാണ് ഒരാളുടെ ജീവിതത്തിലെ ഏറ്റവും ഉചിതമായ പ്രവൃത്തി. നിനക്കും അത് ബാധകമാണ്. നിന്റെ ജീവിതത്തിൽ സംഭവിച്ച കാര്യങ്ങളുടെ ഒരംശം നീ നിന്റെ അമ്മയോടു നേരിട്ടു പറഞ്ഞിരുന്നെങ്കിൽ അത് നിനക്ക് എത്രമാത്രം ആശ്വാസം പകരുമായിരുന്നു. 1893 ഡിസംബർ മാസത്തിൽ ഞാനവരെ നേരിൽക്കണ്ട് ഏറെക്കാര്യങ്ങൾ പറഞ്ഞതാണ്. എന്നാൽ അതെല്ലാം സാമാന്യവല്ക്കരണത്തിന്റെ രൂപത്തിലായിരുന്നു. അതൊന്നും തന്നെ നീയുമായുള്ള ബന്ധത്തെ ദൃഢപ്പെടുത്തുന്നതായി എനിക്കു തോന്നിയില്ല. അവർ സത്യത്തോട് മുഖം തിരിക്കുകയായിരുന്നു ചെയ്തത്. നീയാണതു പറഞ്ഞതെങ്കിൽ കാര്യങ്ങൾ വ്യത്യസ്തമാവുമായിരുന്നു. ഞാൻ പറയുന്നത് നിനക്ക് രുചിച്ചെന്നു വരില്ല. എന്നാൽ സത്യത്തെ അങ്ങനെ നിരാകരിക്കാനാവില്ല. കാര്യങ്ങൾ ഞാൻ പറഞ്ഞതുപോലെതന്നെയാണ്. എന്നാൽ ഞാൻ എഴുതിയ കാര്യങ്ങൾ ക്ഷമയോടെ വായിച്ചാൽ നിനക്ക് നിന്നെ മുഖാമുഖം കാണാനാവും.

ഇപ്പോൾത്തന്നെ ഞാൻ ഏറെ എഴുതിക്കഴിഞ്ഞു. ഇത്ര വിപുലമായി എഴുതിയതിനു കാരണം എന്റെ ജയിൽ ശിക്ഷയ്ക്ക് മുമ്പ് നീയെനിക്ക് ആരായിരുന്നുവെന്നും മൂന്നുവർഷക്കാലം നീണ്ടു നിന്ന മാരകമായ ആ സൗഹൃദകാലത്ത് നീയെനിക്ക് എങ്ങനെയായിരുന്നുവെന്നും എന്റെ ജയിൽശിക്ഷാകാലത്തു നീയെനിക്കെങ്ങിനെ ആയിരുന്നുവെന്നും ഇനി രണ്ടുവട്ടം പൂർണ്ണചന്ദ്രൻ ഉദിച്ചുയരുന്ന കാലത്തിനുള്ളിൽ ഞാൻ മോചിതനായേക്കുമെന്നും അറിയിക്കാനാണ് എന്റെ കത്ത്. മാറ്റിയെഴുതാനോ പുനഃസൃഷ്ടിക്കാനോ എനിക്കാവില്ല. എങ്ങനെയാണോ അത് നിൻ മുന്നിലെത്തുന്നത് അങ്ങനെ തന്നെയെടുക്കുക. പലയിടങ്ങളിലും കണ്ണീർപ്പാടങ്ങളും നെടുവീർപ്പുകളും കണ്ടേക്കാം. വേണ്ടത്ര തിരുത്തലുകളോടെ നീയതു വായിക്കുക. എന്റെ ചിന്തകളുടെ യഥാർത്ഥ പ്രതിഫലനമെന്ന നിലയിൽ അതിൽ വന്നു ചേർന്നേക്കാവുന്ന തെറ്റുകളും ഇരട്ടിപ്പുകളും കാര്യമാക്കേണ്ടതില്ല. വയലിന്റെ തന്ത്രികൾപോലെ തന്നെ വാക്കുകളും ശ്രുതിപ്പെടുത്തേണ്ടതുണ്ട്. പാടുമ്പോഴോ വായിക്കുമ്പോഴോ വന്നു ചേരാവുന്ന അപശ്രുതികൾ ഗാനത്തെ മോശമാക്കും. വാക്കുകൾ കൂടിപ്പോയാലും കുറഞ്ഞു പോയാലും അത് അതിലെ സന്ദേശത്തെ നശിപ്പിക്കും. ഓരോ വാചകത്തിലും വാക്കിലും ഞാൻ പറയാനുദ്ദേശിച്ച കാര്യങ്ങൾ കുടികൊള്ളുന്നു. വാചാടോപങ്ങൾ ഒന്നുമതിലില്ല. ഞാൻ പറയാനുദ്ദേശിച്ച കാര്യങ്ങൾ കൃത്യമായി പറയാൻ മാത്രമാണ് എത്ര ചെറുതെങ്കിലും ചില തിരുത്തലുകൾ വരുത്തിയത്. രൂപത്തേക്കാൾ ഭാവത്തിന് പ്രഥമ പരിഗണന നല്കിയിട്ടുണ്ട്.

ഇതൊരു കഠിനമായ കത്തുതന്നെയാണ്. നിന്നെ ഇതിൽനിന്നും ഒഴിവാക്കിയിട്ടില്ല. എന്റെ ചെറിയ ചെറിയ വേദനകളെയും നഷ്ടങ്ങളെയും നീയുമായി തുലനം ചെയ്തു നോക്കിയത് നിന്നോടു കാട്ടിയ

അനീതിയാണെന്നു നീ പറയുക. ശരിയാണ് നിന്റെ ശരിയായ സ്വഭാവം വെളിപ്പെടുത്താൻ അത് അനിവാര്യമായിരുന്നു. നീയായിരുന്നു അതിനു കാരണക്കാരൻ.

എന്റെ ജയിൽവാസത്തിന്റെ ഒരു നിമിഷം മതി ത്രാസിൽ നിന്റെ തട്ട് മേലോട്ടുയരാൻ. പൊങ്ങച്ചമായിരുന്നു നിന്റെ ജീവിതസത്ത. നമ്മുടെ ചങ്ങാത്തത്തിൽ ഒരു മനശ്ശാസ്ത്രപരമായ പിശകുണ്ടായിരുന്നു. അതു തുല്യ അനുപാതത്തിലുള്ള ഒന്നായിരുന്നില്ല. നിന്നേക്കാൾ ഉയർന്ന ഒരു ജീവിതത്തിലേക്ക് നീ ഇടിച്ചുകയറുകയായിരുന്നു. നിന്റെ പ്രാപ്തിക്കും വ്യാപ്തിക്കും ചിന്താശേഷിക്കും അപ്പുറമുള്ള ഒരു ലോകത്തിലാണ് നീ കയറിപ്പറ്റിയത്. നിന്റെ ചെറിയ ചെറിയ താല്പര്യങ്ങളും ആഗ്രഹങ്ങളും ചെറിയൊരു വൃത്തത്തിനുള്ളിൽ ആരാധിക്കപ്പെട്ടേക്കാം. അത് ഓക്സ്ഫോർഡിലും ആരാദ്ധ്യമായിരുന്നു. അവിടെ ഏറിയാൽ സംഭവിക്കുന്നത് ഡീനിൽനിന്നുള്ള ശകാരമോ പ്രസിഡന്റിൽനിന്നുള്ള സാരോപദേശമോ ആയിരിക്കും. തുഴയൽ മത്സരത്തിൽ മഗ്ദലേൻ കോളേജ് വിജയിക്കുന്നതോ അതാഘോഷിക്കാൻ തീകൂട്ടി ചുറ്റും വളഞ്ഞിരിക്കുന്നതോ ആണവിടത്തെ വലിയ ആഹ്ലാദങ്ങൾ. നീ ഓക്സ്ഫോർഡിൽ നിന്നും പോയതിനുശേഷം അതൊക്കെ അങ്ങനെതന്നെ തുടരുന്നുണ്ടാവും. നിന്നെ സംബന്ധിച്ചിടത്തോളം നീ ശരിയായിരിക്കും. പുതിയ കാലയുവത്വത്തിന്റെ നേർ പതിപ്പു തന്നെയാണ് നീയും. എന്നെ സംബന്ധിച്ചുമാത്രമാണ് നീ ശരിയല്ലാതാകുന്നത്. നിന്റെ ധൂർത്ത് ഒരു കുറ്റകൃത്യം തന്നെയായിരുന്നു. യുവത്വം എപ്പോഴും ഒരു ധൂർത്താണ്. നിന്റെ ധൂർത്തിനെല്ലാം ഞാൻ പ്രതിഫലം നല്കേണ്ടിവന്നു എന്നതാണ് എനിക്കുണ്ടായ ദുരന്തം. നിനക്കൊരു സുഹൃത്തിനെ കണ്ടെത്താനാവുക, അവനോടൊപ്പം രാപ്പകലുകൾ ചെലവിടുക എല്ലാം മഹത്തായ കാര്യം തന്നെ. എന്നാൽ നീ കെട്ടിയിട്ടു സൗഹൃദം കൂടിയയാൾ ഒരു സർഗ്ഗാത്മകസാഹിത്യകാരനാവുക, അയാളുമായുള്ള നിന്റെ നിരന്തരസഹവാസം അയാളുടെ സർഗ്ഗാത്മകതയ്ക്ക് കൂച്ചു വിലങ്ങാകുക തുടങ്ങിയ കാര്യങ്ങൾ വിനാശകരമാവുകയേയുള്ളൂ. ഒരു സായാഹ്നം മനോഹരമാവുന്നത് സാവോയ് ഹോട്ടലിൽനിന്നും ഷാംപെയ്ൻ നുണഞ്ഞുകൊണ്ടുള്ള ഉച്ചഭക്ഷണവും വില്ലീസ് ഹോട്ടലിൽനിന്നുള്ള അത്താഴവും അതിനുശേഷം നുണയുന്ന മധുരവുമൊക്കെയാണെന്നു ചിന്തിക്കുന്നതിൽ തെറ്റില്ല. ബഹുഭൂരിപക്ഷം ലണ്ടൻ യുവാക്കളും അപ്രകാരം ചിന്തിക്കുന്നവരായിരിക്കും. അതൊന്നും അരക്കിറുക്കൻ നടപടി പോലുമല്ല. വൈറ്റ്സ് ക്ലബ്ബിൽ അംഗമാകണമെങ്കിൽ ഇതൊക്കെയാണല്ലോ യോഗ്യത. എന്നാൽ അത്തരമൊരു സുഖജീവിതം വാങ്ങിത്തരുവാനായി എന്നെ നിർബ്ബന്ധിക്കാൻ നിനക്ക് ഒരു അധികാരവുമില്ല.

എന്റെ കഴിവുകളെ നീയൊരിക്കലും മാനിച്ചിരുന്നില്ല. നീയും നിന്റെ പിതാവും തമ്മിലുള്ള വഴക്കിന്റെ കാരണം എന്തുതന്നെയായാലും അതു നിങ്ങൾക്കുള്ളിൽ നിർത്തണമായിരുന്നു. വീട്ടിനുപുറത്തേക്ക് വലിച്ചിഴയ്

ക്കപ്പെട്ടു. അത്തരം വഴക്കുകളിൽ അത് സ്വാഭാവികവുമാണ്. അതിനെ ലോകചരിത്രത്തിൽ അരങ്ങേറുന്ന ഒരു ദുരന്തപ്രഹസനമായി അവതരിപ്പിച്ചതും ലോകം മുഴുവൻ അതു കാണുകയാണെന്നു ധരിച്ചതും ആ മത്സരത്തിൽ വിജയിക്കുള്ള സമ്മാനമായി തന്നെ നിശ്ചയിച്ചതുമാണ് നിനക്കുണ്ടായ തെറ്റ്. നിന്റെ പിതാവിനെ നിനക്കിഷ്ടമായിരുന്നില്ല. അങ്ങേർക്ക് തിരിച്ചും. അതിൽ ഇംഗ്ലണ്ടിന് ഒരു താല്പര്യവുമില്ല. അതൊക്കെ വീടുകളിൽ സർവ്വസാധാരണമാണ്. അത് വീടിനുള്ളിൽ നിർത്തണം. വീടിനു പുറത്ത് അത് അസംബന്ധമാണ്. അത് കുറ്റകരം കൂടിയാണ്. തെരുവിൽ ഉയർത്തിക്കാട്ടുന്ന ചുവന്ന കൊടിയല്ല കുടുംബജീവിതം. വീട്ടിനു മുകളിൽ കയറി നിന്ന് ഉച്ചത്തിൽ മുഴക്കുന്ന മേളമാകരുത്. നീ നിന്നെ യഥാർത്ഥ കളിക്കളത്തിൽനിന്നും പുറത്തേക്കു വലിച്ചുകൊണ്ടുപോയതുപോലെ കുടുംബത്തെയും വലിച്ചിഴച്ചു. കളിക്കളത്തിനു പുറത്തായവൻ കളത്തിൽ നിന്നേ പുറത്താകുന്നുള്ളൂ. അവന്റെ സ്വഭാവത്തിൽ ഒരു മാറ്റവും ഉണ്ടാകാൻ പോകുന്നില്ല. അവൻ നിലനില്ക്കുന്നിടത്തെപ്പറ്റിയുള്ള ശരിയായ മനസ്സിലാക്കൽ അവനുണ്ടാവുകയില്ല. അതിനുള്ള ശേഷിയും അവനിൽ ശേഷിക്കുകയില്ല.

വൈകാരിക ശക്തി ഭൗതിക ശക്തിപോലെതന്നെയാണ്. അധികനേരം നിലനില്ക്കുകയില്ല. സ്പെയിനിലെ മുന്തിരിത്തോട്ടങ്ങളിലെ വലിയ വീപ്പകളിൽ ചുവന്ന മുന്തിരി ചവിട്ടിക്കുഴച്ച് വീഞ്ഞുണ്ടാക്കാൻ തയ്യാറെടുക്കുന്നവർ വക്കറ്റം നിറഞ്ഞ ഡപ്പകളിൽ മുട്ടോളം വീഞ്ഞിൽ എത്ര നേരം വേണമെങ്കിലും നില്ക്കും. എന്നാൽ ഒരാൾക്ക് ഒരു ചെറിയ കപ്പും കൈയിൽ പിടിച്ച് കുറേനേരം നില്ക്കാം. അധിക നേരം ആവില്ല. വൻ ദുരന്തങ്ങൾക്ക് സാക്ഷ്യം വഹിക്കുന്നവരും ദുഃഖകരമായ മാനസികാവസ്ഥയിലായിരിക്കും എന്നൊരു തെറ്റിദ്ധാരണ പരക്കെയുണ്ട്. ഇതിൽപ്പരം വലിയ തെറ്റു വേറെയില്ല. രക്തസാക്ഷി ദൈവത്തിന്റെ മുഖത്തേക്കു നോക്കിയേക്കാം. വീണ മരത്തിൽനിന്നും വിറകുശേഖരിക്കുന്നവന് അറവുകാരൻ കുത്തിമലർത്തിയ കാളയെ കാണുന്നതിനപ്പുറമൊന്നും തോന്നുകയില്ല. മഹത്തായ വികാരങ്ങൾ മഹദ് വ്യക്തികൾക്കുള്ളതാണ്. മഹത്തായ സംഭവങ്ങൾക്ക് സാക്ഷ്യം വഹിക്കാൻ അത്രത്തോളം ഉയർന്ന മനുഷ്യർക്കേ കഴിയൂ. വികാരങ്ങൾ വെറുതെയങ്ങനെ വരുമെന്നു നാം കരുതും. അങ്ങനെയുണ്ടാവില്ല. മഹത്തായതും ആത്മബലിക്കു തുല്യമായതുമായ വികാരങ്ങൾക്ക് നാം വലിയ പ്രതിഫലം നല്കണം. അതാണതിനെ മഹത്തരമാക്കുന്നത്. സാധാരണ മനുഷ്യരുടെ ബൗദ്ധികവും വൈകാരികവുമായ ജീവിതം അപലപനീയമായിരിക്കും. അവർ അവരുടെ ആശയങ്ങൾ കടം കൊള്ളുന്നത് ചിന്തയുടെ കൈമാറ്റ ലൈബ്രറിയിൽനിന്നാവും. ഒരു കാലഘട്ടത്തിന്റെ ചേതനയാകെ ആത്മാവു നഷ്ടപ്പെട്ടതാണെങ്കിൽ കൈമാറ്റങ്ങൾക്കൊടുവിൽ പൊടിയും അഴുക്കും പുരണ്ട അത് ഒരാഴ്ചയ്ക്കുശേഷം തിരികെയെത്താം. അവർ അവരുടെ വികാരങ്ങളെ കടം വാങ്ങാൻ നോക്കും അല്ലെങ്കിൽ ബില്ലുവരുമ്പോൾ

പണം നല്കുകയില്ല. ആ ഒരു ആശയ മണ്ഡലത്തിൽനിന്നും നാം പുറത്തു കടക്കണം. വികാരങ്ങൾക്ക് പ്രതിഫലം നല്കേണ്ടി വരുമ്പോഴാണ് നാമതിന്റെ വിലയറിയുക. വികാരജീവി എല്ലായ്പ്പോഴും വിമർശകനായിരിക്കും. വൈകാരികത എപ്പോഴും വിമർശനത്തിന്റെ നിരാകരണമാണ്. തിളക്കമുള്ള വിമർശന ബുദ്ധിക്ക് ഒരു ബൗദ്ധിക തലമുണ്ട്. എന്നാൽ അതിപ്പോൾ പുറപ്പെട്ടുപോയിരിക്കുന്നു. അതിപ്പോൾ ആത്മാവില്ലാത്തൊരു വന്റെ തത്ത്വശാസ്ത്രമായി പരിണമിച്ചിരിക്കുന്നു. അതിന് അതിന്റേതായ സാമൂഹ്യമൂല്യമുണ്ട്. ഒരു കലാകാരനെ സംബന്ധിച്ച് എല്ലാത്തരത്തിലുള്ള പ്രതികരണങ്ങളും പ്രധാനപ്പെട്ടതാണ്. എന്നാൽ അതിനകത്തുതന്നെയുള്ള ചുറ്റിക്കറക്കം ദയനീയമാണ്. ഒരു നല്ല വിമർശകന് ഒന്നും ഒരിക്കലും പൂർണ്ണമായി വ്യക്തമാവുകയില്ല.

റോസൻ ക്രാൻസീനെയും ഗിൽഡൻസ്റ്റേണിനെയും സൃഷ്ടിക്കുമ്പോൾ ഷേക്സ്പിയർ കാണിച്ച സൂക്ഷ്മതയോടു തുലനം ചെയ്യാവുന്ന ഒന്നുംതന്നെ ഞാനെന്റെ കലാജീവിതത്തിൽ ഒരിക്കലും കണ്ടിട്ടില്ല. അവർ ഹാംലെറ്റിന്റെ സഹപാഠികളും ചങ്ങാതിമാരുമാണ്. എപ്പോഴും ഒപ്പം കാണിക്കുന്നവർ. സുന്ദരദിനങ്ങളുടെ സ്മരണകളുമായാണവർ വരുന്നത്. ഹാംലെറ്റ് അവരെ കാണുന്ന നിമിഷം തന്നെ പരിഭ്രമിച്ചു പോവുകയാണ്. കാരണം തന്റെ മനോനിലയ്ക്ക് താങ്ങാനാവാത്ത എന്തോ ഒന്ന് തലയിൽ പേറിയാണയാൾ നടക്കുന്നത്. മരണപ്പെട്ടവൻ കുഴിമാടത്തിൽനിന്നും ആയുധമേന്തി എത്തി പ്രധാനപ്പെട്ടതായ ഒരു ദൗത്യം ഏല്പിക്കുന്നു. അയാൾ ഒരു സ്വപ്നാടകനാണ്. അയാളെ കർമ്മനിരതനാകാൻ അവർ ആഹ്വാനം ചെയ്യുന്നു.അയാൾക്ക് ഒരു കവിയുടെ സ്വഭാവമാണ്. അയാളോട് കാരണവും പ്രഭവവും തമ്മിലുള്ള ബന്ധത്തെപ്പറ്റിയും ജീവിക്കുന്നതിന്റെ പ്രായോഗിക തിരിച്ചറിവുകളെയുംപ്പറ്റി പറയാൻ പറയുന്നു. അയാൾക്കുണ്ടോ അതറിയുന്നു! ജീവിതത്തിന്റെ സത്തയെപ്പറ്റി പറയാനല്ല അയാളോട് ആവശ്യപ്പെട്ടത്. അതാകട്ടെ അയാൾക്ക് നന്നായി അറിയാം. എന്തു ചെയ്യണമെന്നറിയാതെ അയാൾ പരുങ്ങിപ്പോകുന്നു. അയാളുടെ വിഡ്ഢിത്തം അയാൾക്ക് വിഡ്ഢിത്തം അഭിനയിക്കേണ്ടിവരുന്നു എന്നതാണ്. തന്റെ ലക്ഷ്യത്തിന്റെ വാളും മനക്കരുത്തിന്റെ കഠാരിയും മൂടി വയ്ക്കാനാണ് ബ്രൂട്ടസ് ഭ്രാന്തിനെ ഉപയോഗപ്പെടുത്തിയത്. എന്നാൽ ഹാംലറ്റിനെ സംബന്ധിച്ച് ഭ്രാന്ത് തന്റെ ദൗർബല്യം മറച്ചുപിടിക്കാനുള്ള ഒരുപാധി മാത്രമായിരുന്നു. ഭാവനാലോകത്താണ് അയാളുടെ ജീവിതം. ഒരു കലാകാരൻ ഒരു ആശയവുമായി മല്ലിടുന്നതുപോലെയാണ് അയാൾ ഓരോ പ്രവൃത്തികൾ ചെയ്യുന്നത്. അയാളുടെ ശരിയായ പ്രവൃത്തികളുടെ ചാരൻ അയാൾ തന്നെയാണ്. അയാൾ അയാളുടെ തന്നെ വാക്കുകൾക്കു ചെവി കൊടുക്കുന്നു. അതിന്റെ അർത്ഥം അറിയാമെങ്കിലും വെറും വാക്കുകളായി മാത്രം അതിനെ കേൾക്കുന്നു. അയാളുടെ തന്നെ ചരിത്രത്തിലെ നായകനാകുന്നതിനുപകരം അയാളുടെ തന്നെ ദുരന്തത്തിന് അയാൾ സാക്ഷിയാവു

ന്നു. അയാൾ അയാളെയുൾപ്പെടെ എല്ലാത്തിനെയും അവിശ്വസിക്കുന്നു. എന്നിട്ടും അയാളുടെ സംശയങ്ങൾ അയാളെ രക്ഷിക്കുന്നില്ല. കാരണം അത് അവിശ്വാസത്തിൽനിന്നുമല്ല പിളർന്നുപോയ താല്പര്യത്തിൽ നിന്നും ഉദ്ഭൂതമായതുകൊണ്ടാണ്.

ഗിൽഡൻസ്റ്റേണും റോസൻക്രാൻസും ഇതിൽനിന്നൊന്നും തിരിച്ചറിയുന്നില്ല. അവർ വണങ്ങുകയും പൊള്ളച്ചിരി ചിരിക്കുകയും ചെയ്യുന്നു. ഒരാൾ പറയുമ്പോൾ അപരൻ അപശ്രുതിയാലതു മറയ്ക്കുന്നു. ഒടുവിൽ നാടകത്തിനുള്ളിലെ നാടകത്തിലൂടെ ഹാംലെറ്റ് രാജാവിന്റെ 'മനഃസാക്ഷി' പിടിച്ചുപറ്റി ദുഃഖിതനായ ആ മനുഷ്യനെ അയാളുടെ അധികാരത്തിന്റെ ഭീതിയിൽനിന്നും ആട്ടിയകറ്റുന്നു. ഗിൽഡൻസ്റ്റേണും റോസൻക്രാൻസും അയാളുടെ ചെയ്തിയിൽ കോടതിയിൽ കാണിക്കേണ്ട മര്യാദയ്ക്ക് ഭംഗം വരുത്തിയെന്നതിനപ്പുറം ഒന്നും കാണാനാകുന്നില്ല. അവർക്കെത്താവുന്ന പരിധി അത്രമാത്രമാണ്. അയാളുടെ രഹസ്യങ്ങൾക്ക് വളരെ അടുത്തായിരിക്കുമ്പോഴും അവർക്ക് ഒന്നും അറിയാൻ കഴിഞ്ഞില്ല. അവരോടിതൊന്നും പറഞ്ഞിട്ടൊരു കാര്യവുമില്ല. അവർ നമുക്ക് കൈകളിലേന്തി നില്ക്കാവുന്ന കപ്പുകളാണ്. കുറേനേരം പിടിക്കാം. ഏറെ നേരം ആകില്ല. അവസാനം അവർക്ക് ക്രൂരമായ രീതിയിൽ പ്രതീക്ഷിതമായി മരണം വരിക്കേണ്ടിവന്നു. അവരുടെ ദുരന്തം യഥാർത്ഥത്തിൽ അങ്ങനെ സംഭവിക്കേണ്ടിയിരുന്നതല്ല. അവർക്ക് ഒരിക്കലും മരണമില്ല.

അവർ അമരന്മാർ. പുരാതനമായ ഒരു ചങ്ങാത്തത്തിന്റെ ആധുനികമായ ആഖ്യാനമാണവർ. അവരുമായി ഞാൻ നിന്നെ തുലനം ചെയ്യുകയല്ല. നിങ്ങൾ തമ്മിൽ വലിയൊരു വ്യത്യാസമുണ്ട്. അവർക്കു മുന്നിലുണ്ടായിരുന്നത് ഒരു സാദ്ധ്യതയാണെങ്കിൽ നിനക്കു മുന്നിൽ ഉണ്ടായിരുന്നത് തെരഞ്ഞെടുക്കാനുള്ള അവസരമായിരുന്നു.

പതിനേഴ്

ഞാൻ ക്ഷണിക്കാതെ തന്നെ എന്റെ ലോകത്തേക്ക് നീ ഇടിച്ചു കയറുകയായിരുന്നു. നിനക്ക് അവകാശമോ അർഹതയോ ഇല്ലാത്തൊരിടമാണ് നീ പിടിച്ചെടുത്തത്. ഓരോ ദിവസവുമുള്ള നിന്റെ അടിച്ചേല്പിക്കപ്പെട്ട സാന്നിദ്ധ്യം എന്റെ ജീവിതത്തെ പൂർണ്ണമായും മാറ്റിയെടുക്കുന്നതിൽ വിജയിച്ചു എന്നു മാത്രമല്ല ഒടുവിലതിനെ തുണ്ടംതുണ്ടമായി മുറിക്കുകയും ചെയ്തു. നിനക്ക് ഇതു കേൾക്കുമ്പോൾ വിചിത്രമായി തോന്നിയേക്കാം. എന്നാൽ നീയങ്ങനെയൊക്കെ ചെയ്തത് സ്വാഭാവികമായേ ഞാൻ കാണുന്നുള്ളൂ. ഒരു ചെറിയ കുഞ്ഞിന്, അതിന്റെ കുഞ്ഞു മനസ്സിന്, അതിശയകരമായി തോന്നുന്ന ഒരു പാവ നിങ്ങൾ നല്കുകയാണെങ്കിലോ അല്ലെങ്കിൽ അതിന്റെ പാതി തുറന്ന മിഴികൾക്ക് അത് അതിമനോഹരമായി തോന്നുന്നുവെങ്കിലോ അവനതു പൊട്ടിച്ചുകളയും. അവനതിൽ താല്പര്യമില്ലെങ്കിൽ അതിനെ താഴെ വീഴാൻ അനുവദിക്കും. അവന്റെ കൂട്ടുകാർക്കരികിലേക്കത് പൊയ്ക്കോട്ടെ എന്നവൻ കരുതും. കുട്ടിയുടെ കൈയിലെ കളിപ്പാട്ടം പോലെയായിരുന്നു നിന്റെ കൈകളിൽ എന്റെ ജീവിതം. അതുവച്ച് എന്തു ചെയ്യണമെന്ന് നിനക്ക് ഒരു രൂപവുമുണ്ടായിരുന്നില്ല. നിനക്ക് ഗ്രഹിക്കാൻ കഴിയുന്നതിനുമപ്പുറമുള്ള സൗന്ദര്യമുണ്ടായിരുന്നു അതിന്. നിന്റെ കൂട്ടുകാർക്കരികിലേക്ക് അതൊഴിഞ്ഞു പൊയ്ക്കോട്ടെയെന്നു നിനക്ക് കരുതാമായിരുന്നു. എന്നാൽ നീ ഉറച്ചിട്ടു തന്നെയായിരുന്നു. അതിനെ നീ തകർത്തു തരിപ്പണമാക്കി. എല്ലാം പറഞ്ഞു കഴിയുമ്പോൾ ഒരുപക്ഷേ, എല്ലാ രഹസ്യങ്ങളും പുറത്താവും. രഹസ്യങ്ങൾ എപ്പോഴും അതിന്റെ ബാഹ്യരൂപങ്ങളേക്കാൾ ചെറുതായിരിക്കും. ഒരു കണികയെ മാറ്റി സ്ഥാപിക്കുമ്പോൾ ലോകം വിറകൊള്ളും. ഇനിയുമെനിക്കെന്നെ വിട്ടു നില്ക്കാനാവില്ല. ഇത്രമാത്രം ഞാൻ പറയുന്നു. നീയുമായുള്ള കണ്ടുമുട്ടൽ എന്റെ നാശത്തിനു വഴിയൊരുക്കി. നമ്മൾ കണ്ടുമുട്ടിയ ആ നിമിഷം എനിക്കു മാരകമായി. നിന്റെ ജീവിത

ത്തിന്റെ ആ പ്രത്യേക ഘട്ടത്തിൽ ഒരാൾക്ക് വിതയ്ക്കാൻ മാത്രമേ അറിയൂ. എന്റെ ജീവിതത്തിന്റെ ആ കാലഘട്ടത്തിലാകട്ടെ വിളവെടുക്കാൻ മാത്രമേ അറിയാമായിരുന്നുള്ളൂ.

കുറച്ചു കാര്യങ്ങൾ കൂടി നിന്നെ അറിയിക്കാനുണ്ട്. ആദ്യം ഞാൻ പാപ്പരായതിനെപ്പറ്റി പറയാം. അടുത്തിടെ ഞാൻ കടുത്ത നൈരാശ്യത്തോടെ മനസ്സിലാക്കിയത് നിങ്ങൾക്ക് നിന്റെ പിതാവിനുകൊടുക്കാനുള്ളത് കൊടുത്ത് തീർത്ത് ബാദ്ധ്യതകളിൽനിന്നും ഒഴിയാനുള്ള സമയം കഴിഞ്ഞുപോയെന്നാണ്. ഇനിയങ്ങനെ ചെയ്യുന്നത് നിയമ വിരുദ്ധവുമാവും. അതിന്റെ അർത്ഥം വരാൻ പോകുന്ന കുറേക്കാലത്തേക്ക് ഞാനെന്റെ ദയനീയ സ്ഥിതിയിൽ തുടരേണ്ടി വരും എന്നാണ്. നിയമവൃത്തങ്ങളിൽ നിന്നും ഞാൻ മനസ്സിലാക്കിയ പ്രകാരം എനിക്ക് റിസീവറുടെ അനുമതി കൂടാതെ ഒരു പുസ്തകം പ്രസിദ്ധീകരിക്കാൻ പോലും കഴിയുകയില്ല. കണക്കുകൾ അദ്ദേഹത്തെ ബോദ്ധ്യപ്പെടുത്തണം. ഒരു തിയേറ്റർ ഉടമയുമായി കരാറിൽ ഏർപ്പെടാനോ നാടകം നിർമ്മിക്കാനോ ആകില്ല. ഇതിന്റെയെല്ലാം രസീത് നിന്റെ പിതാവിനെയും മറ്റ് ചില കടക്കാരെയും കാണിച്ച് ബോദ്ധ്യപ്പെടുത്തിയാലേ അതിനെല്ലാം കഴിയൂ. നീ കരുതിയതുപോലെ പാപ്പരായതോടെ നിന്റെ പിതാവുമായുള്ള എല്ലാ സാമ്പത്തിക ഇടപാടുകളും അവസാനിക്കുകയല്ല ഉണ്ടായതെന്ന് ഇപ്പോൾ നീയും സമ്മതിക്കുമെന്നു തോന്നുന്നു. ഇങ്ങനെയൊക്കെത്തന്നെ വരുമായിരുന്നു. എന്നിരുന്നാലും എത്ര അപ്രതീക്ഷിതമെങ്കിലും വേദനാജനകമെങ്കിലും നീ സ്വന്തം നിലയിൽ തീരുമാനിക്കാതെ എന്നെ പാപ്പരായി പ്രഖ്യാപിക്കുന്നതിനെപ്പറ്റിയുള്ള കാര്യങ്ങൾ ഞാനുമായിക്കൂടി കൂടിയാലോചിച്ചിരുന്നെങ്കിൽ നന്നാകുമായിരുന്നു എന്നൊരു വികാരം എനിക്കുണ്ട്. എന്നെ പാപ്പരാക്കാൻ അനുവദിച്ചതിലൂടെ അതിനായി വിചാരണ വേളയിൽ എന്നെ നിർബ്ബന്ധിച്ചതിലൂടെ നീ യഥാർത്ഥത്തിൽ നിന്റെ പിതാവിന്റെ ആഗ്രഹം സഫലീകൃതമാകാൻ നിന്നുകൊടുക്കുകയായിരുന്നു.

ആരുടെയും തുണയില്ലാതെയും ഒറ്റപ്പെട്ടും കഴിഞ്ഞ അദ്ദേഹം ശക്തിഹീനനായിരുന്നു. നീയത് ആഗ്രഹിച്ചില്ലെങ്കിലും അദ്ദേഹം നിന്നെയാണ് പ്രധാനപ്പെട്ട സഖ്യകക്ഷിയായി കണ്ടത്. ഞാൻ നിനക്കായി ചെലവിട്ടതിന്റെ ഒരംശമെങ്കിലും വീട്ടിത്തീർക്കാൻ നീ ആഗ്രഹിക്കുന്നതായി മോർ ആദെയോടു പറഞ്ഞതായി ഞാനറിഞ്ഞു. ഞാനദ്ദേഹത്തിനെഴുതി. ദൗർഭാഗ്യവശാൽ ഞാനെന്റെ കലയെയാണ് ചെലവിട്ടത്. എന്റെ ജീവിതവും എന്റെ പേരും ചരിത്രത്തിൽ എനിക്കുണ്ടാകുമായിരുന്ന ഇടവുമാണ് ഞാൻ ചെലവിട്ടത്. ലോകത്തുള്ള എല്ലാ അത്ഭുത വസ്തുക്കളും നിന്റെ കുടുംബത്തിന്റെ ഇഷ്ടംപോലെ ചെലവിടാനുണ്ടായാലും ലോകം അത്ഭുതകരമെന്നു വിശേഷിപ്പിക്കുന്ന ബുദ്ധിശക്തിപോലുള്ളതുമെല്ലാം എന്റെ കാൽക്കീഴിൽ വച്ചാലും എന്നിൽനിന്നും എടുത്ത ഏറ്റവും ചെറിയതിന്റെ പത്തിലൊന്നുപോലും ആയില്ല. ഞാനൊഴുക്കിയ കണ്ണീരിന്റെ ഒരിറ്റിനു തുല്യമാവില്ല. എങ്കിലും തീർച്ചയായും അവൻ ചെയ്തതിനൊക്കെയും പ്രതിഫലം കിട്ടിത്തന്നെയാവണം. പാപ്പരായ ഒരുവനുപോലും അതിൽനിന്നും ഒഴിവില്ല.

സ്വന്തം കടക്കാരിൽനിന്നും രക്ഷപ്പെടാനുള്ള ഒരു കുറുക്കുവഴിയാണ് പാപ്പരായി പ്രഖ്യാപിക്കൽ എന്നാണ് നീ കരുതിയിരിക്കുന്നതെന്നു തോന്നുന്നു. എന്നാൽ നേരെ തിരിച്ചാണ് കാര്യങ്ങൾ. കടക്കാർ ഒരുവനെ വെട്ടിമാറ്റുന്നതാണത്. നിന്റെ വാചകം തന്നെ കടമെടുത്താൽ നിയമം ഒരുവനുള്ളതെല്ലാം പിടിച്ചെടുത്ത് എല്ലാ കടങ്ങളും വീട്ടിത്തീർക്കാൻ നിർബ്ബന്ധിക്കുന്നു. അതിനയാൾക്കു കഴിയാതെ വന്നാൽ അയാളെ ചില്ലി ക്കാശില്ലാത്തവനായി പ്രഖ്യാപിച്ച് അവനെ തെരുവുതെണ്ടിയാക്കുന്നു. നിയമം എന്നിൽനിന്നും എടുത്തുമാറ്റിയത് എന്റെ പുസ്തകങ്ങളും, വീട്ടു പകരണങ്ങളും, ചിത്രങ്ങളും പ്രസിദ്ധീകരിച്ച പുസ്തകങ്ങളുടെ പകർപ്പ വകാശങ്ങളും എന്റെ നാടകങ്ങൾക്കു മേലുള്ള പകർപ്പവകാശങ്ങളും *ദ ഹാപ്പി പ്രിൻസ്* മുതൽ *ലേഡി വിന്റർമിയർ ഫാൻ* വരെയും പടിക്കെട്ടിൽ വിരിച്ചിരുന്ന പരവതാനി മുതൽ പഴകി ദ്രവിച്ച വാതിലുകൾ വരെയും മാത്രമല്ല ഞാനിനി സമ്പാദിക്കാൻ പോകുന്നതുപോലും ചേർത്തായി രുന്നു. വിവാഹമോചനത്തിൽനിന്നും കിട്ടിയ തുകയുടെ പലിശയുൾപ്പെടെ എനിക്കു കൈയൊഴിയേണ്ടിവന്നു.

ഭാഗ്യവശാൽ എനിക്ക് എന്റെ സുഹൃത്തുക്കൾ മുഖേന അതു വാങ്ങാനായി. അല്ലെങ്കിൽ ഒരുപക്ഷേ, എന്റെ ഭാര്യ മരണപ്പെടുന്നുവെ ങ്കിൽ, ഞാൻ ജീവിച്ചിരിക്കെത്തന്നെ എന്റെ രണ്ടുമക്കളും എന്നെപ്പോ ലെതന്നെ ഒന്നും കൈയിലില്ലാത്തവരായിത്തീർന്നേനെ. എന്റെ അച്ഛൻ എനിക്കു പതിച്ചു നല്കിയ ഐറിഷ് എസ്റ്റേറ്റിൽനിന്നുള്ള വരുമാനം അടു ത്തതായി നഷ്ടമാകും. അതു വില്ക്കേണ്ടി വരുന്നതിൽ എനിക്കു ദുഃഖ മുണ്ട്. പക്ഷേ, എനിക്കതു ചെയ്തേ തീരൂ. നിന്റെ പിതാവിനു നല്കാ നുള്ള എഴുന്നൂറ് പെൻസ് (അതോ പൗണ്ടോ?) വഴിമുടക്കിനില്പുണ്ട്. എനിക്കത് വീട്ടണം. എനിക്കുള്ളതും ഉണ്ടാകാൻ പോകുന്നതുമായ എല്ലാം കൈയൊഴിയപ്പെട്ടാലും പാപ്പരായിത്തന്നെ ജയിലിൽനിന്നും പുറത്തു വന്നാലും എന്റെ കടങ്ങൾ ഞാൻ തന്നെ വീട്ടിത്തീർക്കണം. സാവോയ് ഹോട്ടലിലെ സമൃദ്ധമായ ഉച്ചഭക്ഷണം, മുന്തിയ വൈൻ, ഷാംപെയ്ൻ, എല്ലാത്തിനും ഞാൻ പണം കൊടുക്കണം. വില്ലിസ് ഹോട്ടലിലെ അത്താഴവിരുന്നുകൾ, മണിയുടെ ആകൃതിയിലുള്ള സ്ഫടിക പാത്രങ്ങ ളിൽ പകർന്നു നല്കുന്ന ഷാംപെയ്ൻ, നമുക്കായി മാറ്റിവയ്ക്കപ്പെട്ട നിറഞ്ഞു തുളുമ്പുന്ന വീഞ്ഞുപാത്രങ്ങൾ ഇതിനൊന്നും പണം നല്കാ തിരിക്കാനാവില്ല. സത്യസന്ധനല്ലാത്ത, പാപ്പരാക്കപ്പെട്ട ഒരു ഇടപാടുകാ രന്റെ എഴുതിത്തള്ളപ്പെട്ട കടം എന്ന പട്ടികയിൽ അതു വരണ്ട. ഹെൻറി ലൂയിസിൽ നിന്നും ഞാൻ നിനക്കു വാങ്ങിത്തന്ന രത്നവും വസ്ത്രവും പതിപ്പിച്ച കുപ്പായക്കുടുക്കുകൾക്കിനിയും ഞാൻ പണം നല്കിയിട്ടില്ല. കുറച്ചു മാസങ്ങൾക്കു ശേഷം നീയതു കണ്ട വിലയ്ക്കു വിറ്റെന്ന് എനി ക്കറിയാം. നിനക്കായി ഞാൻ നല്കിയ സമ്മാനത്തിന് ഈ ജൂവ ലറിക്കാരൻ സ്വന്തം പോക്കറ്റിൽനിന്നും ചെലവഴിക്കേണ്ടതില്ല. അതു നീ എന്തു ചെയ്തു എന്നതിനെ സംബന്ധിച്ച് എനിക്കൊരു പ്രശ്നവുമില്ല. അതിനാൽ, ഞാൻ പുറത്തിറങ്ങിയാലും ഞാനെന്റെ കടങ്ങൾ വീട്ടി ത്തീർക്കണം. പാപ്പരായിത്തീർന്ന ഒരുവനെ സംബന്ധിച്ച യാഥാർത്ഥ്യ

ങ്ങൾ മറ്റെല്ലാ മനുഷ്യനെ സംബന്ധിച്ചും ശരിയാണ്. ചെയ്ത ഓരോ കാര്യത്തിനും ആരെങ്കിലും വില നല്കേണ്ടിവരും. നിന്റെ കാര്യത്തിലും അത് ബാധകമാണ്. എല്ലാ ചുമതലകളിൽനിന്നും വിട്ടുനിന്ന് പൂർണ്ണ സ്വതന്ത്രനാകാനുള്ള ആഗ്രഹം, നിനക്കാവശ്യമുള്ളതൊക്കെയും മറ്റാരെങ്കിലും കൊണ്ടുത്തരണമെന്ന നിർബ്ബന്ധം, നിന്റെ സ്നേഹത്തിന്മേലുള്ള ഏത് അവകാശവാദത്തെയും നിരാകരിക്കൽ ഇതൊക്കെയാണല്ലോ നീ. ആ നീ പോലും ഒരുനാൾ യാഥാർത്ഥ്യത്തിലേക്ക് കണ്ണുകൾ തുറക്കേണ്ടിവരും. എല്ലാത്തിനും പ്രായശ്ചിത്തം ചെയ്യേണ്ടിവരും. അങ്ങനെ ചെയ്യാനാകുന്നില്ല എന്നതാണ് നിനക്കുള്ള ശിക്ഷ. നിനക്കങ്ങനെ ഉത്തരവാദിത്വങ്ങൾ കൈയൊഴിയാനാവില്ല. ഒരു പുതിയ കൂട്ടുകാരനിലേക്കും പുതിയൊരു ആഡംബര ജീവിതത്തിലേക്കും കടക്കാനാവില്ല. നീ മൂലം വന്നുചേർന്ന ദുരന്തങ്ങൾ മദ്യത്തിനും സിഗരറ്റിനുമൊപ്പം ഇടയ്ക്കിടയ്ക്കു വിളമ്പുന്ന വൈകാരിക ഓർമ്മപ്പെടുത്തലുകൾ വഴി മാഞ്ഞുപോവില്ല. വിലകുറഞ്ഞ ഒരു സത്രത്തിൽ തൂക്കിയിട്ടിരിക്കുന്ന ചിത്രകംബളത്തിലെ മനോഹരമായ ഒരു ദൃശ്യത്തിനു സമാനമായ ആധുനിക ജീവിതാനുഭൂതികൾക്കു മുന്നിലും അത് ഇല്ലാതാവുന്നുമില്ല.

നിമിഷനേരത്തേക്ക് ഇത് വീഞ്ഞുപോലെ ഉന്മേഷം പകർന്നേക്കും. എന്നാലും വിരുന്നിന്റെ ഉച്ഛിഷ്ടങ്ങൾ ജീർണ്ണിക്കും. വീഞ്ഞുകുപ്പിയുടെ അടിയിൽ ശേഷിച്ചത് കയ്ക്കും. ഇന്നോ നാളെയോ അല്ലെങ്കിൽ ഏതെങ്കിലും ഒരുദിവസം നിനക്കത് ബോദ്ധ്യമാകും. അല്ലെങ്കിൽ ഇതൊന്നും തിരിച്ചറിയാതെ നീ മരണമടയും. അപ്പോഴതെത്ര തുച്ഛവും ദരിദ്രവും ഭാവനാരഹിതവുമായ ജീവിതമായിരിക്കും. മോറിന് എഴുതിയ ഒരു കത്തിൽ കഴിയുന്നതും വേഗം ഈ പ്രശ്നത്തെ കുറെക്കൂടി മെച്ചമായി സമീപിക്കാനുള്ള ഒരു നിർദ്ദേശം നിന്റെ മുമ്പാകെ വച്ചിരുന്നു. അയാൾ അക്കാര്യം നേരിട്ടു പറയും. അത് മനസ്സിലാകണമെങ്കിൽ നീ കുറേക്കൂടി മെച്ചപ്പെട്ട ഭാവന വികസിപ്പിച്ചെടുക്കണം. ഭാവന മനുഷ്യരെയും സംഭവങ്ങളെയും ശരിയായി മനസ്സിലാക്കാൻ സഹായിക്കും. നിനക്കിതൊന്നും മനസ്സിലാകുന്നില്ലെങ്കിൽ മനസ്സിലാകുന്നവരോട് ചോദിക്കൂ. എന്റെ കഴിഞ്ഞകാല ജീവിതത്തെ മുഖാമുഖം കാണേണ്ടിവന്നിട്ടുണ്ട്. നിന്റെ ഭൂതകാലത്തെ മുഖാമുഖം കാണാൻ നോക്കൂ. നിശ്ശബ്ദനായിരുന്ന് അക്കാര്യം മനസ്സിലാക്കൂ. പൊള്ളയായ ജീവിതമാണ് ഏറ്റവും വലിയ തിന്മ. തിരിച്ചറിയപ്പെട്ടതെല്ലാം മെച്ചമായിരിക്കും. നിന്റെ സഹോദരനോട് ഇതൊക്കെ സംസാരിക്കൂ. പേഴ്സിയാണ് ശരിക്കും ഇക്കാര്യത്തിൽ സംസാരിക്കാൻ പറ്റിയ ആൾ. അയാളോട് ഈ കത്തുവായിക്കാൻ പറയുക. നമ്മുടെ ചങ്ങാത്തം രൂപപ്പെട്ടതിന്റെ സാഹചര്യം അയാൾക്കു വ്യക്തമാക്കിക്കൊടുക്കുക. കാര്യങ്ങൾ ശരിയായി അവതരിപ്പിച്ചു കഴിഞ്ഞാൽ അതിനേക്കാൾ വലിയ വിധിപ്രസ്താവം ഉണ്ടാകില്ല. കാര്യങ്ങളുടെ നിജസ്ഥിതി അയാളോട് പറയുവാൻ കഴിഞ്ഞിരുന്നെങ്കിൽ ഈ ദുർവ്വിധി ഞാൻ അനുഭവിക്കേണ്ടിവരുമായിരുന്നില്ല. അൾജിയേഴ്സിൽനിന്നും നീ ലണ്ടനിൽ എത്തിച്ചേർന്ന വേളയിൽ ഞാൻ ഇത്തരത്തിലൊരു നിർദ്ദേശം മുന്നോട്ടുവച്ചിരുന്ന കാര്യം നീ ഓർക്കുന്നുണ്ടാവും. നീയതിനെ ശക്തി

യായി എതിർത്തു. ഉച്ചഭക്ഷണത്തിനു ശേഷം അയാൾ വന്നനേരം നാം നിന്റെ അച്ഛന് ഉച്ചക്കിറുക്കാണെന്നൊക്കെ കളിയാക്കിപ്പറഞ്ഞ് രസിക്കുകയായിരുന്നു. എന്നാൽ അത് അവസാനിക്കുമ്പോഴോ? ദുരന്തമായി മാറുകയല്ലേ ചെയ്തത്? പേഴ്സി അതൊക്കെ ഗൗരവമായി എടുത്തു. ദൗർഭാഗ്യവശാൽ അതൊരു കലാപം പോലെയാണ് ചെന്നവസാനിച്ചത്. അതിന്റെ അനന്തരഫലമാണ് എന്റെ ഈ കത്ത്. അതു നിന്നെ അലോസരപ്പെടുത്തുന്നുവെങ്കിൽ അതെന്നെ ഏറെ വേദനിപ്പിക്കും എന്നു നീ മറക്കാതിരിക്കുക. എനിക്കോ നിനക്കോ മറ്റു പോംവഴികൾ ഇല്ലെന്നും നീ ഓർമ്മിക്കുക.

മറ്റൊരു കാര്യം ഞാൻ നിന്നോട് പറയാനാഗ്രഹിച്ചത് തടവുകഴിഞ്ഞ് പുറത്തിറങ്ങുമ്പോഴത്തെ കാര്യമാണ്. ഏതു വ്യവസ്ഥയിൽ, ഏതു സാഹചര്യത്തിൽ എവിടെവച്ചായിരിക്കും നമ്മൾ തമ്മിലപ്പോൾ കാണുക. റോബിക്ക് നീയെഴുതിയ കത്തിൽ നിന്നും ഞാൻ മനസ്സിലാക്കുന്നത് എന്റെ കത്തുകളും ഞാൻ നല്കിയ സമ്മാനങ്ങളും എന്നെ തിരികെ ഏല്പിക്കാനായി ഒരു കവറിലിട്ട് സീൽ ചെയ്ത് നീ സൂക്ഷിക്കുന്നുവെന്നാണ്. നന്നായി, അത്രയെങ്കിലും നീ സൂക്ഷിക്കുന്നുണ്ടല്ലോ. ശരിയാണ്. അതൊക്കെ മടക്കി നല്കേണ്ടത് തന്നെ. മനോഹരമായ ആ കത്തുകൾ ഞാനെന്തിനെഴുതിയെന്ന് നിനക്കറിയില്ല. എന്തിനാണാ സമ്മാനങ്ങൾ നിനക്കു നല്കിയതെന്നും നിനക്കറിയില്ല. ആ കത്തുകൾ പ്രസിദ്ധപ്പെടുത്തുവാനുള്ളതല്ലെന്നും ആ സമ്മാനങ്ങൾ പണയപ്പെടുത്താനുള്ളതല്ലെന്നും നീ മനസ്സിലാക്കിയില്ല. ഇതിനെല്ലാം പുറമേ കഴിഞ്ഞുപോയൊരു കാലത്തിന്റെ ബാക്കിപത്രമാണവ. ശരിയായ മൂല്യത്തിൽ നിനക്കു മനസ്സിലാക്കാൻ കഴിയാത്ത ഒരു സൗഹൃദത്തിന്റെ ഓർമ്മയും. എന്റെ ജീവിതം മുഴുവൻ നിന്റെ കൈകളിലായിരുന്നു. ആ കാലത്തെപ്പറ്റി ഇന്നു നീ അത്ഭുതത്തോടെ തിരിഞ്ഞു നോക്കണം. ഞാനും അങ്ങനെതന്നെ ചെയ്യും; എന്നാൽ വളരെ വ്യത്യസ്തമായ വികാരങ്ങളോടെ.

എന്നെപ്പോലെ ഈ നൂറ്റാണ്ടിന്റെ പുത്രനായ ആധുനികനായൊരുവൻ തീർച്ചയായും സ്നേഹത്തോടെയാണ് ലോകത്തെ നോക്കുന്നത്. ഈ ജയിൽ വിട്ടു പുറത്തുപോകുന്ന ദിവസം തോട്ടത്തിൽ കൊന്നച്ചെടികൾ പൂത്തുലയുമെന്നും ലില്ലിപ്പൂക്കൾ പൊട്ടിവിടരുമെന്നും സ്വർണ്ണവർണ്ണത്തിലുള്ള മരത്തലപ്പുകൾ കാറ്റേറ്റ് അസ്വസ്ഥമാകുന്നതു കാണാമെന്നും ചെറിപ്പഴങ്ങൾ ഉലയുന്നതറിയുമെന്നും ഓർക്കുമ്പോൾ സ്വാതന്ത്ര്യത്തിന്റെ അറേബ്യയിലേക്ക് ഞാൻ കടക്കുമല്ലോ എന്നോർത്ത് സന്തോഷത്താൽ ഞാൻ വിറച്ചു പോകുന്നു. ഇംഗ്ലീഷ് മലഞ്ചെരിവുകളിൽ സുഗന്ധം പരത്തുന്ന പൂവുകൾ മഞ്ഞപ്പരവതാനി വിരിച്ചുകിടക്കുന്നതു കണ്ടപ്പോൾ അതിനു മുന്നിൽ മുട്ടുകുത്തി നിന്ന ലിന്നേനിയസിനെപ്പോലെ ഞാനും കുമ്പിട്ടു നില്ക്കും. എനിക്കറിയാം റോസാദളത്തിലെ നീർത്തുള്ളി എനിക്കായുള്ള കണ്ണുനീരാണെന്ന്. എന്റെ കുട്ടിക്കാലം മുതൽ അത് എന്നോടൊപ്പം തന്നെയുണ്ട്. കുർബ്ബാന പാത്രങ്ങൾപോലെയോ ശംഖുപോലെയോ വിടർന്നു നില്ക്കുന്ന പൂവുകൾ അതിന്റെ നിറം ഒളിച്ചുപിടിക്കുന്നില്ല. യാതൊരു മറയുമില്ലാതെ ആർദ്രതയോടെ അതിന്റെ സൗന്ദര്യം

ഏവർക്കും പകർന്നു നല്കുന്നു. എനിക്കതിന് ഉത്തരം നല്കാനാവില്ല. എന്നെപ്പോലൊരുവനു മുന്നിൽ ഈ ദൃശ്യപ്രപഞ്ചം എന്നും നില നില്ക്കുന്നു.

ചുറ്റുമുള്ള സൗന്ദര്യത്തിനു പിന്നിൽ മറഞ്ഞിരിക്കുന്ന ചിലതുണ്ടെന്നു ഞാനറിയുന്നു. എല്ലാ നിറങ്ങളിലും രൂപങ്ങളിലും അന്തർല്ലീനമായൊരു ആത്മാവുണ്ട്. ആ ആത്മാവുമായി താദാത്മ്യം പ്രാപിക്കാനത്രേ ഞാൻ ആഗ്രഹിക്കുന്നത്. ആളുകളോടും വസ്തുക്കളോടും സംവേദനം നടത്തുന്നത് എനിക്കു മതിയായി. കലയിലും ജീവിതത്തിലും പ്രകൃതിയിലും ഒളിഞ്ഞിരിക്കുന്ന നിഗൂഢതയെയാണ് ഞാനിപ്പോൾ തേടുന്നത്. അതിനെ സന്ധിക്കേണ്ടത് എന്റെ ജീവിതത്തിന്റെ അനിവാര്യതയാകുന്നു.

കടൽപോലെ പ്രാചീനമായതൊക്കെയും എനിക്കിഷ്ടമാണ്. അമ്മയേക്കാളും ഭൂമിയേക്കാളും കടലിനെ ഞാനിഷ്ടപ്പെടുന്നു. നാമെല്ലാം പ്രകൃതിയിലേക്കു നോക്കുന്നു. ഒരുപക്ഷേ, ആവശ്യത്തിൽ കൂടുതൽ. എന്നാൽ നാം പ്രകൃതിക്കൊപ്പം ജീവിക്കുന്നുണ്ടോ? ഇവിടെയാണ് ഞാൻ ഗ്രീക്കുകാരെ നമിക്കുന്നത്. അവരൊരിക്കലും സൂര്യാസ്തമയത്തെപ്പറ്റിയോ പുൽപ്പരപ്പിൽ വീണ മരത്തണൽ യഥാർത്ഥത്തിൽ നീലയാണോ എന്നതിനെപ്പറ്റിയോ അവർ സംസാരിക്കാറില്ല. എന്നാൽ കടൽ നീന്താനുള്ളവർക്കുള്ളതാണെന്നും മണൽ ഓടുന്നവന്റെ പാദങ്ങൾക്കു വേണ്ടിയാണെന്നും അവർ മനസ്സിലാക്കി. അവർ മരങ്ങളെ ഇഷ്ടപ്പെട്ടത് അവ പരത്തുന്ന നിഴലിനെ പ്രതിയത്രെ. നട്ടുച്ചയ്ക്കുള്ള നിശ്ശബ്ദതയെ പ്രതിയാണവർ കാടിനെ ഇഷ്ടപ്പെട്ടത്. യുവ മുകുളങ്ങൾക്കു നേരെ മുതുക് കുനിക്കുമ്പോൾ മുന്തിരിത്തോട്ടം പരിപാലിക്കുന്നതിന്റെ തലേക്കെട്ട് അവനെ വെയിൽ കൊള്ളാതെ സൂക്ഷിക്കുന്നു. കലാകാരന്മാരെയും കായിക വിദഗ്ദ്ധന്മാരെയും ഗ്രീക്കുകാർ നമുക്കുതന്നു. അവർ മനുഷ്യർക്ക് ആവശ്യമില്ലാത്ത പുന്നമരത്തിന്റെ ഇലകൾകൊണ്ടുണ്ടാക്കിയ ഹാരങ്ങളാൽ മുടിച്ചുരുളുകൾ അലങ്കരിച്ചു.

നമ്മുടേത് ഒരു പ്രയോജനവാദപരമായ കാലഘട്ടമാണ്. നമുക്ക് ഒന്നിന്റെയും ഉപയോഗമറിയില്ല. വെള്ളം വൃത്തിയാക്കാനും തീ പരിശുദ്ധമാക്കാനും ഉള്ളതാണെന്നും ഭൂമി നമ്മുടെ അമ്മയാണെന്നും നാം മറന്നു. അതിന്റെ ഫലമായി നമ്മുടെ കല ചന്ദ്രനെപ്പോലെയും നാടകങ്ങൾ നിഴലുകളെപ്പോലെയുമായി. ഗ്രീക്കുകാരുടെ കല സൂര്യനെപ്പറ്റിയാണ്. അവർ കാര്യങ്ങൾ നേരിട്ടു പറയുന്നു. പ്രാഥമിക ശക്തികളിൽ ശുദ്ധീകരണം അടങ്ങിയിരിക്കുന്നുവെന്നതിനാൽ ഞാനതിലേക്കു മടങ്ങാൻ ആഗ്രഹിക്കുന്നു. അവയുടെ സാന്നിദ്ധ്യത്തിൽ ജീവിക്കാനും.

എല്ലാ വിചാരങ്ങളും ഒരുവന്റെ ജീവനുവേണ്ടിയുള്ള വിചാരണകളാണ്. എല്ലാ തടവും മരണത്തിലേക്കുള്ള തടവാണ്. മൂന്നുവട്ടം ഞാൻ വിചാരണ നേരിട്ടു. ആദ്യവട്ടം പ്രതിക്കൂട്ടിൽനിന്നും പുറത്തിറങ്ങിയത് അറസ്റ്റിനായാണ്. രണ്ടാംപ്രാവശ്യം കരുതൽ തടങ്കലിലേക്കും മൂന്നാംവട്ടം ജയിലിലേക്കും. രണ്ടുകൊല്ലത്തേക്ക് നമ്മൾ നിർമ്മിച്ചെടുത്തതുപോലുള്ള ഒരു സമൂഹത്തിൽ എനിക്ക് ഇടമില്ല. ഒന്നും വച്ചു നീട്ടാനുമില്ല. എന്നാൽ പ്രകൃതിയോ? അവളുടെ മധുര മഴ നീതിമാനുമേലും അനീതികാട്ടുന്ന

വനും മേൽ ഒന്നുപോലെ ചൊരിഞ്ഞു. അവളുടെ പാറയിടുക്കുകൾ അഭയമേകി. അവളുടെ നിശ്ശബ്ദത്താഴ്‌വരകളിൽ ഞാൻ ഒറ്റക്കിരുന്നു തേങ്ങി. രാത്രി അവൾ ആകാശത്ത് നക്ഷത്രങ്ങളെ തൂക്കി. അജ്ഞാത ദേശങ്ങളിലേക്ക് എന്നെയവൾ നടത്തി. ഞാൻ ഭയം കൂടാതെ നടന്നു. അവൾ കാറ്റായി വന്ന് ആശ്വാസമേകി. അവനെന്റെ കാല്പാടുകൾ മായ്ച്ചുകളഞ്ഞു. ആരുമെന്നെ കണ്ടുപിടിക്കാതിരിക്കാൻ വേണ്ടി. അവൾ വെള്ളമായി വന്നെന്നെ ശുദ്ധമാക്കി. അവളുടെ ഔഷധച്ചെടികൾ എന്നെ ആരോഗ്യവാനാക്കി.

കാര്യങ്ങളെല്ലാം ശരിയായി വന്നാൽ മേയ്മാസം ഒടുവിൽ ഞാൻ പുറത്തിറങ്ങും. ഇറങ്ങിയാലുടൻ റോബിക്കും മോറിനുമൊപ്പം വിദേശത്തേതെങ്കിലും കടലോരഗ്രാമത്തിലേക്കു പോകും.

യൂറിപ്പിഡെസ് പറഞ്ഞതുപോലെ കടൽ ലോകത്തിന്റെ മുറിവുകളും മുറിപ്പാടുകളും മായ്ച്ചുകളയും.

ജൂൺ മാസത്തിലെ റോസാപ്പൂവുകൾ അലസസമൃദ്ധിയിലാടുമ്പോൾ എനിക്കതിനു കഴിയുമെങ്കിൽ ബർജസ് പോലുള്ള ഏതെങ്കിലുമൊരു വിദേശ നഗരത്തിൽവച്ച് നിന്നെ കാണാൻ വേണ്ട ഏർപ്പാടു ചെയ്യാൻ റോബിയോടു പറയൂ. ബർജസിലെ ചാരനിറം പൂശിയ വീടുകളും പച്ചനിറം പേറിയ കനാലുകളും തണുത്ത അന്തരീക്ഷവും വർഷങ്ങൾക്കു മുമ്പ് എന്നെ ആഹ്ലാദിപ്പിച്ചിരുന്നു. തല്ക്കാലം നീ നിന്റെ പേരൊന്നു മാറ്റണം. പൂവു പോലെ മനോഹരമായ ഒരു പേരാവണം നീ സ്വീകരിക്കേണ്ടത്. കീർത്തിയുടെ കാലത്ത് മധുരതരമായിരുന്ന എന്റെ നാമം ഒരിക്കൽ നഷ്ടമായതുപോലെ നീ നിന്റെ പേര് ഉപേക്ഷിക്കുക. നമ്മുടെ ഈ നൂറ്റാണ്ട് എത്ര തുച്ഛവും ഇടുങ്ങിയതും ഭാരമേറിയതുമാണ്. വിജയത്തിന് അതിലിടമുണ്ട്. എന്നാൽ ദുഃഖത്തിനോ നാണക്കേടിനോ പാർക്കാൻ അതിടം നല്കുകയില്ല. എന്നോട് ഈ കാലത്തിന് ചെയ്യാവുന്നതിത്രമാത്രം. എനിക്ക് വേറൊരു പേന തരിക. മദ്ധ്യകാല സന്ന്യാസിയുടേതുപോലുള്ള ജഡപിടിച്ച മുടി തരിക. അല്ലെങ്കിൽ കുഷ്ഠരോഗിയുടേതുപോലൊരു മുഖം. അതിനു പിന്നിൽ എനിക്കു മനഃസമാധാനത്തോടെ കഴിയണം.

നമ്മുടെ കൂടിക്കാഴ്ച, നമ്മൾ എങ്ങനെയാണോ തമ്മിൽ കണ്ടിരുന്നത്, ഈ സംഭവങ്ങൾക്കെല്ലാം ഒടുവിലും അതുപോലെതന്നെയാവണം. പണ്ടു നമുക്കിടയിൽ വലിയൊരു പിളർപ്പ് നിലനിന്നിരുന്നു. നേടിയെടുത്ത കലയുടെയും ആർജ്ജിച്ച സംസ്കാരത്തിന്റെയും പിളർപ്പായിരുന്നു അത്. ഇപ്പോഴുമുണ്ട്. നമുക്കിടയിൽ വലിയൊരു പിളർപ്പ്. ദുഃഖത്തിന്റെ പിളർപ്പ്. എന്നാൽ വിനയത്തിൽ നേടാനാവാത്തതായി ഒന്നുമില്ല. എല്ലാറ്റിനേയും സ്നേഹിക്കുന്നത് എത്രയെളുപ്പം. എനിക്കു കത്തുകളയയ്ക്കുമ്പോൾ അതു ദീർഘമേറിയതോ ചുരുങ്ങിയതോ ആകാം. നിന്റെ ഇഷ്ടംപോലെ. കവറിനു പുറത്ത് 'ദ ഗവർണർ, എച്ച് എം ജയിൽ റീഡിങ്' എന്നെഴുതുക. അതിനകത്ത് തുറന്ന കവറിൽ എനിക്കുള്ള കത്തു വയ്ക്കുക. പേപ്പർ വളരെ നേർത്തതാണെങ്കിൽ ഒരു പുറത്തേ എഴുതാവൂ. അല്ലെങ്കിൽ അതു വായിക്കാൻ പ്രയാസമായിരിക്കും. ഞാൻ വളരെ സ്വതന്ത്ര

മായാണ് നിനക്ക് എഴുതുന്നത്. നിനക്കും അങ്ങനെയാകാം. ഞാൻ ജയിലിൽ വന്നതിനുശേഷം നീയെനിക്ക് എഴുതിയില്ല. എന്താണതിനു കാരണം? നീയെനിക്ക് എന്തുമാത്രം വേദന തന്നു എന്ന് നീ തിരിച്ചറിയുന്നതായി പലരോടും പറഞ്ഞിട്ടുള്ള കാര്യം എനിക്കറിയാം. ഞാനതൊക്കെ എങ്ങനെ തിരിച്ചറിഞ്ഞുവെന്നും.

നിന്നെക്കുറിച്ചറിയാൻ ഞാൻ മാസങ്ങൾ കാത്തിരുന്നു. ഞാൻ അങ്ങനെ കാത്തിരുന്നില്ല എന്നുതന്നെയിരിക്കട്ടെ. നിനക്കു നേരെ വാതിലുകൾ കൊട്ടിയടച്ചു എന്നു തന്നെയിരിക്കട്ടെ. സ്നേഹത്തെ പടിക്കപ്പുറത്തു നിർത്താൻ ആർക്കും കഴിയില്ല എന്നു നീ അറിയണമായിരുന്നു. സുവിശേഷങ്ങളിൽ നീതിമാനല്ലാത്ത ന്യായാധിപൻ ചാടിയെണീറ്റ് നീതി നടപ്പിലാക്കുന്നു. കാരണം നീതി ദിനവും നിങ്ങളുടെ വാതില്ക്കൽ വന്നു മുട്ടും. രാത്രിയാകുമ്പോൾ യഥാർത്ഥ സൗഹൃദം ഇല്ലാത്ത സുഹൃത്തിന്റെ ഹൃദയത്തിൽ സൗഹൃദം ജനിക്കും. കാരണം സ്നേഹം കടന്നു ചെല്ലാത്ത ഒരു ജയിൽ കവാടവും ലോകത്തൊരിടത്തുമില്ല. അതു നിനക്കറിയില്ലെങ്കിൽ സ്നേഹത്തെപ്പറ്റി നിനക്കൊന്നുമറിയില്ല.

ഫ്രഞ്ചു പത്രത്തിൽ നീ എന്നെപ്പറ്റി എഴുതിയത് എനിക്കു കാണണം. അതിനെപ്പറ്റി ചിലതൊക്കെ എനിക്കറിയാം. അതിൽനിന്നുള്ള ഉദ്ധരണികൾ അതു പദ്യമായാലും ഗദ്യമായാലും അതുപോലെ ചേർക്കുക. നിന്റെ കവിതകളുടെ സമർപ്പണത്തിന്റെ യഥാർത്ഥ രൂപം എനിക്കറിയണം. എന്തായാലും നീ എഴുതിയതൊക്കെ സൗന്ദര്യാത്മകമായിരിക്കും. തുറന്ന ഹൃദയത്തോടെ നിന്നെപ്പറ്റി എഴുതുക. നിന്റെ ചങ്ങാതിമാർ, നിന്റെ തൊഴിൽ, നിന്റെ പുസ്തകം, അതിനു കിട്ടിയ സ്വീകരണം എല്ലാം എഴുതണം. എന്തെഴുതിയാലും നിർഭയമായി എഴുതുക. നീ അർത്ഥമാക്കാത്തതൊന്നും എഴുതരുത്. നീ എഴുതിയതിൽ വ്യാജമായി എന്തെങ്കിലുമുണ്ടെങ്കിൽ ഞാനത് ഉടനെ കണ്ടുപിടിക്കും.

ഇതൊന്നും വെറുതെ എഴുതുന്നതല്ല. ഒരു ഉദ്ദേശ്യവും ഇല്ലാതെയുമല്ല. ഇങ്ങനെയാണ് എന്റെ സാഹിത്യ ജീവിതത്തെ ഞാൻ നിർമ്മിച്ചെടുത്തത്.

"വാക്കുകൾ പിശുക്കുന്നവൻ
കമ്മട്ടത്തിലെ തൊട്ടതെല്ലാം
പൊന്നാക്കുന്നവനേക്കാൾ
മോശക്കാരനല്ല."

നിന്നെ എനിക്ക് ഇനിയും അറിയേണ്ടിയിരിക്കുന്നു എന്ന കാര്യം വിസ്മരിക്കരുത്. ഇതുകൂടി പറയാനുണ്ടെനിക്ക്. ഞാൻ ഭൂതകാലത്തെ ഭയപ്പെടുന്നില്ല. അതു തിരിച്ചുപിടിക്കാനാവാത്തതാണെന്നു പറയുന്നവരെ വിശ്വസിക്കരുത്. ഭൂതവും വർത്തമാനവും ഭാവിയുമെല്ലാം ദൈവദൃഷ്ടിയിൽ ഒരു നിമിഷം മാത്രം. അവന്റെ കാഴ്ചവട്ടത്തിനുള്ളിൽ ജീവിക്കാൻ നോക്കുക. സ്ഥലകാലങ്ങളും പിന്തുടർച്ചയും വിപുലീകരണവും ഒക്കെ മനുഷ്യ ഭാവനയുടെ യാദൃച്ഛികതകൾ മാത്രം. ഭാവനകൊണ്ട് ഇതെല്ലാം അതിജീവിക്കാനാകും. കൂടുതൽ സ്വതന്ത്രവും വിശാലവുമായ ഒരു ലോകത്തിലേക്കു ആനയിക്കാനാകും. കാര്യങ്ങൾ അതിന്റെ സാരാംശത്തിൽ

നാം അതിനെ എന്താക്കണമെന്നു നിശ്ചയിക്കുന്നതു പോലെയാണ്. "ഒരു വസ്തുത നാമതിനെ നോക്കുന്നതിനെ ആശ്രയിച്ചിരിക്കും. മറ്റുള്ളവർ കാണുന്നത് പ്രഭാതം കുന്നിൻ മുകളിൽ പൊട്ടിവിടരുന്നതാണ്. എന്നാൽ ഞാൻ കാണുന്നത് ദൈവത്തിന്റെ മക്കൾ സന്തോഷത്താൽ ആർത്തുവിളിക്കുന്നതാണ്" എന്നു ബ്ലേയ്ക്ക് പറഞ്ഞു. നിന്റെ പിതാവിനു നേരെ അധിക്ഷേപങ്ങൾ ചൊരിയാനും അദ്ദേഹത്തിനെതിരെ പ്രവർത്തിക്കാനും തുടങ്ങിയതോടെ എന്റെ ഭാവി തിരിച്ചു പിടിക്കാനാവാത്തവിധം നഷ്ടപ്പെട്ടു എന്നാണ് ലോകം കരുതിയത്. യഥാർത്ഥത്തിൽ അതിനും വളരെ മുമ്പു തന്നെ അതു നഷ്ടപ്പെട്ടുകഴിഞ്ഞിരുന്നു. ഇനി എന്റെ മുമ്പിലുള്ളത് ഭൂതകാലം മാത്രം. അതിനെ വേറൊരു കണ്ണിലൂടെ നോക്കിക്കാണാൻ പരിശീലിക്കണം. ലോകത്തിന്റെ മുമ്പിൽ എനിക്കു വേറൊന്നാകണം. ദൈവം അതിനെ വ്യത്യസ്തമായ രീതിയിൽ കാണാനിടയാകണം. അതിനെ അവഗണിച്ചുകൊണ്ടോ നിസ്സാരവല്ക്കരിച്ചുകൊണ്ടോ പുകഴ്ത്തിക്കൊണ്ടോ നിഷേധിച്ചുകൊണ്ടോ എനിക്കു മുന്നോട്ടു പോകാനാവില്ല. എന്റെ ജീവിതത്തിന്റെയും സ്വഭാവ രൂപീകരണത്തിന്റെയും അനിവാര്യമായ ഒരു പരിണാമ ഘട്ടമായി അതിനെ അംഗീകരിക്കുക മാത്രമേ വഴിയുള്ളൂ. എന്റെ യാതനകൾക്കു മുമ്പിൽ തലകുമ്പിട്ടു നില്ക്കുകമാത്രം. എന്റെ ആത്മാവിന്റെ യഥാർത്ഥ വൈകാരിക അവസ്ഥയിൽനിന്നും ഞാൻ എത്രമാത്രം അകന്നുപോയെന്നും ഈ കത്ത്, വ്യക്തമാക്കും. എന്റെ ഉദ്യമവുമായി ഞാനെത്ര പ്രയാസപ്പെട്ട അവസ്ഥയിലാണു കഴിയുന്നതെന്ന് വിസ്മരിക്കരുത്. ഞാനെത്ര അപൂർണ്ണനെങ്കിലും നിനക്ക് പലതും എന്നിൽനിന്നും നേടാനുണ്ട്. ജീവിതത്തിന്റെയും കലയുടെയും അനന്തത തേടിയാണ് നീയെത്തിയത്. ഞാൻ നിന്നെ മറ്റു ചിലതാണു പഠിപ്പിച്ചത്. ഒരുപക്ഷേ, കൂടുതൽ അത്ഭുതകരമായത്. ദുഃഖത്തിന്റെ അർത്ഥവും അതിന്റെ സൗന്ദര്യവും.

നിന്റെ സ്നേഹം നിറഞ്ഞ കൂട്ടുകാരൻ

ഓസ്കാർ വൈൽഡ്

www.ingramcontent.com/pod-product-compliance
Lightning Source LLC
LaVergne TN
LVHW041108150826
845673LV00007B/1964

* 9 7 8 9 3 8 8 4 8 5 3 1 9 *